TRƯỞNG LÃO TỶ KHEO THÍCH TRÍ QUANG
và Một Chặng Đường Lịch Sử Phật Giáo Việt Nam

NHIỀU TÁC GIẢ

TRƯỞNG LÃO TỶ KHEO
THÍCH TRÍ QUANG
VÀ MỘT CHẶNG ĐƯỜNG
LỊCH SỬ PHẬT GIÁO VIỆT NAM

HOA ĐÀM - Số 14

Tháng Mười, 2021

TRƯỞNG LÃO TỶ KHEO THÍCH TRÍ QUANG
VÀ MỘT CHẶNG ĐƯỜNG LỊCH SỬ PHẬT GIÁO VIỆT NAM
Nhiều tác giả
Chủ trương và thực hiện:
HOA ĐÀM GROUPS
(kết tập)
Lotus Media ấn hành, 2021

ISBN: 978-1-0878-8343-4

Mục Lục

THAY LỜI NGỎ

TRÍ QUANG - NGƯỜI CON CỦA MẸ; NGƯỜI HÙNG CỦA CHÍNH ÔN; BẬC THƯỢNG NHÂN CỦA THỜI ĐẠI

THÍCH NGUYÊN SIÊU

Đọc Trí Quang Tự Truyện, chúng ta thấy tình Mẹ như là một hạnh nguyện Bồ Tát để Ôn thành bậc Cao Tăng. Mẹ là chất liệu yêu thương xây thành đài hoa rực rỡ để Ôn ngự tọa suốt một đời làm Thầy tu. Ôn thường nhắc đến Mẹ. Ôn thường canh cánh về Mẹ bên lòng khi còn sanh tiền. Trước khi "chết" Ôn về quê thăm Mẹ, lạy tình thương của Mẹ từ thuở ấu thơ.

Đọc Trí Quang Tự Truyện, nghe như hương nguyền của một thời xưa. Mẹ con bên chiếc đèn dầu leo lét trong đêm mà tư duy: "*Thưa, Mẹ mới nói chậm rãi, 'giữa một Thầy tu mà Mẹ đã mơ ước, với một Thầy cúng quê mùa như ai, Mẹ phân vân hết sức.'*" Mẹ đã gom góp từng hạt tư duy ấy để xâu kết thành ước mơ Ôn là một Thầy tu. Mẹ của Ôn là vậy đó. Mẹ của Ôn mà cũng là Bồ Tát của Ôn. Bồ Tát Mẹ đã hướng dẫn Ôn đi, đã cho Ôn xuất gia đầu Phật để tu thành Bậc Xuất Trần Thượng Sĩ. Bậc Long Tượng Thạc Đức trong chốn nhà Thiền. Chúng ta có thể nói Mẹ là tất cả trong trái tim của Ôn.

Đọc Trí Quang Tự Truyện, để chúng ta cảm nhận hai nguồn năng lượng truyền cho nhau giữa Mẹ và Ôn như hai khối tình bất tuyệt: "*Thế là đã rõ*". Nhưng Thầy đã rõ trước. Thầy ra nhà lúc mới xế bóng. Mẹ chào hỏi. Thầy nói nhẹ nhàng. "*Chị ơi, xưa, người ta có con Thừa Tướng dễ hơn có con Cao Tăng.*" Mẹ thưa liền: "*Tôi không biết bàn tính với ai. Định chiều vào Thầy thì Thầy đã ra, và đã có ý kiến. Có thể không có gì phải phân vân nữa.*"

Mẹ và Ôn đồng tình cho Ôn đi tu để làm Cao Tăng mà không màng đến Thừa Tướng để hưởng bổng lộc triều đình, mũ cao áo rộng, huyễn tướng của thế tục. Kể từ đấy, Mẹ là Bồ Tát của Ôn và Ôn là Cao Tăng của Mẹ

Đọc Trí Quang Tự Truyện, để khẳng định và minh chứng một lần nữa hạnh nguyện xuất trần của bậc Thượng sĩ không bị mờ nhạt bởi hương hoa phù phiếm của thế gian. "*Đêm đó, tôi trang trọng thưa Mẹ: 'Lấy vợ, làm Thầy cúng, quá dễ. Nhưng không dễ, hoàn toàn không dễ, cho Mẹ con mình. Con đi tu là lời nguyền của Mẹ, bây giờ nói khác đi sao được?'*"

Đã nguyền rồi thì phải giữ "thệ hải minh sơn", thề non hẹn biển làm sao có thể tan được. Nhất là lời "Nguyền" của Bồ Tát, mang hạnh nguyện xây dựng đời con thành bậc Cao Tăng trong hàng Chúng Trung Tôn – Tăng Bảo. Từ đó, ai có thấy chí xuất trần khi còn là thời măng tơ, non trẻ. Cho đến hôm nay, qua hình ảnh Tang lễ của Ôn.

Nói đến cái Hùng của Ôn là cái Đại Hùng, Đại Bi, Đại Trí. Cái Hùng của Bồ Tát Phổ Hiền vì hạnh nguyện độ sinh mà mang áo giáp nhẫn nhục vào đời 5 trược. Cái Bi cứu khổ trầm luân cho chúng sinh mà Bồ Tát Quan Âm phát nguyện tầm thinh cứu độ. Cái Trí xuất trần của Bồ Tát Văn Thù soi sáng mà suốt một đời Ôn đã dùng cái Trí đó để soi tỏ từng bước chân đi. Vậy Hùng, Bi, Trí là chất liệu tác thành mà qua bao nhiêu thế đạo nhiễu nhương, thăng trầm, thành bại, Ôn đã vượt qua và đi trên tất cả, để nghe lời Di Huấn của Ôn. Lời Di Huấn của bậc Thượng Nhân đơn sơ, mộc mạc, nhưng đầy tình đời nghĩa đạo. Di Huấn rằng:

1. *Sau giờ chết rồi độ 6 giờ là liệm.*
2. *Liệm rồi các Pháp tử lạy ba lạy rồi là đưa ra xe tang.*
3. *Không bàn thờ, bát nhang, báo tang, thành phục, đưa đám, phúng điếu.*
4. *Chuyển đến lò thiêu, thiêu rồi đem về chùa làm tuần, chung thất, trăm ngày, Tiểu tường và Đại tường.*
5. *Mỗi lễ chỉ tụng một trong các kinh: Địa Tạng, Kim Cương, Bồ Tát Giới, Pháp Hoa và Thủy Sám.*
6. *Mỗi lễ đều không thông báo và mời ai dự cả.*

Sáu điều Di Huấn như là một Bản Thanh Quy trong chốn nhà Thiền để cho người sau noi dấu. Chính là cái Trí và Bi của bậc Thượng Nhân đã thấm thấu, liễu tri được lòng nhân thế mà không rườm rà, hình thức tốn kém, giữa một đất nước đang cần tích cực xây dựng hơn nữa để cho có được chiếc áo, chén cơm đến với người dân cùng khổ.

Cuối cùng, bằng kinh nghiệm các Bậc Tổ Đức Thiền Sư thường để lại bài Kệ Ấn Chứng Sở Ngộ của mình, thì nơi đây, trong lò thiêu Bộ Xương Sọ đã được đốt lại ba lần nhưng vẫn không bị thiêu hủy. Thượng Nhân Trí Quang đã để lại Bộ Xương Sọ trắng tinh tuyền, như Kim Cương Bất Hoại. Kết tinh một trí tuệ siêu việt, vượt thoát nơi chốn trần lao.

Nhất tâm đảnh lễ Đức Trí Quang Thượng Nhân Bồ Tát.

San Diego, ngày 14 tháng 11, 2019

Khể thủ,

Thích Nguyên Siêu

TIỂU TRUYỆN TỰ GHI

THÍCH TRÍ QUANG

1/1

Tôi người Quảng bình, 1 trong 3 nơi mà Huyền trân công chúa mới đáng là thành hoàng. Tổ tiên gốc người Hải dương, 4 cha con cùng có mặt trong đạo quân tiếp quản Quảng bình, rồi định cư ở 3 làng. Thuận lý là con trưởng, kế đó, Phương xuân là con thứ 2. Diêm điền, làng tôi, là nơi Tổ của làng tôi cùng con út định cư. Làng tôi cách trung tâm tỉnh lỵ Quảng bình chỉ có chừng 600 mét đường chim bay. Trước đó, cả làng định cư bao giờ không rõ, chỉ biết vì chậm chân nên ngoài số ruộng đất không đáng kể, làng tôi phải làm muối, vì con sông của làng là nhánh sông lớn Nhật lệ, nước mặn. Do đó mà có tên Diêm điền, cấp phường chứ không phải xã, thuộc tổng Long đại, phủ

Quảng ninh, 1 trong 5 phủ huyện của Quảng bình. Vị trí gần tỉnh ly, nhưng làng không có truyền thống học chữ Tây. Vẫn học Nho, nhưng không có tiếng là làng Nho học hay khoa bảng gì.

Một bí mật mà nay nên nói ra. Làng tôi có liên hệ khá chặt chẽ với phong trào Văn thân của chí sĩ Phan đình Phùng. vùng núi phía tây của làng có 2 quân thứ của phong trào. Bác họ tôi là một chỉ huy cấp trung, ông ngoại tôi là một đội viên, của một trong 2 quân thứ. Cha tôi là "người của vua Minh", tiếng gọi kín vua Hàm nghi. Năm tôi 14 tuổi, cha tôi bảo đi theo ra thăm đám ruộng cạnh giếng Nĩ, vùng Ái dài, nghiêm trọng kể cho tôi, và bảo, "phải biết và nhớ lấy". Tôi hỏi, làng mình có ai là "người của vua Minh" nữa không, cha tôi đắn đo rồi bảo, có, làng mình và các làng chung quanh, nhất là dưới tỉnh, có cả. Nhưng, này, "quốc tặc" là gì, con biết không, tôi thưa, dạ biết. Cha tôi bảo, biết, biết nó là gì thì không được sợ, cũng không được khinh suất.

1/2

Nhà tôi có 6 anh em trai. Anh đầu là Phạm Huệ, mất ở Lào. Anh hai là Phạm Cần, 102 tuổi, mất năm kia. Bốn anh em còn lại, sinh cùng một mẹ, là Phạm Minh, 90 tuổi; tôi Phạm Quang, 89 tuổi; em, Phạm Chánh, tử trận năm 1947, trong tuần lễ thứ 2 chống Pháp tại tỉnh nhà; em út là Phạm Đại, mất chưa kịp gặp tôi, sau 1975. Tôi có bác ruột, Phạm Phương, tử trận tại bến Bồ đề, cuối cầu gỗ Đông ba, Huế, trong trận chiến quân ta tấn công tòa Khâm sứ Pháp, ở đây. Mẹ tôi rất thích nghe bài sám Lương hoàng, người Đức phổ, cùng làng với bổn sư, và tổ sư của tôi (là người Đắc ân, trú trì quốc tự Linh mụ. Cả cha mẹ cùng qui y ngài nầy, làm Phật tử tại gia (đồng sư với bổn sư của tôi). Cha tôi tâm đắc nhất nên tự phiên âm chữ Nôm bản "Truyện Phật Thích ca" của Từ bi âm, thích thú đọc lớn, ngâm nga hoài, nhất là những lúc một mình, và khi mất đã tự đặt sách ấy trên ngực, 2 tay giữ lấy. Nhánh ba họ Phạm làng Diêm điền là gia tộc của tôi, theo Phật từ lâu, nhưng thật sự là ông nội và cha tôi. Cha tôi khi bán thế xuất gia thì làm đệ tử ngài Đắc quang (Tăng cang Linh mụ) em ruột ngài Đắc ân. Danh hiệu long vị là "Người dòng phái đại tổ sư Nguyên thiều, pháp danh Hồng nhật, pháp tự Tâm nguyên, đắc pháp với pháp húy Huyền đàm đại sư."

1/3

Năm lên 7, mẹ tôi chuẩn bị đâu vào đó, rồi nghiêm mặt đến nỗi anh Minh và tôi không dám hó hé, nhưng tôi có cảm giác là lạ, và mẹ ra lịnh "sáng mai đi học"! Khai tâm cho anh em tôi là tiên chỉ của làng. Mậu thực phu tử. Mẹ tôi soát vở học luôn, bằng cách đếm trang vở, nhìn chữ son đồ nét mực đen, rồi bảo tôi trước, "học gì đọc cho mẹ nghe"! Nghe xong, mẹ im lặng, 2 năm sau, đem anh em tôi lên làng Thuận lý, cách nhà 6 cây số, học với bác họ, bác ấm Lộc, cha làm Kinh lược ở đâu ngoài Bắc. Bác hơi dữ. Nhưng lo cháu bị mẹ đánh, bác bảo viết lại bài làm, khuyên vào nhiều vòng đỏ. Mẹ cũng đoán ra, xin bác đừng thương lắm kẻo cháu hư thân. Mẹ về. Bác bảo, họ Phạm ta ở làng nào cũng kém lắm. Bác gọi tên tục của tôi mà bảo. Do, cháu gắng lên nữa, cho mẹ vui, bác vui. Tất cả vốn liếng chữ Nho, chữ quốc ngữ và trọn chương trình Cơ thủy hồi đó, do sở Học chính Đông dương biên soạn, chúng tôi được học cả. Trừ chữ Tây. Bác Lộc nói với mẹ, cháu tạm ngưng được rồi. Những gì đủ để sống ra trò ở thôn quê, tôi đã dạy cháu. Cô có thể tìm cách cho cháu học theo chương trình Tây soạn ra, một mớ chữ của nó nữa là đi thi lấy bằng Cơ thủy, học lên Thành chung… Nhưng cái đó tùy cô, bàn xét cho kỹ. Mẹ tôi bàn với cậu ruột của tôi. Nhất là xét kỹ coi tôi có đủ sức sống với thôn quê, hay không. Cậu xét gắt gao, và nói với mẹ, bác ấm Lộc dạy rất tốt. Còn việc học lên nữa thì phải xét có tiền không, có cần không. Mẹ bàn với cha. Cha tôi bảo để kiểm tra đã. Và kiểm tra nghiêm ngặt, bằng khá nhiều cách. Nhất là kiểm tra học lực chữ Nho của tôi. Cha tôi khá vui, nhưng bảo mẹ tôi, con nó mới học một nửa,. Một nửa cần phải học thêm. Ta phải dạy cho con. Đó là học làm đất: đất vườn, đất nương, đất ruộng. Đất nào nhà mình cũng có, rất ít, nhưng dạy con biết cuốc, biết cày, biết trồng, biết tria, đổ mồ hôi xuống đất thì đất cho cái ăn, khỏi bị khinh vì đói rách, xin xỏ, nợ nần. Mất 3 năm tròn, cha mẹ tôi mới hể hả.

2/1

Tổng hội Phật học miền Trung thành lập tại Huế năm 2476, (1932), sau đó các tỉnh hội thành lập khá nhanh. Quảng bình là một. Tổng hội cử giảng sư ra giảng Phật pháp cũng khá liên tiếp. Mẹ tôi một hôm đi chợ về, ngay trên cầu Đá, gặp 2 vị giảng sư từ Phổ minh về tỉnh hội. Phong cách 2 vị gây chú ý đậm cho mẹ tôi. Về, mẹ nói liền với cha, và anh em chúng tôi được nghe cả. Rằng nhà mình theo Phật lâu đời mà chưa có ai như 2 thầy ấy. Phải làm sao cho có. Tôi thành mục tiêu, dầu trước đó đã chọn làm thừa tự ông bà. Thế rồi công nguyên Phật giáo 2482 (1938), quãng 10 giờ đêm giao thừa, tôi được thay đổi hoàn toàn: đầu cạo sạch tóc, mặc áo nhật bình màu khói hương. Há hốc ra, nhưng tôi lại khoái chí. Một lát, Tâm, 1 bạn học Nho với tôi, cũng lù lù đến với bộ cánh như tôi. Lần nầy thì cha tôi ra lịnh, ôn tồn thôi, "2 đứa đi tu"! Một năm trước đây, anh

Minh đã đi tu như vậy. Trời tối và lạnh, ngay sau giờ giao thừa, tôi với Tâm, đi theo cha tôi, vào chùa Phổ minh, xóm Ái. Rồi việc gì anh Minh đã được làm cho thì nay đến tôi và Tâm. Xong việc, bổn sư tôi, ngài Hồng tuyên, xoa đầu 2 đứa, bảo về ăn Tết đi, rằm vào lại.

Ngài Hồng tuyên gốc Đức phố, làng ngoại tôi. Cháu các ngài Đắc ân (Trú trì chùa Linh mụ) và ngài Đắc quang (Tăng cang Linh mụ) nổi tiếng với cái danh "Ký quốc ân" (Thư ký tổ đình Quốc ân). Người cao, thanh, tay quá gối, rất thông minh. Từng là học đồ cao trọng của ngài Trà am. Tính tự trọng rất cao, cũng rất cao sự biết người, biết ta. Tiếp nhân đãi vật rất có phong thái cổ kính, lồng trong phong thái ấy là sự tiêu sái, dễ cảm mến. Sau nầy, khi đã thử thách, bảo tôi "dạy" lại kinh luận đã học. Ngài học rất nghiêm, ngồi thấp, bảo tôi ngồi cao. Cho đến nay, tôi chưa gặp ai lý giải và lĩnh hội được như ngài. Thích nhất là Kim cang và Nhiếp luận. Trọng nhất là Di giáo. Ngài đòi làm bài, và làm nghiêm túc, dĩ nhiên bằng Hoa văn. Bài thật tuyệt. Học như vậy, suốt mùa an cư 2486 (1942) Và nói, học như vậy ăn rau lang trừ cơm cũng được. Lại bảo tôi, ông làm thầy giỏi, nhưng tính nóng. Nhược điểm ấy rán mà bỏ.

3/1

Nay xin kể lại việc học Phật của tôi. Việc nầy vừa là nền móng vừa là trụ cột, của đời tôi. Sau khi xuất gia, 2482 (1938) 6 năm tiếp theo 2483-2488 (1939-1944) tôi được vào Phật học viện của Tổng hội Phật học, vốn là sơ đẳng. Viện thành lập năm 2477 (1933), chủ yếu do hòa thượng Giác tiên (khai sơn chùa Trúc lâm) và bác sĩ Tâm minh (Lê đình Thám, đệ tử ngài). Ban đầu đặt tại Trúc lâm, kế tại Quan công, sau mới tại Báo quốc. tôi học tại đây, băng 4 năm của cấp sơ đẳng. Viện trưởng, Thân giáo sư chính yếu, là hòa thượng Trí độ, nguyên là học đồ của ngài Thập tháp, sau, gần hết học kỳ, thầy thọ Bồ tát giới với ngài Đắc quang. Về thế học, cấp sơ đẳng được bổ túc theo chương trình Cơ thủy, cấp trung đẳng học thêm triết học. Về Phật học, là chính yếu, thì nay đủ cả 4 cấp: sơ đẳng 6 năm, trung đẳng, cao đẳng và siêu đẳng, mỗi cấp 2 năm, cộng 12 năm tất cả. Tôi học 2 năm sau của sơ đẳng. Khi lên cao đẳng thì thu gọn siêu đẳng vào đó. Học xong cuối năm quí mùi 2487 (1943) *làm lễ tốt nghiệp* ngay đầu năm sau, 2488 (1944). Nói tổng quát, từ sự thuộc lòng 2 thời công phu đến Đại trí luận và Du già sư địa luận, Viện dạy rất liên tục và nghiêm cẩn, đào tạo tăng tài hoàn chỉnh. Nhược điểm là học hơi nhiều về Duy thức học của hệ Giới hiền – Huyền tráng; nhất là thiếu Sử truyện Phật giáo, mà trong đó, có bậc hoằng Pháp và hộ Pháp, rất cần cho sự nung nấu hạnh nguyện của học tăng. Trong thời gian gần xong học kỳ, tôi "bị" viết bản thảo vài ba dịch phẩm và tác phẩm của Thân giáo sư, lại phải "tập dạy" nhiều môn cho các lớp sơ đẳng và trung đẳng mà viện mới mở. Mấy việc nầy giúp tôi không ít, có số điểm cao nhất khi thi tốt nghiệp, lại giúp tôi, sau đó, dịch và viết kinh sách cho đến nay.

4/1

Bấy giờ là năm ất dậu, 2489 (1945). Nói theo dương lịch thì tháng 8 năm đó CMT8, nói theo âm lịch thì tháng 10 năm đó cha tôi mất. Cha tôi không lú lẫn gì nhưng trước đó vài ba năm không nói không hỏi gì việc đời nữa, chỉ một mình kể Truyện Phật gần như thuộc lòng.

Nói trở lại, 1944, 2 lớp sơ đẳng và trung đẳng của Phật học viện (mà bây giờ gọi là Kim sơn) được tạm dời vào Nam, với thân giáo sư là thầy Trí tịnh, quản lý là thầy Thiện hoa, hộ chủ là Trương hoằng Lâu. Vào đó liền gặp 1945, trường rã luôn. Thân giáo sư của Phật học viện gốc thì về quê nhà Bình định, với chí nguyện đem kinh nghiệm giáo thọ chúng tôi mà lập một Phật học viện cho vừa ý hơn. Rồi chưa đến đâu, ngài ra Huế nghỉ thư giãn ở Kim sơn.

Quãng hè 1946, thầy Tâm chính, cũng là bạn học ở Kim sơn, thay lời các vị lãnh đạo Phật giáo ở miền Bắc, vào Huế mời được Thân giáo sư Trí độ, lại mời tôi theo ngài, ra lập Phật học viện tại Quán sứ, tổ chức đầy qui mô và thiện chí. Nhưng đầu tháng 10 âm lịch năm đó, lịnh toàn quốc kháng chiến ban hành. Phật học viện cũng phải tạm xếp lại.

4/2

Tôi về Quảng bình thì cha tôi mất. Trước đó một ngày, đêm 21 tháng 10 âm lịch, tôi thức khuya trong gian chái hướng tây bắc, đọc lại Du già sư địa luận, thì các anh Cẩn và Minh lù lù cùng về. Hỏi ngay, Thầy thế nào, tôi bảo, thì cũng như cũ, yếu và dễ mệt. Tôi thêm, vẫn ăn được bắp rang ngào mật ong. Răng cha tôi tốt nổi tiếng. Chúng tôi hạ giọng, nói chỉ đủ nghe. Thế mà trong gian nhà thứ 5 cha tôi vẫn nghe được, hỏi, mấy đứa về đó, phải không? Tôi dạ. Cha tôi nói, để thầy nghỉ, nói gì thì sáng mai rồi nói. Mỗi anh một gói đồ khá lớn. Dỡ ra thì gói nào cũng là đồ điếu tang. Tôi hỏi, biết người nào cũng thấy tự nhiên phải về vì nghĩ cha đang lâm nguy. Rồi anh Cẩn ở Lào thì đệ tử, anh Minh ở Huế thì người cùng cơ quan, ai cũng sắp đồ phúng điếu như vậy. Trên chuyến tàu suốt, anh Minh ở Huế ra dừng ở Đông hà, thì tại đây anh Cần lên tàu ấy. Nhưng xuống Thuận lý mới gặp nhau. Sáng sớm hôm sau, 22 tháng 10 âm lịch, cha tôi bảo chú Đại nấu nước lá chanh lá bưởi cho nhiều một chút, tắm kỹ cho cha tôi. Mẹ tôi, và chị Thuyết, chị con dì của tôi, làm bánh lá gạo hom cho cha tôi ăn. Khi chú Đại đỡ vào thì cha tôi thả chân xuống nền nhà. Sau nầy mới biết đó là hạ thổ. Cha tôi bảo đóng cửa cả 5 gian nhà để ngủ bù mất ngủ hồi khuya. Rồi trừ Đại ở nhà canh cho cha ngủ, 4 anh em, kể cả chú Chánh, ai cũng xuống tỉnh. Từ cổng Bình quan, tôi rẽ qua phải đến chùa Phật học, anh Minh rẽ qua trái đến cơ quan của anh. Anh Cần xuống thẳng bến sông Nhật lệ thăm đò nhà vợ. Còn Chánh, anh chàng đi tìm chỉ huy của mình. Quãng 4 giờ chiều, không ai hẹn ai mà cũng gặp nhau, thì Đại ôm ngực chạy xuống, hét lớn, các anh về gấp mà coi, Thầy lạ lắm, nằm thẳng cẳng ra rồi! Cả nhà bấy giờ nhìn kỹ. Cha tôi mang tất trắng, mang y hậu chỉnh tề, đầu đội mão quan âm, nằm ngửa ngay thẳng và gọn gàng, 3 tay để trên ngực, ấn cuốn Truyện Phạt Thích ca. Cha tôi đưa tay là lấy đúng cả, từng cái một. Tôi để ý thấy thiếu cái kính, tức khắc hiểu ra, cha tôi không cầm kính vì sợ kính không phân hủy hay xương. Đến chết mà kỹ tính vẫn y nguyên! Anh Cần lên giường, bắt cánh tay rồi bàn tay, từ từ kéo rồi buông ra, thì từ từ tự thu lại như cũ. Anh lấy sợi chỉ rất nhỏ, cầm để nơi mũi cha tôi, chỉ không một chút lay động. Mắt cha tôi khép kín, nhưng thoải mái, miệng không mở ra hay xiết lại vì ngột thở hay nén đau. Toàn bộ sắc mặt bình thường, rất bình thường. Tìm cách khám kỹ hậu môn và hạ bộ thì đại tiện tiểu tiện không tiết gì ra cả, cũng không hôi hám. Anh Cần, nhất là Đại, làm rất kỹ việc nầy. Xong, anh Cần hỏi mẹ tôi, Mẹ tính gì không, mẹ bảo, tùy ý các con. Khi kéo anh Cần ra, tôi hỏi, Thầy mất ngày giờ xấu hay tốt? Anh tính đi tính lại rồi nói xấu, phải đổi lấy ngày mai, 23 tháng 10. Tôi ngạc nhiên, 23 xấu mà. Anh nói, xấu cho việc khác, không xấu cho cái chết. Tôi hỏi, Thầy dạy kỹ và anh nhớ kỹ không, anh bảo yên tâm đi, tôi dặn kỹ, ngoài anh với tôi, không được nói gì với ai về việc nầy. Anh nói, tôi cũng định dặn chú như vậy. Rồi anh coi luôn ngày giờ nhập liệm, động quan, an táng. Ngớt mưa, bác sĩ Du lên coi kỹ, xác nhận Ôông đi lâu rồi.

Cả nhà ngồi xuống nền nhà, chung quanh giường, tôi lên tiếng đầu tiên, "tuyệt đối không khóc". Không được khóc lớn, không khóc thầm, không khóc ấm ức. Ai không nhịn được thì ra ngoài mới khóc. Mẹ tôi giao chìa khóa cho tôi. Tôi thành quản gia lúc ấy. Tôi nói với anh Minh, vào chùa trình cho bốn sư hay. Ngài nói, thầy biết rồi, đang chờ ngớt mưa thì ra liền. Anh Minh đi, có Chánh làm vệ sĩ mà vẫn còn sợ ma! Thầy mang tơi mà ra. Cả nhà quì lạy, và trình bạch ngày giờ các lễ quan trọng. Thầy niệm Phật, rồi cùng các sư huynh đi theo, trì tụng liên tiếp 3 biến kinh Di đà, lại xướng long vị cha tôi mà lạy. Thầy để nguyên y hậu, vào thăm cha tôi. Thầy niệm Phật lớn tiếng. Vừa niệm vừa đưa tay để trên trán cha tôi, rồi dời tay để trên cuốn Truyện Phật, nói như nói Pháp ngữ, rằng chỉ một cuốn sách mà làm cho cha tôi chết rất tự tại, đúng là "hỏa diệm hóa hồng liên"! Thầy xá sâu 3 cái, ra về, dáng vẻ hoan hỉ.

Với sự giúp đỡ của chú Đông, em con cô, tôi lo đủ hết các thủ tục và tục lệ. Lúc nhập liệm, trước khi đậy nắp quan, trưởng họ của tôi hô lớn 3 lần, "Cả nhà ra nhìn Ôông lần chót."! Lại hô, "ai muốn Ôông mang theo cái gì thì đem ra bỏ vào."! Nghe thế, tôi chạy vào mở rương kinh của tôi, thì thấy ngay cuốn Kim cang, nhỏ và gọn, vốn tôi rất quí, chạy ra đặt trên cuốn Truyện Phật. Nắp hòm đậy lại. Một mình bốn sư tôi đứng trên đầu cha tôi. Trưởng họ xua ra hết. Thợ làm việc. Tiếng nện nắp hòm e dè, nhưng vẫn khá mạnh và lớn. Đột nhiên tôi chấn động cả người, vụt chạy vào buồng, khóc không gào thét, nhưng dữ dội. Tôi đứng úp mặt vào ván gỗ, khóc không lấy hơi được. Bốn sư tôi vào, đỡ nhẹ tôi đứng thẳng. Cứ như thế, Thầy đứng với tôi niệm Phật rất nhẹ.

5/1

Những năm 1943 – 46 thế sự quốc gia và quốc tế đại động. Tôi về xứ, sống với bổn sư, được mẹ cho ăn, ban ngày ở trong cái nhà như chòi tranh, nhưng rất sạch của anh con bác, tiếp giáp khuôn viên nhà tôi. Tôi biên tập bộ Phật học cấp sơ đẳng, bản thảo chép tay, lên đến 9 cuốn vở 100tr khổ lớn. Châm chước rất nhiều theo kinh nghiệm đã học và giảng dạy, cốt sao cho Hoa Việt cân đối; giáo lý nghi lễ đồng đẳng; Sử liệu Phật giáo đủ cần; truyện tích cổ đức cũng vậy. Chỉ thiếu lấy nốt nhạc các điệu tán chính: ngũ ngôn như bài Kiến văn, thất ngôn như bài đại từ, trường ngôn như bài Dương chi. Sách soạn theo thể thức giáo khoa. Thì giờ mất 1 năm, 2488 (1944). Bấy giờ chưa có photocopy, nên gói kỹ, bảo chú Kỳ, đệ tử đầu tiên, người Hà tĩnh, đem về cất ở đó. Sau đó biệt tích luôn, cả người và sách. Cho đến nay, tôi vẫn tiếc khôn nguôi.

5/2

Dầu chưa phải lúc, ở đây vẫn nên nói rõ về sự biên dịch kinh sách Phật giáo của tôi. Vì điều nầy mới đích thực là thị hiếu và chí hướng bình sinh của đời tôi, là mong ước của mẹ tôi. Nên, dầu cơ hội có chùa lớn và đệ tử nhiều, tôi có không ít, nhưng tôi khước từ không đắn đo. Chỉ tạm trú hết Từ đàm thì Ấn quang, thì Già lam, ở đâu, đầu óc tôi chỉ nghĩ đến, ngay trong lúc ăn, phải dịch chữ nầy, câu kia, đoạn nọ, sao cho đúng ý và nghe được. Tôi không dạy học, vì không thích bằng sự biên dịch. Khởi sự hơn một năm trước ngày tốt nghiệp, tôi đã chuẩn bị đầy đủ để biên tập "Từ điển Phật học" và biên dịch "Đại tạng kinh". Nhưng công việc lúc đó, công việc góp sức "Vận động thống nhất Phật giáo VN" khiến tôi xếp cất lại chí nguyện của mình. Chỉ còn làm lai rai, như đã làm và sẽ còn làm. Tôi rũ bỏ hết, rũ bỏ thật hết, cầu sao sống được một năm hay năm bảy tháng nữa để sửa chữa và biên dịch mấy đầu sách rất cần. Bản tự truyện nầy viết mất vài ba tuần, làm tôi không khoái chút nào.

Dưới đây là danh mục đã sửa chữa từ Pháp ánh lục (mà tôi đã quyết định đình chỉ):

Ba ngàn hiệu Phật,

Lương hoàng sám,

Pháp hoa chính văn,

Pháp hoa lược giải,

Vạn Phật,

Tổng tập giới pháp xuất gia

Dược sư,

Địa tạng,

Thủy sám,

Kim cang,

và các tiểu phẩm:

Hành pháp kinh di đà,

Vu lan báo ân,

Tôn kính đức quan âm, và dự tính đang làm:

In lại Pháp cú Nam tông

Đang dịch Pháp cú Bắc tông,

In lại Nhiếp luận,

Chữa và in Khởi tín luận,

In lại kinh Ánh sáng hoàng kim chữa và in các tiểu phẩm:
Tập Định lăng nghiêm
Dị tông luận

5/3

Nay xin nói kinh nghiệm của tôi vốn tính đem ra áp dụng vào 2 việc: biên dịch Đại tạng kinh trước, rồi làm cùng lúc hay sau đó về việc biên tập Đại từ điển (để giải thích từ ngữ trong Đại tạng kinh ấy).

Trước, nói biên dịch Đại tạng kinh. Thì Đại tạng ở đây là nói Hoa văn trước. Đại tạng ấy không nhiều nếu (1) bỏ những bản trùng dịch, (2) bỏ những bản không cần dịch (3) biên dịch yếu lược. Nên tham khảo "Quốc dịch đại tạng kinh" của Nhật trong việc nầy.

Rồi, nói việc làm Từ điển, thì kinh nghiệm cho thấy, đừng làm theo Phật học đại từ điển, Phật quang từ điển. Phật học từ điển của Vọng nguyệt cũng phải thu xếp lại chỗ nào cần làm như vậy. nói thí dụ, chữ Kiếp có đại kiếp, trung kiếp và tiểu kiếp, 4 từ tất cả.

Nếu giải thích tất cả vào trong từ Kiếp thì tra mau và dễ hiểu hơn. Vấn đề ở chỗ làm mục lục cho kỹ một chút. Lại nữa, lối giải thích như Nhất thế kinh âm nghĩa thì xác hơn, vì có chữ chỗ nầy chỗ khác, đâu phải tất cả đều giống nhau. Nên kinh xưa thường có âm thích ở cuối kinh, làm như vậy xác hơn.

Biên dịch Đại tạng kinh và biên tập Đại từ điển là hoài bảo của bất cứ ai đã học Phật. Tôi chỉ trình bày sơ sài về kinh nghiệm, không hy vọng gì làm được hơn. Đó là nỗi ân hận đã thành thống hận cho đời tôi.

6/1

Đầu tháng 2 – 2491 (1947), Pháp sắp chiếm Quảng bình. Tôi được cho biết như vậy. Nghĩ chết, nhất là chết giặc, mà không có giới thì không được. Tôi xin bổn sư truyền giới cho, theo cách gặp lúc đại nạn ở biên địa. Truyền và thọ Sa di giới và Tỷ kheo giới rồi, tối hôm ấy, vía Xuất gia của Phật, 8-2-2491 (1947), thầy tôi cố ý một mình truyền Bồ tát giới cho tôi. Lễ xong, thầy đứng càng nghiêm kính, nói, tôi với thầy là nhân duyên thầy trò trọng đại cho đời tôi. Tôi muốn góp sức làm cho ánh sáng Phật pháp trải ra khắp nơi. hiện chùa Phổ minh là tôi chọn cho ý nguyện ấy. Nhưng tôi đã không làm được gì cho thỏa dạ. Tôi nhờ thầy, kỳ vọng ở thầy, rán giúp cho tôi… Tôi cố cầm nước mắt, phục xuống lạy Thầy. Thầy vẫn còn khóc. Nhìn lên Phật, Phật độc lộ toàn thân, với cái bát nhang duy nhất. Sau đó, 2499 (1955), khi bờ cõi mất thống nhất, mẹ tôi, cũng một mình, bảo tôi, "con đi mà trả nghĩa cho Phật". Đi cho thẳng, đừng đè bụi đè bờ mà châm vô! Mẹ cắn răng, ngậm nước mắt, giục tôi đi đi. Tôi đi trong nước mắt, và, cho đến nay, 89 tuổi rồi, vẫn không đủ can đảm về nhìn mộ của Mẹ.

6/2

Khi còn học ở Phật học viện, tôi tụng kinh rất nhiều. Thường quì luôn trên 2 giờ, theo lối quì của Nhật. Mắt rất rõ. Tiếng cao, trong, dài. Lạy siêng lắm, không biết mệt là gì. Mỗi lần tụng kinh, lạy ít nhất 108 lạy. Sự lạy nầy chỉ thua bổn sư mà thôi. Tụng tại chánh điện Báo quốc, không tán, không dùng chuông mõ. Pháp hoa thường 2 buổi, bất thường là 1 buổi. Hoa nghiêm 80 cuốn, thường là 5 cuốn mỗi lần, vì kinh đóng hay đựng hộp đều có số ấy. Cỡ như thế, Hoa nghiêm 60 cuốn và 40 cuốn, tôi tụng hết. Đại phương tiện báo phụ mẫu trọng ân kinh tụng 2 lần. Đặc biệt là Đại bát niết bàn, chỉ tụng 2 lần bản dịch của ngài Đàm mô sấm, sau nầy mới đọc được bản dịch của cao tăng Pháp hiển. Còn thường tụng là Pháp hoa và Hoa nghiêm bản 80 cuốn. Dời lên Kim sơn, tôi vẫn được thường tụng. Về Phố minh thì hay lạy Vạn Phật với bổn sư. Pháp lực đã độ trì cho tôi, *rất rõ,* trong bao phen suýt mất mạng.

7/1

Ngoài viêc tụng kinh, tôi phải đọc rất nhiều sách báo Phật giáo, đặc biệt là Hải triều âm. Sách quốc ngữ cũng đọc, đáng kế là Phật giáo triết học của Phan văn Hùm, là Tuệ giác đức Phật mà nay quên dịch giả. Tồi tệ nhất là Phật giáo đại quan của Phạm Quỳnh. Ngoài ra, tôi đọc được không chỉ 1 lần, tiểu phẩm thánh Cam địa, sách quốc ngữ. Tiểu phẩm chiếm trọn sự ngưỡng mộ của tôi, ảnh hưởng đến tôi không ít. Tôi lại đọc được, do "nghệ sĩ" Vân đàm cho mượn, một số sách của Thương vụ ấn quán Tàu dịch và in, đa số là sách đọc chuyền tay của Đông kinh nghia thục. Trong số có 2 bộ đáng kể, là Thế giới sử cương và Cách mạng tháng mười. Bộ sau giúp tôi hiểu Biện chứng duy vật chính thống. Bộ nầy tôi càng đọc vì tác giả Goóc-ki tỏ ra không ưa Phật giáo.

Trong những năm 1940 – 1944, tôi nghĩ khá nhiều về thế cuộc hồi đó. *Tôi khẳng định vị trí "tăng sĩ Phật giáo" của tôi. Nhưng tôi suy nghĩ sự đô hộ của người Pháp.* Tôi nhờ anh Minh mượn tài liệu chính thức. Bản tường trình sự cần thiết thành lập Mặt trận Việt minh của Trường Chinh, nội dung nói rõ quan điểm "giải phóng dân tộc" làm tôi chú ý. Tôi thừa hiểu giải phóng dân tộc rồi không phải ngưng ở đó. Lại biết, từ lâu, Pháp làm cỏ các phái chống họ, mà cao điểm là pháp trường

Yên bái, thì còn ai nữa để lựa chọn ngoài VM.

Thế rồi, 4 ngày sau tôi thọ Giới, buổi sáng hôm ấy tôi biết thế nào là giặc đổ bộ. Cùng mẹ, cùng mọi người, cả trâu bò và chó nữa, chạy bất kể đạn lớn đạn nhỏ bắn tứ tung bát giác. Nhưng không ai chết cả. Súc vật cũng vậy. Thật kỳ lạ. Con người chạy theo chúng, không phải chúng làm bận con người. Tất cả, nhắm núi mà chạy. Mẹ con tôi, làng tôi, mấy nhóm nữa, chạy lên cái nơi không biết, vì sao có cái tên "Mãi đắng". Tại đây ai cũng có cái chòi dựng hối hả, tranh chưa cột lạt, cũng có thực phẩm với vài nhúm khoai lang quá non, với trái bầu quả bí chưa rụng hết núm khô.

Đêm ấy, cùng với chú Đốm, lúc nào cũng là hỷ thần trong nhà mà bây giờ là cái chòi, mẹ con tôi, và Đốm nữa, nhai sống mươi củ khoai lang non, rồi ngủ vùi. Hôm sau mẹ dậy rất sớm, Đốm quấn quít. Mẹ ấn đầu chú xuống vế, ngồi như không nghĩ gì cả.

Còn tôi, tôi dịch tiểu luận Phát bồ đề tâm. Đây là lần thứ hai, lần đầu dịch tại chùa Phúc chỉnh, Ninh bình. Thấy mẹ có vẻ bớt nặng nề, tôi dịch bài Minh của Cảnh sách mà tôi thuộc lòng. Bài nầy, 1963, tôi dịch lại và chú thích, lúc bị giam tại Rạch cát, Saigon. Đốm giỡn với mẹ. Mẹ vui vì Đốm, vì tôi.

7/2

Quãng 5 hôm sau, anh H ghé thăm. Thủ tục ngoại giao xong, Mẹ bảo Đốm đi theo, về làng, cách Mãi đắng 13 cây số. Lần về nầy Đốm không chịu lên nữa. Vài hôm sau có lệnh giết chó mới biết linh tính chính xác của Đốm. Mẹ lên rất sớm, tôi thưa…mẹ khoát tay: "đoán biết rồi". "Do ơi! mạ biết con mạ. Không phản Phật, không phụ mạ, rứa là đủ. Trên đầu con có Phật, mạ không lo chi cả. Có điều, mạ thấy đàng còn xa, nước còn mặn lắm.

Rán giữ, đừng để bị sốt rét." Mẹ nhìn xuống, nói, con đi sớm đi. Tôi đi, không có gan nhìn mẹ.

Chiến khu gần Mãi đắng. Tôi vào, xếp đặt công việc chưa đâu vào đâu thì có sự thay đổi. Tỉnh dời ra Tuyên hóa, thị xã sát nhập Quảng ninh. Tôi tự đề nghị ở lại tại đây, cho gần mẹ hơn. Lên huyện, lại tự đề nghị phụ trách quận hội Liên Việt. Hơn tuần sau, một thanh niên cỡ tuổi tôi, gặp, nói, tôi tên Thế, chỉ huy đại đội tự vệ chiến đấu, đóng ở chỗ thị xã cũ. Tôi công tác, ghé vào nhà gặp mẹ. Mẹ gọi bằng con liền, có vẻ các anh đi cả, mẹ thấy bạn con như thấy con, nên thương tôi lắm. Mẹ khỏe. Con Đốm đẹp quá, chó lai, thiếu màu đen nữa là tam thể. Mẹ xoa đầu, nói với nó, anh mới của con đó. Nó lắc mình, ngoắt đuôi, rên ư ử, nhìn tôi, dễ thương quá. Mẹ bảo, nấu khoai ăn đã, con. Tía tím, tía trắng, tía gà, khoai ngủ ngược, khoai lang. Ăn rồi, mẹ cho cả rổ nữa, đem về cơ quan. Thế dễ mến thật. Không to con, hoạt bát, bảo, sáng mai tôi về sớm, anh nhắn gì với mẹ không? Tôi cảm ơn nồng hậu, nhờ thưa Mẹ khỏe, vui, là đủ.

7/3

Hôm nay là 22 – 10 âm lịch. Tôi nhớ khi Cha mất. Trời âm u. Mưa có lúc đã lớn. Ngày mai đã là 23 -10; ông tha bà không tha. Tôi tìm khuây khỏa trong công việc. Chỉ não lòng không tụng được cho Cha một thời kinh. Chiều hôm ấy, Thế lên, tìm tôi gấp gáp, báo tin Mẹ đau nặng. Thế đã cải trang võng Mẹ xuống bịnh viện tỉnh. "Anh phải về nuôi Mẹ. Quân ký không cho phép Thế liều linh hơn được". "Tôi về, còn nguy hiểm hơn nữa." Thế trầm ngâm, ừ, nhưng cứ về đã. Biết đâu chỉ thấy một trong các anh thì Mẹ lành liền. Tôi nói, bây giờ gần tối rồi, mai sáng mới sắp đặt được. Thế tạm biệt tôi, không nói gì. Quãng 8 giờ tối, Thế đến, phấn khởi: "Xong xuôi rồi, tôi nghỉ với anh luôn, sáng đi càng sớm càng tốt". Tôi nói, còn kiếm đò. Thế bảo, có rồi. Tôi nhìn Thế, Thế nhìn tôi. Trong một thoáng, chúng tôi cảm thấy cùng một Mẹ. Tỉnh trí rồi tôi hỏi, Thế có biết ngày mai là kỵ cha tôi không, Thế nói, bây giờ thì biết. "Thế thì anh càng về gấp". Tám giờ sáng, đò cặp bến núi U bò, sông Long đại. Hai anh em trèo núi, cao và rắc rối. Đây là lần thứ hai tôi trèo. Ba giờ chiều về đến chỗ Thế đóng quân. Thế vừa sắp đặt, vừa giải thích. Mình phải ra khỏi dốc Cây dẽ trước khi trời tối hẳn. Chỗ nầy có 2 vọng gác của nó nhắm kỹ. Hễ nghi, hay thấy lay động là bắn liền. Bắn kiểu làm cỏ. Sớm một chút thì nó thấy, chậm một chút thì mình hết đi được. Bây giờ Thế đưa anh ra dốc Cây dẽ rồi phải lui. Anh bình tĩnh, đi một mình. Được không. Được. Không đắn đo nữa. Đường khá thẳng, trên vài cây số. Cây nhỏ, lúp xúp, không đến vai người, làm cho con người dễ nổi bật hơn. Tôi tự tin đến kỳ lạ. Quên nói bây giờ tôi mặc áo tràng đà cẩn thận, nghĩ có chết cũng là tăng sĩ đàng hoàng. Tôi đi bình thản. Quãng hơn ½ giờ thì vào vùng đất Mỹ cang. Mừng nhưng không nhiều lắm. Băng vùng nầy, tôi vào Cẩm lệ hay Phú vinh. Ra đường ray xe lửa: chỗ hay bị phục kích. Qua khỏi đây, tôi băng cánh đồng lớn, vào xóm Ái. Lại băng cánh đồng Ái dài, bước vào giếng Nĩ. Chỗ nầy khá nguy hiểm. Chúng hay phục kích, lại là bãi tha ma hoàn toàn. Cỡ 900 mét là vào nhà, nhưng rợn người gần như đoạn đường ra khỏi Cây dẽ. Khi vào, cả nhà rú lên. Mẹ sững sờ. Tôi chỉ biết nhìn. Khi tỉnh trí, tôi hỏi bịnh Mẹ thế nào? Hết rồi, Mẹ nói, và mắt cười, dưới đèn sáng. Thế đoán đúng thật. Tôi xin ăn đã. Mẹ nói, "Chừ mà có Thế với Đốm thì vui biết mấy". Hỏi Đốm, Mẹ nói, nó thoát kiếp rồi, gối đầu trên vế mẹ mà đi, không rên rỉ chi cả.

Hơn 1 tuần sau, người trực tiếp, người gởi thư, nói tôi nên ở nhà chăm sóc Mẹ. Tôi xin ghi ở đây ơn Thế, ơn Tỵ, và tất cả những ai thương cho tình cảnh mẹ con tôi.

7/4

Sau húy nhật Cha, thấy Mẹ khỏe vui, tôi thưa làm lễ "bạt độ" cho Chánh. Chú tử trận ngày 22 tháng 2 nhuận, năm đinh hợi 2491 (1947) tuần thứ 2 sau giặc đổ bộ. Năm đó, Mẹ 53 tuổi, đại hạn: mất con là đúng lý số. Nghe nói làm lễ, Mẹ mới buồn trở nên vui. Tôi lo việc. Nói chuyện với người anh họ, vốn là người Việt gốc thầy chùa, có học, nhưng nay có gia đình. Anh khá về nghi lễ chính thức và không chính thức của Phật giáo. Tôi cất học thức, làm lễ nghiêm trang, xúc động. Thậm chí – nói buồn cười – tôi xếp và đặt vàng bạc nhiều vào bàn thờ Chánh, cảm thấy em đang có ở đó.

Liên tiếp 10 ngày, tôi trì tụng cho Chánh 3 biến Địa tạng, 3 biến Kim cang, và 1 biến Pháp hoa. Mỗi ngày anh họ tôi đến cúng Ngọ và tiến Linh. Tôi đội sớ điệp cúng em, thầm trì Vãng sinh cho Chánh. Lễ thức đơn bạc. Cái đói năm ất dậu, nay vẫn còn múa lưỡi hái tử thần khắp nơi.

Ngày chót, người anh họ bày đồ cầu đồng ra. Tôi hơi cười. "có cần không", anh bảo, xưa mần răng thì chừ phải mần rứa. Mẹ rất chịu. Thế là đồng lên, người lên đồng là chú Đông, em con cô của tôi. Trong gần một tiếng đồng hồ, đồng nói giọng em Chánh. Hỏi gì cũng nói rất đúng, những điều mà đồng, cũng như Chánh lúc sống, không ai biết gì về những điều ấy. Tôi hỏi về tương lai, gần và xa, đồng cố ý tảng lờ, không nói. Đồng nói với mẹ vài ba chuyện nữa, đột nhiên khóc nấc lên. Ai cũng mủi lòng. Đồng nói với Mẹ, con xin đi, và đứng lên lạy Phật, lạy Mẹ.

Không khí thương cảm rất nặng nề.

8/1

Sau khi cúng Cha và cúng em, tôi muốn sinh hoạt bình thường. Nhưng chỉ bái sám Lương hoàng cho Mẹ nghe. Rồi chuyên trì Kim cang cho Chánh mà em thích. Và đọc Hoa nghiêm đại sớ. Nhưng ngày đêm bị đủ cách quấy nhiễu. Còn Mẹ, đã 2 đêm nay không ngủ. Tôi hỏi, Mẹ bảo, "ngồi đó, bàn coi". Mẹ lo nghĩ lấy ai thừa tự ông bà đây. Nhưng Mẹ không bàn gì cả. Trưa đó, ăn xong, Mẹ không nghỉ, đi đâu không nói. Khi về, thiệt nhiều hơn chơi, Mẹ nói xóm mình có cô M ngó được. Cô nầy, sau đó, cảm cái tình tri kỷ của Mẹ, đã thương Mẹ như mẹ ruột. Nhưng… Mẹ lai đi, đến một nhà gần Chùa, có 2 người con gái. Về, Mẹ vẫn chưa nói gì. Thưa, Mẹ mới nói chậm rãi, "giữa một thầy tu mà Mẹ đã mơ ước, với một thầy cúng quê mùa như ai, mẹ phân vân hết sức". Thế là đã rõ. Nhưng Thầy đã rõ trước. Thầy ra nhà, lúc mới xế bóng. Mẹ chào hỏi, Thầy nói, nhẹ nhàng, "Chị ơi, xưa, người ta có con thừa tướng, dễ hơn có con cao tăng". Mẹ thưa liền, "Tôi không biết bàn tính với ai. Định chiều vào Thầy thì Thầy đã ra, và đã có ý kiến. Có thể không có gì phải phân vân nữa". Đêm đó, tôi trang trọng thưa Mẹ: "Lấy vợ, làm thầy cúng quá dễ. Nhưng không dễ, hoàn toàn không dễ, cho mẹ con mình. Con đi tu là lời nguyền của Mẹ, bây giờ nói khác đi sao được"? Thầy lại ra sớm, Mẹ nói rất bất ngờ, "Phải chi con tôi vào Huế, ở trong Tổ đình Quốc ân, thì tốt quá". Xui khiến sao 3 giờ chiều ấy, anh công an vào nhà tôi. Tôi hỏi, bắt tôi, và bắt đi ngay, phải không? Anh nhỏ nhẹ, "không phải". Có mấy hòa thượng và quan cụ nào ở Huế muốn mời thầy vào trong đó. Nếu thầy đồng ý, sáng mai con vào đón thầy xuống sếp con để bàn việc ấy. Tôi đồng ý, và thưa cho mẹ hay. Mẹ sắp vào chùa thì Thầy đã ra. Khi chuyện đi Huế được biết rồi, Thầy nói, những lúc như vậy mới thầy ngài Hộ pháp làm việc như thế nào.

Phần tôi, trong lòng không thư ra mấy. Đi, để Mẹ thui thủi một mình… Nhưng chuyện mới xẩy ra mươi lăm hôm trước. Lũ trấn vọng gác sau nhà tôi, đêm khuya đã nhắm bắn vào chỗ tôi nằm, xuyên qua mái sau. Chúng bắn giỏi. Đạn trúng cây đèn đồng lớn. Cây đèn đỡ đạn cho tôi. Và đây là một hành động ám sát, trăm phần trăm chỉ để ám sát một tăng sĩ Phật giáo. Tôi biết nhắc lại chuyện nầy thật không phải lúc. Nhưng phải nhắc. Để Thầy và Mẹ tôi phải thấy gì nữa kia. Sự đời không đơn sơ chút nào.

Cũng cần ghi thời điểm bấy giờ: 2492 (1948)

9/1

Quãng 2494 (1950), Liên minh Hữu nghị Phật tử Thế giới thành lập ở Tích lan. Việt nam có hòa thượng Tố liên tham dự. Khi về, hòa thượng cố gắng lập chi bộ ở nước nhà. Hòa thượng vào Huế vận động. Một cuộc họp đủ cả các vị lãnh đạo tại đây được triệu tập khá rộng. Trước khi họp, dành vài mươi phút để hòa thượng Tố liên ra mắt và thuyết trình về Liên minh Hữu nghị Phật tử Thế giới. Cuộc thuyết trình không được vui lắm, từ mọi phía. Tôi xin phép trình bày ý kiến. Nên bàn việc thành lập Tổng hội Phật giáo Việt nam, rồi từ đó mà bàn việc liên hệ Liên minh Hữu nghị Phật tử Thế giới. Liên hệ chứ không trực thuộc. Thí dụ, Liên minh có thế nào thì Tổng hội không tự nguyện chung số phận. Ai, nhất là hòa thượng Tố liên, cũng tán thành. Và đồng thanh bảo tôi chủ tọa cuộc họp. Họp nửa giờ thì xong, với nghị quyết sau đây:

Nay thành lập Tổng hội Phật giáo Việt nam, tạm hạn cuộc 6 tập đoàn Phật giáo có đại biểu tham dự và ký tên trong cuộc họp nầy.

Cuộc họp nầy bái thỉnh đại lão hòa thượng Tịnh khiết (đương kim pháp chủ tăng già miền Trung) làm Tổng hội chủ lâm thời. Lại công cử hòa thượng Trí thủ (đương kim Hội trưởng Phật học miền Trung) làm trưởng ban Đại hội chính thức.

Trân trọng tái xác nhận tôn chỉ và mục đích của Phật giáo là *phụng sự Phật pháp* (bằng giáo hạnh cực tinh thuần) và *phục vụ nhân loại* (bằng từ bi không vụ lợi).

Đại hội chính thức phải tổ chức một năm sau cuộc họp nầy, vào ngày Phật đản truyền thống 8/4 tại Từ Đàm, Huế. Chi phí: yêu cầu 2 tập đoàn miền Trung đài thọ.

Đại biểu chính thức: 15 vị cho mỗi miền. Người tham quan: không hạn chế.

Gần giờ giới nghiêm. Tôi xin đình họp để kịp về. Và lo nhiều hơn mừng – dầu cái tiếng "Thống nhất Phật giáo" đã reo lên.

9/2

Sáng sớm 8/4 2495 (1951), Đại hội Phật giáo Việt nam khai mạc tại Từ đàm, Huế. Pháp thiều "Phật giáo Việt nam", lần đầu tiên, được hát lên. Sau 3 ngày làm việc, 1 Hiến chương cho THPGVN được chấp nhận, 1 nghị quyết tán thành LMHNPTTG được công bố. Hiến chương qui định THPGVN đặt trách nhiệm lãnh đạo vào Hội đồng Quản trị Trung ương (QTTW) gồm 1 Tổng hội chủ (là đại lão hòa thượng Tịnh khiết), 1 Phó Tổng hội chủ tăng già (là hòa thượng Trí hải), 1

Phó Tổng hội chủ cư sĩ (là cụ Lê văn Định), 1 Tổng thư ký (là ông Tráng Đinh). Tiếp theo có nhiều thành viên cho đủ loại công việc. Một chương trình làm việc 3 năm được chấp nhận, trong đó có phái người du học để đạt trình độ cao cấp.

Nghị quyết tán thành LMHNPTTG gồm có công nhận cờ "5 màu hào quang của Phật"; THPGVN là Chi bộ "chỉ là liên lạc đạo tình" mà thôi; công nhận hòa thượng Tố liên là đại diện bên cạnh Liên minh; yêu cầu giúp đỡ người du học mở đầu là Tích lan.

Thế rồi, HĐQT thực sự làm việc. Đầu tiên là trình báo Quốc trưởng và Chính phủ về Hiến chương. Phía Quốc trưởng, 1 văn thư tán thành hoàn toàn theo kiểu cách ngoại giao. Phía Chính phủ thì Tổng trưởng Nội vụ gửi một văn thư nói phải đặt THPGVN vào khuôn khổ đạo dụ số 10. Bấy giờ những ai nói "chỉ trình chiếu, không xin phép" mới thấy hòa thượng Tố liên ảo tưởng. Tiếp theo, Chính phủ lịnh cho Đại biểu miền Trung, đòi nạp khuôn dấu, hạ bảng hiệu. Ông Tráng Đinh bị bắt. Cụ Định từ chức. Trong cuộc họp khẩn cấp, với tư cách một thành viên của HĐQT, tôi tình nguyện giữ khuôn dấu, và tức thì yêu cầu tiếp xúc với Đại biểu. Tôi thưa, khuôn dấu của THPGVN thì chính ngài Tường vân cũng không có quyền tuân lịnh mà nạp cho chính phủ – nhất là lịnh ấy phi lý quá đáng. Ngài Tổng hội chủ muốn nạp thì phải có đại hội quyết định. Tôi yêu cầu được phép triệu tập Đại hội ấy, gồm 6 tập đoàn. Diễn biến đến chỗ phải xin duyệt y Hiến chương, nhưng tôi tận lực phản kháng buộc THPGVN vào khuôn khổ dụ số 10, yêu cầu phải có ít nhất là "1 sắc luật riêng". Tôi không thấy nói gì 4 chữ sau, nhưng Hiến chương được nha Pháp chính miền Trung mời tôi đến, gọt dũa khá kỹ, *"không cho tăng già cư sĩ đứng chung*", công nhiên bác bỏ ý thức thống nhất. Ông Đổng lý văn phòng Quốc trưởng nhập cuộc. Điềm đạm, ông nói, thượng tọa cứ nhận đi, miễn người ta trồng cam vào chậu đã. Rồi, sau đó, thượng tọa trồng cam sành chậu sứ như ý mình thì họ cũng không hơi đâu mà làm khó. Tôi nghe ra, thiện chí của ông không phải không có, nhưng có cái gì đó cho thấy mọi sự đã trở thành lạc hậu. Tôi vẫn không dễ dàng, đề nghị chữa cách hành văn mà thôi, rằng THPGVN gồm có Tăng già, và dưới Tăng già là Cư sĩ. Ông Giám đốc nha Pháp chính chấp nhận.

Và mấy hôm sau, họ mời tôi xuống tòa Đại biểu nhận Hiến chương đã duyệt y. Tôi phân vân. Hòa thượng Mật nguyện hay đi với tôi "cho tôi bớt lạnh", khuyên tôi nên nhận, ít nhất cũng có cái để mở Đại hội 1956, dời THPGVN vào Saigon, chùa Xá lợi.

9/3

Năm ngoái, 2595 (1951), khi vào họp Đại hội, hòa thượng Tâm châu có đưa cho tôi 2 tài liệu bằng hình ảnh. Tài liệu 1 là thư tuyệt mệnh của 1 gia đình nếu tôi nhớ không lầm là 7 người, đau lòng vì tín ngưỡng của mình bị kỳ thị, và gia đình mình bị bức tử. Tài liệu 2 là một ngôi chùa mái cổ có mặt nhật bị đập, thay vào là hình chữ thập. Các vị ni sư bị mặc áo bà xơ. Tình trạng như 2 tài liệu nầy mô tả đã lắng xuống, sau khi tự viện thượng cờ Phật giáo lên.

Năm nay, 2496 (1952), 2 tập đoàn Phật giáo Bắc được ủy nhiệm tổ chức giáo hội Tăng già toàn quốc (TGTQ). Tôi ra Hànội trước 1 tuần. Hànội rộn ràng cứ rộn ràng. Giáo hội tổ chức cứ tổ chức. TGTQ được thành lập, với một vị thượng thủ là ngài Tuệ tạng, và 1 vị Tổng thư ký là ngài Tố liên.

Đại hội có mục đến dự buổi tiếp tân của Hiệp hội Văn hóa Thăng long. Sau lời chào mừng của ông Hội trưởng, tôi được bảo thay lời đáp lễ. Tôi thưa, 3 miền tăng sĩ Phật giáo hội họp nơi ngàn năm văn hiến nầy là muốn nói lên mục đích phục vụ văn hóa dân tộc. Đó cũng là mục đích chúng tôi đến đây, hôm nay.

Dân tộc ta, từ bao giờ cho tới bây giờ, chống ngoại xâm là chống xâm lược văn hóa và lãnh thổ. Con dân tổ quốc, *khắp trên đất nước,* bảo tồn lãnh thổ, chúng ta phải góp sức bảo tồn văn hóa. Nơi vũ khí chống xâm lược lãnh thổ có sự chống xâm lược văn hóa. Nơi chúng tôi và quí vị có sự bảo tồn tín ngưỡng dân tộc, tức cũng có sự bảo tồn văn hóa dân tộc. Cả dân tộc ta đang chung lòng chung sức như thế. Thay lời liệt vị tôn túc, tôi kính mến cảm ơn thịnh tình của quí vị.

Cỡ 1 tuần sau Đại hội TGTQ, phái đoàn đại biểu Phật giáo Việt nam, trong đó có tôi, qua Nhật dự Đại hội LHHNPTTG. Chương trình Đại hội nầy có mục đến thăm nơi quả bom nguyên tử đầu tiên đã nổ và để lại những gì của nó. Tôi bịnh, không đi, nhưng nghe nói thật kinh hoàng. Đưa Đại hội đến thăm ở đây, rõ ràng, người Nhật tố cáo, nguyền rủa.

10/1

Bấy giờ là thời điểm 2497 – 2499 (1953 – 1955)

*

Đây là thời điểm mà tổ quốc phân chia Bắc Nam. Tôi nghĩ, tôi nên đứng ở cương vị thuần túy Phật giáo, không nên có ý kiến về việc đời quan trọng, chỉ đánh dấu tâm tư bằng dấu ấn mà thôi.

11/1

Bấy giờ là thời điểm 2500 (1956), gồm trước và sau đó nữa.

!!!

Thời điểm nầy đau đớn nhất cho đời tôi, cho suốt đời tôi. Thời điểm mà người Mẹ khốn khổ của tôi bị đấu tố. Tôi không đủ can đảm, nhớ lại cho hết, ghi lại cho đủ, chỉ đánh vài dấu than mà thôi.

12/1

Suốt 7 năm, 2500 – 2506 (1956 – 1962), tôi hoàn toàn nghỉ việc, mất ngủ đến nỗi mí mắt không nhắm lại được. Nói chuyện cũ, trước cả năm 2495 (1951), tôi đề nghị đổi và đã đổi được, trước là Phật học thành Phật giáo, sau Sơn môn thành Giáo hội. Chữ sau khó mà dễ, chỉ phải tra cứu rất kỹ, và tham khảo các vị chuyên môn nổi tiếng về Luật, Sử và Triết. Chữ đầu dễ mà lại khó, không khó vì gì mà vì một gã trí thức mới biết nghĩa 2 chữ Phật học, Phật giáo. Thật ra gã không biết chữ Phật học của Hội là lấy từ đại nguyện vương của ngài Phổ hiền, "bát giả thường tùy Phật học", có nghĩa thường tu học theo Phật. Ấy thế nhưng, một tài liệu công an mà tôi được mật cho, công an buộc một huynh trưởng khai rằng tôi đổi Phât học ra Phật giáo là chuẩn bị tranh cử tổng thống.

Tôi vào Nha trang. Với cảm khái lắng đọng, viết 2 cuốn Tuệ năng và La thập. Qua 2504 (1960) về Huế, không mấy lúc không nghe, từ văn phòng Tổng trị sự, Phật tử bị hại. Tàn bạo nhất là 27 chứ không phải 16, Phật tử bị thảm sát trong 1 đêm tại Đồng xuân, Tuy hòa. Ngang nhiên nhất là đêm đông, bắt huynh trưởng Trinh đem ra đồng đánh chết, rồi công nhiên phát thanh tại Kim long, "những kẻ giết tên Trinh nên lánh mặt đi". Liên tục và đồng loạt nhất là rào Ấp chiến lược. Chùa nào trong rào thì hết ra vào hành đạo. Chùa nào bên ngoài thì tự do bị tác xạ. Nhưng cái nầy mới độc đáo. Phong trào họp luôn, đều đều bình nghị, "ai nghèo thì đi khu Trù mật, khu Dinh điền". Nghèo đây là các cấp điều hành Phật giáo địa phương, "càng giàu là càng nghèo: phải đi"! Đi đến đó bị kỳ thị: chết bỏ!

12/2

Thế nhưng, cờ Pg thì dính gì ở đây mà thành vấn đề? Đúng! cờ Pg không dính gì ai cả. Tại ai tự tạo ra vấn đề "cờ Pg" mà thành chuyện. Vùng Huế và Quảng trị ai cũng biết Tổng giám mục Thục ưng làm Hồng y giáo chủ. Tòa Thánh điều tra, thấy Phật đản thì Quốc lộ Huế – Quảng trị đầy cờ Pg, lớp tư gia 2 bên đường treo trước cửa, lớp cắm trên xe mà chạy. Kiệu Lavang thì trái lại. Toà Thánh bảo thế là không thích đáng. Đức Thánh cha nói thế chứ ngài đâu có bảo mà đức Tổng giám mục bắt tất cả các hộ, đặc biệt là các hộ công chức, phải kê danh sách theo tờ khai gia đình mà làm con chiên. Và đợi đến Phật đản thì bắt triệt bỏ cờ Pg là xong. Tỉnh trưởng mà cũng là thị trưởng Huế, vận động chính ông Hội trưởng Tổng hội Pg miền Trung (mà đương nhiên là tôi) hưởng ứng lịnh ấy, ông từ chối. Ông cố vấn đứng ra điều giải. Sáng 14/4 âm lịch, ông mời đại diện Giáo hội và Hội đến tư dinh, thưa, xin quí ngài yên tâm. Tôi đã yêu cầu 2 ông bộ trưởng đây về Saigon gấp, điều chỉnh tức khắc, đừng để "lịnh bị lạc" quá lắm rồi.

Nhưng cố nói mặc cố. Quãng 2 giờ chiều, chỉ 4 tiếng đồng hồ sau cuộc điều giải, tất cả tự viện và lễ đài Phật đản, nhất là thành phố Huế, đều cho người chạy đến Từ đàm báo động, rằng quyền môn bị giật sập, đèn bị đạp, cờ Pg bị triệt. Tôi đóng cửa, tỉnh tâm, xét kỹ, thấy hết mọi điều giải và hứa hẹn. Hòa thượng Thiện minh đi đón 2 Đại lão hòa thượng Thuyền tôn và Tường vân. Tôi và các thầy đi bộ xuống tòa Tỉnh trưởng, vào lúc hơn 4 giờ chiều. Ông Phó tỉnh trưởng ra đón chào chúng tôi, và mời tôi lên họp trên lầu. Tôi từ chối, thưa rằng, chúng tôi đến đây là để được biết, tại sao khi sáng hứa gì với chúng tôi mà, ngay từ đó cho đến bây giờ, đi phá lễ đài Phật đản? Ông vẫn không trả lời, vẫn một lần nữa mời tôi lên họp. Tôi nhìn thấy trời sắp tối, quần chúng Phật tàn ngập ngút mắt. Tôi đành đến bạch 2 Ôông và các ngài, các thầy, rồi bước theo ông Phó tỉnh trưởng hướng dẫn. Được mời ngồi, tôi xin đứng, nói, quí vị thấy quần chúng Phật tử đó: tôi không có thì giờ để ngồi nữa. Xin quí vị, nếu được, cho chúng tôi biết quyết định của quí vị. Ông tỉnh trưởng nói, và đưa tay chỉ, đây là ông Phó Tỉnh trưởng nội an, đây là ông Cảnh sát trưởng, đây là ông Trưởng ty Thông tin. Chúng tôi huy động mọi trách nhiệm sở quan, dùng xe thông tin và chiêu hồi, đi yêu cầu chỉnh lễ đài Phật đản. Riêng thành phố, còn thông báo cho các đường có dân cư nữa. Toan hỏi đài phát thanh, nhưng không tin tưởng gì, lại hơn 7 giờ tối rồi, nên tôi nói, vậy xin quí vị xuống trực tiếp thông báo về quyết định của quí vị.

13/3

Tôi về đến Từ đàm thì đã 7g30 tối 14/4. Lòng khá bình thản, không vì tin tưởng quyết định của chính quyền, mà vì ước mong có một thiện chí xuất từ lương tri của con người, mà vì lòng đầy ắp phong cách của thánh Cam địa. Thêm nữa, tôi chán ngán Tổng giám Thục bao nhiêu, thì có bấy nhiêu sự cảm mến giáo hoàng lúc đó. Tôi càng tự kiểm rất kỹ, coi có tham vọng gì phi tôn giáo hay không, có tham vọng gì phi cương vị của tôi hay không, có cẩn trọng hết mức trong phản ứng và công việc hay không. Trước hết, và trên hết, Phật của tôi thường trú đóng trên đỉnh đầu của tôi. Và Mẹ tôi ôm tôi, nhìn tôi, "con đi mà trả nghĩa cho Phật", dầu cái đi đó, hay, có thể là đi khỏi cuộc đời nầy. Tôi ứa nước mắt mà nghĩ như vậy.

Đi theo tôi vẫn là hòa thượng Mật nguyện, chắc chắn biết sự lặng lẽ của tôi. Về đến Từ đàm thì các thầy Thiện siêu và thầy Thiện minh vẫn ngồi bên mâm cơm. Và thật hấp dẫn: 1 cốc nước chanh muối Nam kỳ, có đường và đá, đang mời gọi. Tôi uống và ăn. Vừa ăn vừa làm việc. Thầy Chánh trực và anh Nguyễn khắc Từ đứng sát bàn ăn. Tôi hỏi, giờ nầy, kiếm vải trắng và sơn đỏ, có không? Có cả rồi. Có, mà đúng vải trắng sơn đỏ cả không. Rất đúng ý thầy. Tôi vui lắm, nói với thầy Thiện siêu, xin hạ bụi lồ ô. Thầy bảo cưa mà hạ, róc mắt cho kỹ, cắt như nhau, để còn dùng nữa. Thầy Thiện minh đưa ra một trang giấy có chữ. Tôi nói chỉ cần 5 biểu ngữ thôi: cần cho 5 hàng dàn ngang, và mỗi hàng có 6 cái tính chiều dọc, tất cả cho chính diện sân chùa. Những chỗ còn lại, và 3 mặt đường thì tự do. Năm biểu ngữ qui định như dưới đây:

1. Phật giáo Việt nam bất diệt!
2. Phản đối triệt cờ Phật giáo.
3. Tại sao xúc phạm Phật đản.
4. Phản đối chính sách chính phủ
5. Cầu nguyện hòa bình, hòa bình.

Viết cho đẹp. Phơi cho ráo. Biểu ngữ với cờ vừa phải với nhau. Mọi việc, cần và rất cần. Ôông Thiện siêu nói, "ở đó mà chừ mới lo"! Tôi xin nằm nghỉ, nghĩ về diễn từ "Phật đản 2507" sáng mai. Lại nghĩ, không cần tố giác những chuẩn bị của chính quyền: 1 đội 5 chiến xa, 1 đội quân phục màu đen nằm sát bờ sông, từ sân đài Phát thanh ngược lên đến sở Công chính. Tất cả sẽ xử dụng vào tối mai: Rằm tháng 4, Phật đản 2507 (1963). Địa điểm sử dụng: sân đài Phát thanh. Đó là những thông tin có chứng cứ mà tôi được biết liên tiếp trong mấy ngày nay.

Trở lại câu chuyện. Tất cả 5 biểu ngữ nói trên được bí mật quyết định đi trước trong đoàn rước Phật từ Diệu đế lên Từ đàm. Bộ phận đi trước nầy là Gia đình Phật tử mà chỉ có huynh trưởng, thanh niên và một số thiếu niên. Đoàn biểu ngữ được lựa chọn và bí mật giao cho huynh trưởng Gái điều khiển.

Huynh trưởng Gái lên đến đầu cầu Trường tiền thì một thầy coi trật tự (mà tôi không báo trước) chặn lại, thu hết biểu ngữ. Anh Gái điềm đạm để thầy ấy thu. Nhưng khi đến cuối cầu, anh ra lịnh ngồi xuống. Thầy trật tự, sau khi thu biểu ngữ đã bỏ vào xe riêng, qua cầu Trường tiền, ngồi nghỉ, chắc chắn đây không phải là tự tung tự tác. Thầy đem lên cầu, trả lại cẩn thận. Đoàn rước tiếp tục, lên đến Từ đàm. Thế rồi Phật đản 2507 cử hành, tại sân Từ đàm.. Diễn từ và Đại lễ vừa xong thì rừng người, với cờ và biểu ngữ trương cao lên.

Rồi cả thế giới biết Phật đản đau thương ở Nam VN. Rồi nửa tuần sau, tôi viết và ký một điệp văn gửi Tổng thư ký Liên hợp quốc, thông báo Nam Vn "vi phạm nhân quyền" qua sự đàn áp Phật đản 2507.

12/4

Xin mở đóng vòng đơn lớn ở đây để nói vài vấn đề đáng quan tâm. Đó là 1, Pg VN có liên quan đến việc "bình Tây sát Tả" của vua tôi nhà Nguyễn, hay không? 2, Pg VN có ganh tị với tư thế Tcg, hay không?

Hãy nói vấn đề thứ 1. Năm 1963, đại diện Pg VN tiếp xúc với thủ tướng Ấn bấy giờ. Thủ tướng ấy bảo. Nghe nói Pg VN ngày xưa đã bách hại Tcg, nay ông Diệm trả đũa, sơ sài thôi, thì phản đối làm gì. Thủ tướng Ấn nói như vậy thật là bất minh. Bình Tây sát Tả có thật. Nhưng, chủ đạo là Nho sĩ – là vua tôi nhà Nguyễn bấy giờ. Nho sĩ có cái triết thuyết "vua là thiên tử". Nay Tcg bảo phải thờ Chúa, không được thờ vua cha, ông bà, thì tất nhiên họ triệt hạ. Nhà văn Hồ biểu Chánh, trong một tác phẩm của ông mà tôi quên tên, đã mô tả khá rõ thái độ ấy của vua tôi Nho sĩ nhà Nguyễn. Pg VN không liên quan gì cả, về vấn đề nầy.

Nay đến vấn đề thứ 2, xin kể một chuyện. Một buổi sáng sớm, tôi và 2 huynh đệ nữa xuống chuyến đò ngang để qua sông. Chưa đủ khách nên đò chưa tách bến. Đồng bào đi chợ mặc sức kể chuyện hồi hôm. Họ không e dè gì chúng tôi. Nhưng đột nhiên im bặt. Theo ánh mắt họ, tôi nhìn lên thì thấy một linh mục đang vác xe đạp xuống đò. Tôi nghĩ, ông cha Pg tôi sống chất phác với dân chúng như thế nào mới có tình trạng nầy. "Vậy chúng tôi ngu dại gì mà đánh mất niềm tin ấy".

Tôi kết thúc câu chuyện như vậy khi có dịp hội thoại với 1 vị Tổng giám mục đầy hiểu biết thông cảm.

12/5

Phật đản hàng năm, Pg Huế vốn có một buổi phát thanh, phát lại âm thanh đại lễ khi sáng, như tiểu đoạn 12/3 đã ghi. Phật đản năm nay có diễn từ mở đầu, không soạn trước, của tôi. Tôi nói, trái với quyết định của chính quyền, suốt đêm nay lễ đài Phật đản tại các tự viện và các khuôn hội, vẫn bị xúc phạm càng trầm trọng, cho đến gần sáng. Do đó, Tổng trị sự Pg miền Trung quyết định mở cuộc "Vận động của Pg", công khai bày tỏ nguyện vọng "không được triệt cờ Pg".

Chính quyền không cho, mà không thông báo, buổi phát thanh truyền đạt đại lễ nầy.

Hòa thượng Mật nguyện, Trưởng ban phát thanh, đến đài phát thanh lúc gần tối, và bảo tôi cùng đi. Ông Giám đốc cho biết có lịnh không cho Pg có buổi phát thanh nầy. Ông vừa nói, vừa nhún vai. Bên ngoài, chung quanh đài, nhất là trước sân, quần chúng tụ tập rất đông. Tôi để nghị với ông Giám đốc, điện thoại mời ông Tỉnh trưởng hay đại diện thẩm quyền của ông, đến giải quyết tại chỗ. Ông giám đốc đồng ý. Và ông tỉnh trưởng đến. Ông Giám đốc, hòa thượng Mật nguyện và tôi, từ trong phòng làm việc cùng ra đón ông. Chúng tôi mới bước vào cửa thì ở ngoài có nhiều tiếng la lớn "đừng xịt nước". Nhưng nước càng xịt, và xe tăng tiến vào. Súng đạn vang dội. Tôi hiểu ra, đây là màn "khủng bố trắng" của chế độ.

Mùi khói thuốc súng chưa hết, thì từ mọi phía của đài phát thanh, quần chúng ào ạt xông đến. Nhóm người hống hách chỉ huy cuộc "khủng bố trắng" đã mau chóng tản mất. Chiến xa tản ra, trấn ngự hơi xa các phía của đài Phát thanh. Nhưng quần chúng đi tới, không lui. "Nhờ các thầy bảo họ lui cho". Không màng nghe rõ ai nói, tôi ra đứng giữa đầu cầu Trường tiền. xin họ tạm về, đợi tôi. Họ ngừng lại, nhìn tôi, khóc lớn, và đi lui mau chóng. Tôi trở vào, bước lên sân trên của đài Phát thanh, đã có mặt các ông Tỉnh trưởng, Giám đốc và hòa thượng Mật nguyện. Nhìn qua góc bên trái, ở đó, thương ôi một đống thi thể của các vị "Thánh tử đạo"! Tôi cố nuốt mà vẫn nấc lên. Không ai không khóc. Sân dưới, có 2 người có lẽ là

Mỹ, đang soi đèn pin, lượm được vài viên đạn nhỏ, gói tất cả có vẻ rất cẩn thận.

Trở lại câu chuyện. Quần chúng không còn ai nữa. Đêm đã khuya. Tôi, bấy giờ, cảm thấy mệt mỏi kỳ lạ. Hòa thượng Mật nguyện và ông Tỉnh trưởng bảo tôi nên về trước. Tôi nhìn thi thể các Thánh tử đạo. Hai vị nói để họ lo.

Về chùa, tôi hối hả uống một ly nước chanh muối, đã khát và đỡ mệt. Nghỉ một lát thì gần sáng, ngoài đường đầy tiếng xôn xao nhưng không hỗn loạn. Thì ra quần chúng tràn ngập, đa số là học sinh với xe đạp cắm cờ Pg. Tôi mừng vì "phong cách con Phật" của họ: tự giác đã cao, kỷ luật càng cao. Mới hơn 6g, ông tỉnh trưởng đã điện thoại cho tôi. Tôi nói nên sắp một chiếc xe Jeep không trần, có cây chống ngang để nắm mà đứng thì tốt nhất. Ông nên mặc đồ rất thường. Tôi đi bộ xuống cùng đi với ông. Chúng tôi cùng đi bộ xe đi không, theo sau. Tôi nhắm vườn hoa Thương bạc. Quần chúng rẽ đường cho mà đi. Họ cũng đổ xô về đó. Tại đó, sau chuyện cần thiết, tôi nói, "Làm việc thì phải có sự điều hành; xin về nhà, đợi tôi". "Nên về liền đi, đang nắng, bị bịnh, làm sao làm việc". Họ dạ, nhưng nhìn ông Tỉnh trưởng. Tôi nói, chào bác đi mà về. Khoái chí, họ chào um lên, hể hả.

Tôi quay lại, về Từ đàm, nghĩ thế nào cũng có một đám ở đó. Đến tư dinh Tỉnh trưởng, tôi hỏi ông đi được nữa không, ông nói phải đến nhà quàng của bịnh viện. Tôi nói, thế thì cần hơn việc đi tiếp – mặc dầu tôi đã nhờ 2 vị đi qua Ôông Mật nguyện, nhờ Ôông, và 2 vị đi theo, lo việc thi hài các Thánh tử đạo.

Còn tôi đi một mình, đến gần cầu ga, thấy một chiếc trực thăng quần trên sân ga, chĩa xuống một vật mà lúc đó tôi nghĩ là súng, sau nầy mới biết là máy quay phim. Do đó, tôi biết quần chúng tụ tập đông đảo ở đây, không phải Từ đàm. Tôi vào với họ, y như đến Thương bạc. Những gì đã nói ở đó, tôi cũng nói ở đây. Và phản ứng cũng y như vậy.

Sáng hôm sau, một tốp thanh niên tuổi tác và ăn mặc khá đều nhau, đi ra cửa Thượng tứ, đánh đá Phật tử cùng đi ra trước đó một chút. Lập tức trong và ngoài cửa thành nầy, quần chúng ào ra, người trong các vạn đò sông Hương cũng tuôn lên. Tốp thanh niên chạy thục mạng. Chúng bị đuổi, chưa bị đánh. Từ đây, những màn vụn vặt nầy không thấy tái diễn.

12/6

Chiều nay, 17/ 4, tôi bàn việc với thầy Chánh trực, và anh Từ. Rằng nên có lịch trình mỗi tuần cho các Gia đình Phật tử của thành phố Huế, đến Từ đàm tụng kinh thất thất trai tuần của các Thánh tử đạo. Đừng để tự phát thiếu điều hành nữa. Ngày thường thì cũng tụng kinh như vậy, tại các khuôn hội, gồm hết thành phần ở địa phương.

Một cuộc họp mở rộng, định việc cho ngày sơ thất sắp đến, 21/4. Các hòa thượng Thiện minh và Thiện siêu thảo một tuyên ngôn cho cuộc vận động của Pg VN, ngắn và gọn trong một trang giấy. Tôi mở một buổi thuyết trình về cuộc vận động ấy. Hội 5 văn phòng Pg tại Huế làm 1 văn phòng điều hành cuộc vận động, do hòa thượng Trí thủ làm trưởng ban. Tôi viết và ký 1 điệp văn gửi Tổng thư ký LHQ, thông báo Nam Việt nam "vi phạm nhân quyền".

Bắt đầu việc gởi điệp văn đến LHQ, mật và gấp. Nội dung tôi nói Nam Việt nam "vi phạm nhân quyền". Sự vi phạm ấy gồm có xúc phạm Phật đản 2507, triệt cờ Pg Thế giới, khủng bố trắng Phật tử bất bạo động bằng chiến xa. Thỉnh cầu ngài Tổng thư ký LHQ tra xét và bảo vệ "hiến chương nhân quyền". Điệp văn được chuyển mau chóng, chu đáo, do ông bạn của tôi, bác sĩ W.

Đến việc thuyết trình. Tôi thảo và ký thư mời nhân sĩ trí thức Huế, nhất là ngành đại học và tư pháp. Nội dung nói, giữa chính quyền và Pg đang có vấn đề. Pg chúng tôi không có phương tiện truyền thông tối thiểu. Chúng tôi khẩn thiết mời quí vị đến, và nghe cho, sự trình bày của chúng tôi. Chủ ý duy nhất là xin quí vị nghe cho. Còn phán quyết là quyền tuyệt đối của quí vị.

Thư gửi đi 18/4, mà 2 g chiều, tôi cảm động thấy số người hưởng ứng ngồi chật giảng đường Từ đàm. Tôi trình bày cuộc vận động của Pg theo bản tuyên ngôn.

Trước, tôi nói đạo dụ số 10. Cử tọa thấy đạo dụ ấy cho Thiên chúa giáo có qui chế đặc biệt, còn Pg hay tôn giáo nào cũng bị đặt vào khuôn khổ đạo dụ ấy, y như các hội tiểu thương, Ái hữu, Văn hóa, Giải trí…gọi chung là "hiệp hội". Rõ ràng, Dụ số 10 cho Tcg là độc tôn, là "tôn giáo" , cho các tôn giáo khác, kể cả Pg, chỉ là tín ngưỡng lặt vặt. Vậy mà Dụ nầy, thủ tướng Diệm mới cầm quyền, đã ban hành tục Dụ duy trì, "ký thay Quốc trưởng".

Kế đó, tôi dùng ít phút kể lại đại để của việc đã qua, giải thích chính yếu của Tuyên ngôn, rồi trịnh trọng xác định mấy điều sau đây.

Một, Pg tự giới hạn, chỉ phản đối chính sách ngược đãi Pg của chính phủ. Pg không bước qua những địa hạt khác, nhất là địa hạt quyền chức chính quyền.

Hai, tuyệt đối sử dụng phương cách "bất bạo động".

Ba, Pg không mưu độc tôn, không cầu độc tôn, nên không thấy ai, kể cả Tcg, là đối nghịch.

Bốn, Pg không mưu hại ai, không thiên ai để hại ai. Nếu thất bại, Pg coi là sự thất bại của chân lý trước bạo lực, không phải thất bại như bạo lực kém bạo lực.

Năm, sau hết, nhưng quan trọng nhất, là Pg thỉnh cầu các bậc lãnh đạo thực thể đối trận, đừng khai thác gì về cuộc vận động của Pg. Vì làm như vậy thì đối phương quí vị lấy cớ để hại Pg mà thôi.

Sau buổi thuyết trình, tối đó, tôi viết lại thành bản Phụ đính tuyên ngôn của Pg.

12/7

Bấy giờ chính quyền đàn áp Phật tử bằng vũ khí gọi là lựu đạn axít, ngửi phải hơi nó thì cả người nóng đến phát cuồng. Cơn nóng như vậy đứt đoạn rồi lại phát ra, nạn nhân vật vả, vùng vẫy. Được đè xuống thì hơi yên, rồi lại nổi lên. Việc dùng lựu đạn nầy xảy ra ngay tại khu vực chợ Bến ngự. Ngoài đường Lê Thái Tổ thì dùng quân khuyển, lính chó bẹcgiê. Mỗi lính chó được một lính người điều khiển. Lính chó dữ tợn, cọng với lính người mang mặt nạ càng khủng khiếp. Chỉ huy ném lựu đạn axít là thiếu tá Ph. Chỉ huy lính chó là thiếu tướng được quần chúng gọi là thiếu tướng Ch.

Ngày nay là sơ thất các Thánh tử đạo, ngày công bố Tuyên ngôn vận động của Pg VN. Tôi đi bộ, xuống tòa đại biểu để xin phép, bị từ chối gay gắt, tôi nói, "giết người rồi không cho làm tang lễ, thì là chế độ chi rứa"? Họ nói, thôi thì linh động 1 lần.

Tôi thưa, sơ thất rồi nhị thất, chung thất, bách nhật. Chỉ một lần rồi thôi. Tôi nói, rất nghiêm chỉnh, "thế thì tôi sẽ không dám xin phép mà chỉ báo tin. Xin báo tin trước, như vậy".

Tôi về. Lễ cử hành theo chương trình. Tuyên ngôn được công bố, trước các giới Phật tử tràn đầy sân chùa và các mặt đường xung quanh chùa. Cũng theo chương trình, 3g chiều nầy đi chuyển đưa Tuyên ngôn ấy. Nguyên chương trình định hòa thượng Mật nguyện cầm đầu tăng ni và Phật tử hiện diện đi đưa Tuyên ngôn. Nhưng gần đến giờ, nghe nói, các Ôông cùng đi. Các Ôông đây chủ yếu là 3 ngài Thuyền tôn, Tây thiên và Vạn phước, cùng trên 100 tuổi. Đây là việc quá bất ngờ. Không ai dám nghĩ đến việc xin các ngài dự vào những việc như việc chiều nay, sợ rủi có bề gì… Nhưng các ngài đã đứng với Phật tử ở ngoài sân chùa, mặc pháp hậu màu vàng, chống gậy định đi. Hoảng quá, chúng tôi chạy ra, định lạy, thì ngài Thuyền tôn nói, nhẹ như gió nhẹ. "để các Ôông đi với con cháu 1 chuyến, không răng mô mà lo". Chúng tôi co vòi, thụ động. Hòa thượng Mật nguyện đi theo, dẫn đầu. Các ngài, ngoài 3 vị trên 100 tuổi, còn có các ngài Từ hiếu, Châu lâm, Mật hiển… Tất cả đều đi bộ, không chịu đi xích lô. Theo sau các ngài là Phật tử, vòng tay trang trọng mà đi. Khi đến tòa Tỉnh trưởng, các ngài đứng hàng ngang, giữa đường. Phật tử hầu ở sau và 2 bên. Họ đỏ mắt, cắn răng, rung miệng, nhưng không ai khóc. Hòa thượng Mật nguyện bước ra, 2 tay đưa bản Tuyên ngôn cho ông Phó tỉnh trưởng. Ông xin lỗi, nói ông tỉnh trưởng đang bịnh. Rồi các ngài lặng lẽ chống gậy đi về. Cháu chắt tự sắp 5 hàng đi hầu theo sau. Về chùa thì um lên, vừa khóc vừa cười. Nhưng các ngài đi thẳng về chùa các ngài, và bấy giờ chịu đi xích lô. Chúng tôi chạy ra, không kịp lạy. Ai cũng thở mạnh, hết lo.

Quang cảnh các ngài đi như chiều nay, đi vì việc như việc chiều nay, là hiện tượng lạ nhất, xưa nay chưa có, ngay trên đất Huế nầy.

12/8

Ba bốn hôm nay có mấy tin tức. Hòa thượng Tâm châu cho người mang ra một mảnh giấy, viết "Tâm châu chỉ một chữ nhất". Cụ Mai Thọ Truyền cũng cho người mang lời ra, thăm, cầu nguyện, và hứa tận lực. Quan trọng nhất là 1 mảnh giấy, viết nguyện tự thiêu, của bồ tát Quảng đức. Đem việc nầy ra bàn, không ai dám có ý kiến, và giao tôi liệu.

Tôi đoán, sau khi công bố Tuyên ngôn, thế nào cũng có phản ứng đáng kể từ phía chính quyền. Quả nhiên, tối 22/4, trước hết, nghe tiếng đoán biết ít nhất cũng có 2 chiến xa mở đèn rất sáng, rú lên ghê rợn, chạy vòng quanh Từ đàm: đường Nam giao qua đường trước chùa, vòng đường Bến ngự qua đường bờ sông, rồi quẹo lại đường Nam giao... Chạy qua chạy lại 6, 7 vòng gì đó thì ngừng lại, 1 chiếc trấn ngự đường Nam giao, chiếc kia trấn ngự đường Bến ngự, cả hai đèn vẫn chiếu sáng.

Thế rồi ngày sau, mới sáng tinh mơ, trên trời 2 phi cơ chiến đấu quần thảo, dưới đất, thanh niên Công hòa súng đạn đầy mình, trấn đóng trước chùa. Chùa bị phong tỏa, hết ai ra vào. Gạo bị xịt thuốc. Ai mạnh thì ăn cháo, cơm dành cho người bịnh. Củi hết, phải ngã dương liễu mà đun. Nước và điện khi cúp khi mở, rất bất thường, nhưng thường cúp nhiều hơn mở. Ký giả quốc tế thông tin, "Từ đàm bị bao vây như tấn công chiến khu VC. Điện nước bị cúp gần 100%". Chiều gần đổ xuống, có cái màn bắc loa lớn, cha mẹ kêu con ra về. Con ra, đứng trước sân, thưa lớn, "Sống chết với nhau". Màn diễn vài giờ đồng hồ thì ngưng. Quãng 10g đêm, cha mẹ liệng giấy vào, báo con đừng về. Thế đấy, khá vui.

Hòa thượng Thiện minh, bấy giờ đã thay hòa thượng Trí thủ, làm trưởng văn phòng điều hành, đi Saigon về, len lỏi hàng rào, từ chùa Thiên minh về chùa Từ đàm, cho biết Saigon đã có 2 cuộc biểu tình đông đảo, hào hứng. Ủy ban Liên phái Bảo vệ Pg thành lập, ngoài Tổng hội Pg VN và 6 tập đoàn của Tổng hội, Ủy ban mở rộng, mời 10 tập đoàn Phật giáo nữa tham dự. Chủ tịch Ủy ban: hòa thượng Tâm châu, Phó chủ tịch: hòa thượng Thiện hoa, Tổng thư ký: Mai thọ Truyền, phát ngôn viên hòa thượng Đức nghiệp. Ủy ban hoạt động có uy tín và rất hiệu quả.

Huế có tổ chức bãi thị: 50% ngày đầu, 3 ngày sau 100%. Phố vắng, cửa đóng, nhìn được suốt đường phố.

Tôi họp ký giả. Sau khi trả lời câu hỏi của họ, họ hỏi, qua họ, tôi muốn nhắn nhủ gì không? Tôi nói, có. Đó là tôi muốn biết súng đạn của ai canh gác trước chùa? Chiến xa của ai trấn ngự 2 bên chùa? Họ cười, nhưng nói đó là điều quan trọng. Họ lại hỏi, Pg có thay đổi phương cách bất bạo động không? Không, tôi nói, trái lại, Pg càng bất bạo động. Có người bắt tay tôi. Họ nói, Pg kiên nhẫn như thế, sẽ được hiểu biết nhiều hơn.

12 / 9

Hòa thượng Đôn hậu được cung thỉnh mở cuộc diễn giảng thường xuyên tại Diệu đế. Hòa thượng vốn là 1 vị tôn túc, diễn giảng nổi tiếng. Khả năng nầy, nay hòa thượng được vận dụng với ý thức đầy nhiệt thành và truyền cảm, sau khi ngài Quảng đức vị pháp thiêu thân.

Tôi cùng thầy Chánh trực và anh Từ nghiền ngẫm kế hoạch

tổ chức 1 cuộc biểu tình lớn, tại Huế và chung quanh gần Huế. Cuộc biểu tình sẽ tuyệt đối đồng bộ, diễn ra 5 địa điểm, vào ngày nhị thất trai tuần của các Thánh tử đạo. Kế hoạch rán giữ cho thật bất ngờ.

Tôi cũng phải kiện toàn Tổng trị sự Pg miền Trung, mời hòa thượng Đức tâm đảm nhiệm Tổng thư ký hiện đang trống, cùng tỉnh hội Thừa thiên tăng cường liên lạc với các khuôn hội của Huế và xung quanh Huế. Còn tất cả tỉnh hội, trung nguyên cũng như cao nguyên, tạm thời tự trị và liên lạc với Ủy ban liên phái tại Saigon.

Thế nhưng một buổi sáng, quãng 9g, ông Đ. cho tôi biết, ngài Quảng đức đã tự thiêu. Ông Diệm nghe tin thì giấy rơi khỏi tay, vội vàng tuyên bố "sau Hiến pháp có tôi". Chiều đó, Từ đàm được giải vây. Tòa Đại biểu phái người lên, "xin quí vị chuẩn bị để vào Saigon hiệp thương".

Kế hoạch của tôi tạm ngưng chuẩn bị. Phật tử ra về tắm rửa. Tôi đích thân, và huy động những ai còn lại, làm tổng vệ sinh. Vừa làm vừa nghĩ, thật nhiều, về cuộc hiệp thương. Một cuộc họp khẩn để ngày mốt đi. Đi, sẽ có ngài Hội chủ Tổng hội Pg VN, và hòa thượng Thiện minh. Ai cũng hỏi tôi thì sao, tôi nói thật, "để nghĩ đã". Ngài Hội chủ lo nhất, bảo tôi phải đi. Tôi rất phân vân. Ông Đ. thúc tôi. Mọi việc đã lo liệu. Sau nầy mới biết, mỗi chuyến bay hằng ngày, Tỉnh đường Thừa thiên được dành 2 vé đến phút chót. Tôi đi bằng 1 trong 2 vé ấy. Khi đi, ai cũng nghĩ tôi tiễn phái đoàn. Khi tôi cũng ra cửa mới biết tôi cũng đi. Bay hơn 1 tiếng đồng hồ thì tôi có cảm giác là lạ. Máy bay hạ cánh: Không phải Saigon mà là Kontum. Thầy Thiện minh bàn với tôi cách ứng phó. Tôi nói, Ôông với thầy chắc chắn về Saigon, còn tôi, tôi cũng sẽ cùng về đó. Và việc đã xảy ra như thế thật. Đến Xá lợi, tôi vào giảng đường, lạy kim quan bồ tát Quảng đức. Thầy Tâm châu hỏi sao trễ thế, còn ông Chánh trí không nói gì.

13/1

Lạy bồ tát rồi, tôi phải nói sự tự thiêu theo giáo lý. Sự ấy được nói đến trong 2 chỗ là kinh Pháp hoa và kinh Phạn võng. Chỗ nào cũng nói tự thiêu có 2 ý nghĩa. Thứ nhất, tự thiêu là tự thử thách về chí nguyện, nung nấu chí nguyện ấy cho dũng mãnh, kiên cường. Thứ hai, tự thiêu là sử dụng sắc thân mà phụng sự Phật pháp và phục vụ quần sinh. Tự thiêu là do nguyên lực, tin chắc chí nguyện của mình có thể cảm hóa rất lớn.

Pháp nạn 1963, và sau nầy, có nhiều vụ tự thiêu. Nhưng phải nói nhất là bồ tát Quảng đức và tôn giả Quảng hương. Mở đầu, nhưng bồ tát Quảng đức tự thiêu rất tự tại, đường đường đủ mọi nghi lễ. Tôn giả Quảng hương, trái lại, tự thiêu ngay sau khi thiết quân luật, cực kỳ khó khăn. Vậy mà tôn giả làm được, rất ư gian nan. Và cho đến nay, cũng vẫn không tìm được hài cốt của ngài: đáng tôn thờ và thương cảm biết bao nhiêu.

13/2

Nhân nói giáo lý về sự tự thiêu, xin nói luôn ở đây về vụ đưa đám bồ tát Quảng đức.

Ba bốn hôm nay, có đủ các nguồn tin, mỗi lúc một rõ hơn. Theo đó, đám ngài Quảng đức dĩ nhiên sẽ đông, nhưng có đổ máu đầu đường Tổng đốc Phương giáp mối với đường Hùng vương. Đám phải đi đường Hùng vương, và qua đó mà thắng xuống An dưỡng địa. Không ai không biết hay khinh thường tin tức như vậy.

Hòa thượng Thiện minh hiệp thương lần chót rồi, chưa ký, về Xá lợi bàn, Hòa thượng thấy rõ chính quyền không giấu giếm được sự lo sợ. Ý hoà thượng phân vận, nhưng ngã về phía cứ để quần chúng làm việc. Tôi không đồng ý để mặc quần chúng. Có đổ máu: Không được! Hòa thượng Thiện minh đi ký. Và cả phái đoàn chưa ai về, Ở chùa chỉ còn cụ Chánh trí và tôi. Cụ đang bàn với cảnh sát trật tự. Tôi xin lỗi, mời riêng ra, bàn. Tôi hỏi tin tức về phía cụ, đám có thể đổ máu không? Rất có thể, cụ nói. Tôi nói đổ máu của quần chúng là không nên. Cụ nói, rất đồng ý, và cho cảnh sát hay đám tạm ngưng. Khi phái đoàn về, họp khẩn, thấy tạm ngưng là phải. Và hòa thượng Tâm châu cho xe đi phát thanh lời thông báo tạm ngưng của hòa thượng, qua các đường phố xung quanh Xá lợi vào đến Ấn quang. Quần chúng lại nghi tiếng phát thanh đó là giả. Vì vậy, sáng ra quần chúng đông hơn, tập trung nơi Giác minh mà hướng về Xá lợi. Hòa thượng Tâm giác đang đứng trên 1 chiếc xe, nói gì không ai nghe được, chỉ hè nhau đấy chiếc xe đi mở đường. Nhưng đến cổng xe lửa thì cuộc chiến xảy ra, vũ khí của quần chúng là đá lót đường xe lửa.

Một tuần sau đó thì đưa đám ngài Quảng đức. Ủy ban Liên phái quyết định chỉ có chư tăng đi đưa. Có người viết, tuần trước quần chúng đưa đám với quần chúng rồi. Tuần nầy thì các thầy đi đưa với nhau. Lời lẽ đầy mỉa mai, và tiếc rẻ, không có hỗn loại và đổ máu.

13/8

Hòa thượng Thiện hòa trông coi việc hỏa táng kim quan của ngài Quảng đức. Tro tàn rồi, quả tim còn lại. Bấy giờ chỉ có ký giả quốc tế đi lại, và có xăng tốt. Thiêu lần thứ 2, quả tim ấy vẫn không cháy. Ký giả quốc tế thông báo cho thế giới như vậy.

Khi rước về Xá lợi, Ủy ban Liên phái thông báo Tăng ni, Phật tử đến hành đại lễ. Tôi thảo lời ngài Hội chủ gửi Điệp văn cho các miền và các tỉnh. Điệp văn viết, "Tôi chí thành đánh lễ vị nhục thân bồ tát, xin ngài hộ trì cho nguyện vọng cuộc Vận động của Pg VN". Điệp văn chấm dứt bằng cách niệm "Nam mô đại hùng đại lực Quảng đức bồ tát".

Từ đó danh hiệu bồ tát Quảng đức đi vào lịch sử Pg VN.

14/ 1

Hòa thượng Quảng độ, thường ngày sáng sớm, từ Giác minh mang đến Xá lợi bản tin mà hòa thượng dịch từ báo chí ngoại văn. Bản nầy được đánh máy, quay, phát, cho những người tụng kinh vào buổi tối, tại Xá lợi. Nhưng ngày nay, hòa thượng nhận lời cầm đầu 1 cuộc biểu tình biết chắc chẳng những khó khăn mà còn đổ máu. Phụ tá hòa thượng là hòa thượng Chánh lạc, Kế hoạch có 4 bộ phận chạy bốn ngã đánh lạc hướng, nhưng vẫn tìm cách cùng đến công trường Quách thị Trang. Hòa thượng với bộ phận chính xông pha mọi cản trở bởi hành hung và kẽm gai. Can đảm phi thường, hòa thượng đến được địa điểm đã định. Tại đây, dùi cui và đấm đá đón hòa thượng. Mặc, hòa thượng cứ nói. Máy bị đập, hòa thượng nói lớn. Họ xông đến bóp cổ, đánh đá tơi bời. Đầu hòa thượng bị tét, máu chảy xuống mặt. Hòa thượng vẫn nói. Chúng bèn hốt, ném lên xe cây. Một số quí thối bóp hạ bộ của các nạn nhân. Ký giả ngoại quốc lần nầy cũng bị hành hung không nương tay. Chúng chở về An dưỡng địa. rào kẽm gai mà nhốt, mưa mặc mưa. Giam một vài ngày gì đó, rồi thả ra, đuổi đi đâu thì đi. "Chúng ông bắt được lần nữa thì tụi mày hết sống". Chân, tay và miệng của chúng hoa ca như vậy. Ký giả ngoại quốc nghe nói cái vụ bóp hạ bộ thì cười "cái văn minh của chế độ tổng thống Diệm".

Cuộc biểu tình này bị đàn áp dã man, nhưng thành công và tác động thì thật siêu đẳng.

14/2

Có nhiều cuộc biểu tình trước ngày chế độ Diệm thiết quân luật. Nhưng tôi chọn 3 cuộc có tính cách tiêu biểu. Cuộc thứ nhất nói rồi. Bây giờ nói cuộc thứ 2. Cuộc biểu tình nầy vốn có dự định mà không tổ chức được. Do đã thông báo, các nơi tập họp về Xá lợi, trong đó có nhóm Pg Nguyên thí chùa Pháp quang của hòa thượng Hộ giác. Tôi nhớ bữa đó hòa thượng không có, chỉ có đại đức Bửu phương. Đại đức hỏi sao không đi biểu tình? Người ta trả lời người ít quá. Đại đức đảo mắt một vòng, "từng này được rồi". Thế là phóng đến nơi đã chọn trước, gần Xá lợi nhất, mà cũng rất bất ngờ. Đó là tiểu bạch ốc (tư dinh đại sứ Mỹ). Các hòa thượng Tâm châu và Đức nghiệp phóng trước. Tôn giả Quảng hương quấn cổ biểu ngữ duy nhất, đã được kẻ trước, mà chạy theo. Cảnh sát kéo giành, tôn giả càng giữ. Bị ngã, tôn giả vẫn cố giữ. Cảnh sát khác thấy vậy, la lớn, buông nó ra, không, nó chết bây giờ, mệt lắm. Tiểu bạch ốc không cao lớn lắm, nhỏ vừa phải. Cuộc biểu tình rất vừa phải với khung cảnh đó. Khẩu hiệu biểu tình là yêu cầu người Mỹ xét lại vũ khí và phương tiện họ đã viện trợ cho chính quyền Việt nam. Chính quyền đã lợi dụng vũ khí và phương tiện ấy mà đàn áp Phật tử. Người Mỹ nên đạt vấn đề mà cấp tốc cứu xét.

Xong, cả đoàn biểu tình trở về Xá lợi, trước con mắt tức bực của cảnh sát. Trời gần trưa. Buổi phát thanh trưa của VOA tường thuật rất trung thực cuộc biểu tình. Người Mỹ, bây giờ, bị đặt trách nhiệm, đơn sơ và rõ ràng.

14/3

Nay nói cuộc biểu tình thứ 3, ngay sáng sớm mới thiết quân luật, hốt chùa chiền. Cháu Quách thị Trang đến nhà vài người bạn. Mới sáng sớm, cháu và bạn của cháu, từ trong chợ Quách thị Trang cầm biểu ngữ chạy ra công trường. Các má và các chị ào ra theo. Cháu quấn biểu ngữ vừa chạy vừa la lớn, "trả thầy của chúng tôi". Cảnh sát lập tức bắn chết cháu, chở thi thể cháu đi mất luôn. Sau nầy mới biết chúng đem lên vùi ở nghĩa trang quân đội.

"Trang hỡi Trang, em là vì sao sáng"… 1 bản nhạc được nhạc sĩ nào đó đặt ra. Rồi tượng đài của cháu được sinh viên kiến trúc tự xây dựng, đặt ở công viên trước chợ Bến thành, với bảng hiệu công trường Quách thị Trang.

15/1

Không ai trong Ủy ban Liên phái mà không nghe biết dồn dập về việc chính quyền chuẩn bị thiết quân luật để tổng càn quét Phật giáo. Tăng cường cảnh sát quận 3 (Xá lợi) và quận 10 (Ấn quang); tập trung và mài dũa còng tay; bắt công chức tăng cường gác đêm… Trước đó, và có lẽ đây là ý định thứ nhất của chính quyền: lấy lịnh tòa án ruồng bố các chùa. Dự định nầy, theo tin tức, nhằm cướp kim quan của ngài Quảng đức, truy tố các vị tổ chức cho ngài tự thiêu. Họ đã điều tra lai rai các vị ấy. Và rằng sẽ truy tố những kẻ sát nhân.

UBLP họp vài ba lần. Bàn ai tình nguyện bị bắt, ai tình nguyện ở ngoài. Nhưng không ai chịu ở ngoài cả. Riêng tôi, trong UBLP có cụ Hiếu, cầm đầu Phật tử Nguyên thỉ, cho tôi biết riêng, tòa đại sứ Thái lan có ý mời tôi đến tá túc. Cụ nói 2 lần. Tôi thì đã quyết định "để bị bắt". Rồi hòa thượng Tâm giác cũng làm tương tự. Hướng dẫn và thông dịch cho 1 viên chức nói là của tòa đại sứ Nhật, cũng tỏ ý như Thái lan. Tôi cũng trả lời tương tự. Họ ngồi cho đến gần giờ thiết quân luật mới về.

Nửa giờ sau, ban Trật tự trong chùa báo động. Cùng lúc, thô bạo cực kỳ, cảnh sát dã chiến xông vào, sử dụng dùi cui trước, đối với cả các ni sư. Rồi tấn công bằng hành hung và lựu đạn cay, họ dồn chúng tôi ra trước điện Phật. Ở đó, thấy ngài Hội chủ mặt và mắt sưng, bị dẫn ra trước. Một thị giả níu ngài bị đánh ngất xỉu. Ngài bị đưa lên xe bít bùng, đưa đi trước. Các nhóm, tôi cũng bị ở trong một nhóm, rồi tất cả, bị xua ra, cảnh sát áo trắng đón lấy, đưa lên 4, 5 chiếc xe lớn, trực chỉ đến nơi mà sau đó mới biết là Rạch cát. Đêm khuya, trời lạnh, nhưng không mưa. Đoàn xe đến một quãng đồng cạn thì dừng lại. "Vì xe chỉ huy hỏng máy". Có tiếng nói nhỏ, nhưng rõ, "ai xuống được thì xuống mà thoát đi". Nhưng xe tôi, và sau đó biết các xe khác cũng vậy, không ai xuống cả. Đoàn xe lại tiếp tục. Vài mươi phút sau đến Rạch cát. Chúng tôi bị xua xuống, nhốt vào 3, 4 cái nhà tương đối nhỏ. Tôi, do một thầy nào đó không rõ, đang đêm nên cũng không nhìn được, nói nhỏ và dìu tôi vào gần nhóm Già lam. Bấy giờ thì biết Già lam, Pháp quang, Nguyên thỉ gốc Miên, Ấn quang, Giác minh, An dưỡng địa, Phước hòa,… đủ mặt bá quan. Cỡ 1 giờ sau, họ dẫn cụ Chánh trí vào, đi ruồng các phòng, đến phòng tôi, chúng tôi 4 mắt nhìn nhau rất nhanh, và cụ Chánh trí liên tiếp lắc đầu, miệng nói không có, không có. Ấy là họ "nhờ" cụ giúp họ tìm tôi. Lát sau nữa, đại đức Giác đức bị bắt, đưa ra, dẫn đi.

Thầy nói khi nãy bảo tôi gối đầu trên vế thầy, nằm xuống mà

nghi. Trời chưa sáng, lạnh, nền xi măng, vậy mà nằm vẫn thấy ấm áp. Gần sáng, thầy thức tôi dậy, nói, việc con đến đây là hết. Bây giờ xin thầy vào nhóm Già lam, sát nhóm Miên mà ở. Thầy đưa tôi đến, rồi xá tôi, lặng lẽ lui ra. Từ đó cho đến nay, tôi cố kiếm thầy là ai mà không tài nào kiếm ra.

Lại nói để phục chư tăng gốc Miên, và Phật tử của các ngài, tự ý cùng cảnh sát gốc Miên, liên lạc kín đáo và chặt chẽ với nhau. Tin tức từ lúc đó, cho đến khá lâu sau đó, toàn nhờ nhóm nầy thông báo, chính xác và đầy đủ, với máy truyền tin họ được cấp. Nhờ đó mà biết các hòa thượng Tâm châu, Đức nghiệp bị bắt cả rồi, chỉ thiếu tôi và đang cố lùng kiếm. Hòa thượng Thiện minh về Huế, và đêm đó bị bắt ở đây, chùa Từ đàm. Tất cả các tỉnh, đặc biệt ở Huế, họ bị ruồng bắt "rất cẩn thận" mà dĩ nhiên, tôi không rõ lắm.

Nói công bình, mấy ông chỉ huy ở Rạch cát không gay gắt. hống hách gì, bảo chúng tôi thu xếp lấy sự sinh hoạt bình thường. Đi lại và trò chuyện thoải mái, miễn đừng ra ngoài khu vực. Hòa thượng Nhật thiện, sư đệ của tôi, liên lạc với bên Ni, với cảnh sát công chức gác đêm, nhất là cảnh sát gốc Miên, định thực hiện cho tôi một cuộc thoát ra êm xuôi, với bộ cảnh cảnh sát và 10 ngàn tiền biếu. Nhưng sáng hôm sau, lịnh trả chúng tôi về ăn Vu lan. Trước khi tiếp tục, tôi kể chuyện nầy cho vui. Một buổi chiều có đông nhân viên vào lấy lý lịch và chỉ tay. Hòa thượng Nhật thiện nói, nhân việc này làm cho tôi từ nay "vẫn tìm không ra". Một nhóm hè nhau, do hòa thượng Nhật thiện điều khiển: tôi khai lý lịch, 1 thầy chụp hình, 1 thầy lăn tay. Tất cả bàn giấy, hơi lạ, là thấy chúng tôi thì cúi xuống, đến phận sự thì làm việc, không ngước lên, nhìn hay hỏi gì. Hòa thượng Nhật thiện nói, một người mà lý lịch, hình ảnh, nhất là dấu tay, hoàn toàn khác nhau thì hết cách tìm cho ra là ai.

15/2

Tiếp tục câu chuyện. Tôi chưa kịp thoát ra theo sự thu xếp của sư đệ Nhật thiện, thì có lịnh thả chúng tôi về ăn Vu lan. Khi gọi đến nhóm Pháp quang thì sư cụ Thiện luật ra ngồi trước. Kế đến gọi Ngô Bửu Đạt (hòa thượng Hộ giác) mới ra đã có một nhóm đến mời lên xe bịt bùng đi luôn. Khi gọi Đinh văn Tánh (tên giả của tôi) sư Chung thúc đẩy tôi ra. Thế là tôi về chùa Pháp quang. Trước đó, hòa thượng Thiện hòa vào, tìm gặp tôi, nói, thầy về Xá lợi, tôi sẽ đón thầy ở đó. Thế là quá rõ: Ấn quang bế tắc đối với tôi. Và thế là tôi phải về Pháp quang. Về đây, tôi tắm rửa thoải mái sau 9 ngày sống mọi rợ. Nhưng, từ trong phòng tắm, đã thấy 4 họng súng chỉ vào đều nhau. Tôi nghĩ Pháp quang đang bị bao vây chặt chẽ. Quả như vậy, Sư đệ Nhật thiện từ Xá lợi chạy về, tìm gặp tôi đang thay đồ mới, dậm chân, hét, mau lên. Nó biết thầy ở đây rồi. Thế là Pháp quang không cách gì lọt ra ngoài được nữa. Trừ ra... tôi nghĩ thật nhanh... và bảo sư đệ Nhật thiện, kiếm một thầy nữa, chúng mình đi. Sư đệ có ý hỏi. Tôi khoát tay và thúc nhanh lên. Tôi đi trước, Nhật thiện và sư Nhâm theo sau. Xuống sư cụ thì thấy cảnh sát đang kỳ kèo gì đó, mà sau này, biết họ đang đòi sư cụ cho soát chư tăng mới được tha về. Tôi thong thả, trình sư cụ, chúng con xin phép đi đưa cái thư mà ngài dạy mang đến Ấn quang, cám ơn hòa thượng Thiện hòa. Sư cụ nhanh trí, bảo đi nhanh lên, sắp tối rồi. Trời lại mưa khá lớn. Có 2 chiếc taxi đậu ngoài sân, vành xe chạy sơn màu vàng: xe của công an. Loại nầy có quyền bắt khách, chở thẳng về công an. Mặc, chúng tôi ngồi ngay lên 1 xe. Xe ra đường lớn, tôi bắt đầu làm việc. Tôi nói, 2 thầy sao không biết, còn tôi mai sẽ xin về, không tu nữa. Ngán tu rồi,… Anh tài xế hỏi, tôi vừa trả lời vừa nghĩ đến việc về Ấn quang. Nhưng về Ấn quang là nạp mạng. Còn thoát trên đường về đó, thì lúc bấy giờ tôi không biết gì về đường sá Saigon, không thể thoát được sự chú ý của anh tài xế. Như vậy chỉ còn cách ra đường Hàm nghi. Tôi nói với anh tài xế, anh có thể ra bến tàu cho chúng tôi hít thở thật mạnh một chút được không? Được. Ra bến tàu, gần đến đầu đường Hàm nghi, tôi nói phiền anh ghé vào tiệm thuốc cho tôi mua vài viên thuốc cảm. Anh ghé vào, vui vẻ. Không biết ngẫu nhiên hay sao mà lại chỉ có 1 hiệu thuốc mở cửa. Chúng tôi xuống, nói với anh tài xế, anh quay xe để rồi chúng ta đi. Nói vậy, nhưng tôi đi thẳng, qua trước cửa tòa đại sứ Mỹ. Thấy cửa khép, tôi đi thẳng càng mau. Nhưng đi mươi lăm mét gì đó, tôi quặt lại, thấy cửa ấy mở ra. Vậy là sư đệ tôi 1 tay kẹp tôi, 1 tay kẹp sư Nhâm, a vào. Anh lính Mỹ hơi tránh ra cho chúng tôi vào. Vào rồi, anh khép cửa khá kín, mở tủ lấy một khẩu súng khác, nhỏ hơn, và hỏi các ông có phải là phe ông Trí quang không, sư đệ Nhật thiện chỉ tôi, nói tiếng Mỹ, ông nầy là Trí quang đây. Anh lính Mỹ đóng cửa, gọi điện thoại. Chỉ vài phút sau, có người đến nhận diện tôi, mời lên tầng trên, sâu hơn. Ngoài đường tiếng chiến xa đang ồn ào chạy quanh. Một chiếc máy thu thanh được đem để trước mặt chúng tôi. Đài BBC loan báo: Thượng tọa Trí quang đã vào tị nạn trong tòa đại sứ Mỹ.

15/3

Tổng hội Phật giáo Việt nam gồm có 3 miền Nam Trung Bắc, mỗi miền có 2 giới tăng già và cư sĩ, thành ra 6 tập đoàn. Hai tập đoàn miền Trung là Giáo hội Tăng già Trung phần và hội Phật giáo Trung phần. Trung phần ở đây là gồm cả trung nguyên và cao nguyên. Bộ phận cầm đầu 2 tập đoàn miền Trung cùng được gọi theo tên cũ là Tổng trị sự (Tts). Tám năm trước 1963, tôi lạy ngài Thuyền tôn làm hội trưởng Tts, cho con cháu của Hội mà ngài là 1 trong 3 vị chứng minh đại đạo sư sáng lập, được núp trong bóng đại thụ của ngài, phục vụ Hội trong giai đoạn khó khăn. Năm 1963, tôi lạy mà vâng lời ngài làm Hội trưởng Tts để ngài tịnh trú. Như vậy, Hội trưởng Tts Hội Phật giáo miền Trung năm 1963 là tôi, Trí quang. Theo cổ lệ, Phật đản miền Trung do Giáo hội lo nghi lễ; còn tổ chức thì hội lo toàn bộ, vì hội có các tỉnh hội, và các tỉnh hội có các khuôn hội. Như vậy, tôi là người tổ chức Đại lễ Phật đản 1963. Lịnh cấm treo cờ Phật giáo nhằm vào Lễ đi Phật đản của các tỉnh và khuôn , nhất là nhắm vào Huế. Hội trưởng Tts chống lịnh ấy, và như vậy tôi thành người "mở đầu cuộc vận động 1963 của Phật giáo".

Cũng nên nhắc lại cái lịnh cấm treo cờ Phật giáo. Trước Phật đản 3 ngày, ông tỉnh trưởng Thừa thiên lên Từ đàm vận động tôi đừng treo cờ. Tôi từ chối. Hôm sau, ông lên, nói bây giờ có lịnh đây, tôi chỉ tống đạt. Tôi nói rất ngạc nhiên về cái lịnh như vậy của chính quyền, mà là chính quyền trung ương, và không thể tuân hành được.

Với sự kháng cự lịnh nầy, tôi tự hoàn thành tội danh "mở đầu cuộc vận động 1963 của Phật giáo" không cần ai tự bảo mình sắp đặt như vậy.

15/4

Khi UBLP họp, không ai muốn không bị bắt, là ai cũng muốn đem khổ hạnh của mình, thành tựu nguyện vọng của Phật giáo, chứ không phải cầu may hay áp dụng khổ nhục kế. Riêng tôi, với "cái tội khởi xướng", tôi biết và chính quyền cũng không ngần ngại gì mà không cho biết, chờ đợi tôi là cỗ máy đoạn đầu đài, nói nôm na là máy chém, đừng có ảo vọng gì khác.

Ở đây, nên nói chuyện cũ một chút. Trước 1963 khá lâu, có lần và lần đầu, ông Diệm mời tôi đến tư thất, và Cố vấn Cẩn cho biết riêng, là để nói việc giúp đỡ đồng hương di cư của Phật giáo Quảng bình. Khi gặp, tổng thống Diệm nói có 2 vùng đất, một là vùng cát màu mỡ và rất đẹp ở Cam ranh, hai là vườn ươm của canh nông ở núi Thiên thai. Hai vùng đất nầy, vùng nào cũng có thể làm nơi cư trú và làm ăn cho cả trăm người. Tôi muốn thầy đứng ra nhận để lo cho đồng hương. Tôi nói, đồng hương ấy không nhiều, chỉ có 5 học tăng và một ít cư sĩ, họ đã sinh sống ổn định lâu rồi. Tôi chắc Tổng thống nói chuyện giúp đỡ nầy là có ý giúp đỡ Phật giáo. Tôi nghĩ Tổng thống đặt vấn đề như vậy thích đáng hơn. Tổng thống hỏi giúp cách nào, tôi nói, một nửa vườn hoa Tao đàn và 5 triệu tiền lúc ấy, là đủ cho Phật giáo có đủ một cơ sở bề thế và triệu tập một Đại hội Phật giáo quốc tế. Vừa thay nước mời tôi, vừa suy nghĩ trên năm ba phút, Tổng thống nói sức tôi không lo nổi. Bấy giờ, năm bảy hôm sau khi khởi xướng cuộc vận động 1963, cụ Nh. đến Từ đàm, vào lúc 5 giờ sáng, nói với tôi, Tổng thống có thể thỏa mãn đề nghị cũ nếu tôi ngưng cuộc vận động. Tôi từ tốn nói, đề nghị ấy quá lỗi thời rồi. Với lại làm sao Tổng giám mục chịu cho Tổng thống làm. Cụ Nh. hiểu biết, ra về, khi trời chưa sáng hẳn.

Hết màn trên tiếp liền màn khác. Một người công chức tự nói là hội viên khuôn hội Phú Thạnh, yêu cầu nói chuyện hơn thiệt với tôi. Rằng thầy chống đối thì đương nhiên chính quyền sắp sửa máy chém. Sao thầy không nghĩ cuộc sống dài hơn cho công việc dài hơn? Xét thấy người nầy chỉ học bài và trả bài, tôi điềm đạm nói với anh như vậy, anh cũng điềm đạm ra về sau khi nói, "con không biết gì cả thật"!

15/5

Nếu bị bắt lúc Xá lợi bị tấn công, tôi bị thọ án tử hình theo thủ tục bình thường, hay hơn nữa theo thủ tục khẩn cấp, thì đó là điều tôi đinh ninh như vậy. Nhưng sẽ *khác hẳn* nếu bị bắt lại sau 9 ngày "bị bắt mà như không bị bắt", nhất là sau khi về Pháp quang. Vì vậy, tôi quyết định không để bị bắt lại. Không để bị bắt lại, nhưng cũng đã không có cách nào khác hơn đến tòa đại sứ Mỹ.

Tôi ý thức được sự phức tạp cho riêng tôi, kể cả khi đã ngồi trong tòa Đại sứ ấy. Trong người tôi tự thấy ngạc nhiên và bất ổn. Nhân viên cao cấp của tòa Đại sứ cũng thấy ra như thế. Họ nói với tôi, nếu thượng tọa có ý định tỵ nạn ở đây thì là khách của chúng tôi. Nếu thượng tọa không có ý định ấy thì có thể đi ra bất cứ lúc nào thượng tọa muốn. Tôi nói, dĩ nhiên tôi đang yêu cầu tị nạn ở đây. Nhưng, xin lỗi, tôi vào đây còn muốn nhìn thấy người Mỹ giải quyết như thế nào về vấn đề mà người Mỹ có trách nhiệm. Tôi ở đây tùy thuộc vào sự nhìn thấy ấy. Họ nói, vậy xin mời thượng tọa ở đây với chúng tôi cho đến khi thấy không cần ở nữa.

16/ 1

Đến đây, tôi ngưng một giai đoạn Phật giáo, bằng cách ghi thêm mấy việc linh tinh cần nói, mà không theo thứ tự nào cả.

Do hòa thượng Chơn trí mà Gia đình Phật tử tập họp đúng giờ, đúng chỗ, trước tòa tỉnh trưởng Thừa thiên, vào buổi chiều 14/ 4 – buổi chiều mà Pg khiếu nại cờ đèn bị phá bị giật, lễ đài Phật đản bị xúc phạm rất mất dạy. Tỉnh trưởng mời Pg họp để giải quyết.

Huynh trưởng Gái được bí mật giao cho cầm đầu đoàn GĐPT rước Phật từ Diệu đế lên Từ đàm. Không có sự khôn khéo của anh, thì 5 biểu ngữ không lên thấu chùa, kế hoạch bị thương tổn không nhỏ. Cũng chính huynh trưởng Gái đầu tiên đem tài liệu vào Ấn quang mà, lúc đó, nếu thiếu can đảm và khôn ngoan, đã không thể chu toàn nghĩa vụ.

Ba thanh niên hoạt động nổi tiếng sau khi thiết quân luật là Bôi, Nho, Doãn. Bôi đã thành người thiên cổ, còn 2 người kia, tôi chưa có dịp liên lạc được.

Tôi đặc biệt nói đến 1 Phật tử mà là ân nhân của Pg, kể từ lúc Pg mới rục rịch có vấn đề suốt đến khi chế độ ông Diệm sụp đổ. Người nầy là đệ tử hòa thượng Mật nguyện, là người đồng hương với tôi – là ông Đảng. Ngay từ đầu ông dã bỏ công bỏ của ra không nhỏ, dầu ông khá nghèo. Ông đóng vai trò Tỉnh trưởng và Phật tử rất vất vả, lao tâm khổ trí. Không có ông, tôi đã rất khó khăn trong việc tiếp xúc với các cấp chính quyền. Người sắp đặt cho tôi lên máy bay đi Saigon là ông. Khi tôi viết mấy dòng nầy, ông đã không còn nữa, từ lâu.

Bs Lê khắc Quyến, pháp danh Nhật thắng, đệ tử đại tổ đình Quốc ân, người Huế. Tôi là bịnh nhân đến khám bịnh tại phòng mạch tư của ông ở cửa Thượng tứ. Bấy giờ ông là Giám đốc Bịnh viện Trung ương Huế. Sau đó được biết bà cụ thân sinh ông là em ruột cụ bà Lê văn Định. Mối liên hệ Phật giáo của ông là như vậy, chưa kể thân sinh của ông cũng là đệ tử đại tổ đình Quốc ân, bổn sư là ngài Đắc quang, Tăng cang quốc tự

Linh mụ. Ông là Khoa trưởng Đại học đường Y khoa Huế, được gia đình Tổng thống Diệm biết ơn vì chữa bịnh giỏi cho bà cụ thân sinh của họ. Ông có nhà mới, lớn và đẹp, ở phía nam thành phố, nhưng chưa kịp ở. Ông tham gia cuộc Vận động 1963 của Pg, mất hết chức và nhà, bị bắt ở tù. Khi tham gia, ông tự biết sẽ phải như vậy.

Sau Phật đản năm ba ngày, một buổi sáng gặp tôi, ông cho biết ông Diệm mời ông vào Saigon để nói về vấn đề Pg. Ông hỏi tôi muốn ông nói gì, tôi nói, xin nói rất thật thâm tâm của tôi. Tôi không mưu đồ gì cả, chỉ phản ứng vì hết mức chịu đựng sự xúc phạm quá đáng đến đức Phật và Pg của tôi, mà thôi. Vấn đề như vậy quá dễ giải quyết cho Tổng thống chứ không thương tổn gì.

Hôm sau Bs Quyến về Huế, nói, ông mời vào để nghe ông nói, không phải để nói cho ông nghe! Bs Quyến chẳng những tham gia hết lòng vào 1963, sau đó, đến nỗi mất sách, bị bắt bị tù nữa, vẫn không chán bỏ đạo pháp – *mà không mưu đồ gì cả, cho đến hết đời.*

Việc Phật tử Mai Tuyết An chặt tay phản đối bà Nhu, người Mỹ hỏi ý kiến tôi, tôi nói phong trào chống đối ông Diệm đã và sẽ lan ra mạnh mẽ trong giới học sinh. Sự việc quả như vậy, ngay sau đó.

Sau khi thiết quân luật, hoạt động hải ngoại là hòa thượng Nhất hạnh và bác sĩ W.

Bác học Bửu Hội gặp tôi khi về thăm mẹ. Tôi phàn nàn động thái gây ác cảm nặng nề của ông. Ông ân hận và muốn đóng góp. Tôi nhờ chuyển đến Tổng thư ký Liên họp quốc 5 va-ly đầy đủ tài liệu. Chuyển ra để ở khách sạn ông Lê văn Hiệp. Ông

Hội đến nhận ở đó, chuyển giao rất chu đáo, nhanh chóng. Bằng tình cảm cá nhân, ông Hội lại tác động các Đại sứ Á Phi đến điều tra nhân quyền ở Nam Việt nam. Hòa thượng Nhất hạnh và bác sĩ W. càng liên lạc và hướng dẫn cụ thể cho phái đoàn nầy. Chỉ vì tôi chưa kịp nói nên đôi bên chưa hiểu.

Khi ở Xá lợi, tất cả chi phí không nhỏ cho việc của Pg miền Trung mà tôi phải liệu, thì người giúp tôi là ông Lê văn Hiệp. Nhân đây, tôi nói đến chi phí khi còn ở Huế. Mọi chi phí ở dây và lúc ấy là do các khuôn hội Thừa thiên lạc cúng, do tỉnh hội ấy thu và chi.

Tình báo một cách xuất sắc nhất là 1 Phật tử tự động. Chính ông Nhu cũng lao đao về sự tình báo của người nầy. Người này thường viết báo cáo giao cho hòa thượng Tâm châu mà không ra mặt. Nhưng sau nầy tôi cũng biết người đó là ai.

Hòa thượng Trí quảng, lúc ấy, khá có khả năng vận động phong trào học sinh.

Hòa thượng Thiện minh có sáng kiến tấn công bà Nhu. Sự tấn công này tác động nhanh và mạnh đến bất ngờ đối với phong trào học sinh. Mưu đồ lừa đảo của chính quyền trong việc thực thi Thông cáo chung cũng rã vì "đức bà lồng lộn, vung vít". Nhưng hòa thượng Hộ giác và thầy Giác đức thì tai họa không nhỏ, vì "mồm miệng không ưa nổi" trong chiến dịch ấy. Nghe nói lúc bị bắt, 2 ngài được đức Bà hỏi thăm khá ân cần.

Sau hết, mà thật ra là trước hết, tôi nói đến 1 người, một người bạn của tôi, Bs W.

Ông thương tôi hết lòng. Việc tôi làm, mở đầu mà thế giới biết, là do ông. Giao thiệp với Tổng thư ký LHQ đầu tiên là do ông. Sau thiết quân luật, Pg bị hốt rồi, cũng chính ông hoạt động với hòa thượng Nhất hạnh, rất hiệu quả.

Ông, trước không nói gì, nhưng tôi biết và biết rõ. Ông muốn qua tôi, Pg phải thành một lực lượng. Nhưng thực tế làm cho ước muốn ấy không phù hợp với chính Pg. Dẫu vậy, ông không biến đổi tình cảm, vẫn một lòng một dạ thương tôi, thương Pg của tôi.

Ở đây, tôi nói vắn tắt về ông – về cái tình ấy, cái tình tôi không thể quên, không bao giờ quên.

17/ 1

Ở trong tòa Đại sứ Mỹ, khi đoán chắc sẽ có đảo chánh, tôi lại lo như tình trạng Hàn quốc: Lý thừa Văn đổ rồi, đảo chánh hoài. Như thế thì làm được cái gì. Ông Diệm bị đảo chánh rồi, tôi cáo từ ra về, người Mỹ nói, nếu có thể, tôi nên góp ý kiến với chế độ mới. tôi nói, nhưng không nên đảo chánh nữa. Người Mỹ không nói lại gì hết. Tôi đoán trước những gì sẽ xảy ra. Nếu không vì thành lập Giáo hội Phật giáo Việt nam (GHPGVN), tôi đã "công thành thân thoái" rồi. GHPGVN sẽ thành lập, là vì phải thành lập nhưng đối nội đối ngoại sẽ đầy những sự khó vui. Dẫu vậy, vẫn phải thành lập, thay thế Tổng hội Phật giáo Việt nam hết nhiệm vụ rồi.

Dự thảo Hiến chương cho GHPGVN, tôi viết lời mở đầu, "Công bố lý tưởng hòa bình, Phật giáo không đặt sự tồn tại của mình ngoài sự tồn tại của dân tộc". GHPGVN được cầm đầu bởi chức vụ Tăng thống, tước hiệu có từ thời đại Đinh Lê. Tăng thống tương đồng với Tăng cang, tước hiệu vua Minh mạng đã đổi ra. GHPGVN gồm 2 viện: Tăng thống và Hóa đạo, lãnh đạo tất cả tăng ni và tín đồ của Pg VN. Khi chính thức thành lập, tôi tìm cách giữ chức vụ Chánh thư ký viện Tăng thống, là thật sự muốn ẩn mình, hy vọng tiếp tục dịch giải kinh sách vốn là chí hướng đích thực của tôi.

18/ 1

Nhưng rồi tôi chữa lửa mà bị cho là đốt nhà. Bao nhiêu chuyện xảy ra, ở Huế cũng như ở Saigon, do các ông Tướng ai cũng thấy mình có thể làm nên chuyện. Quần chúng Pg bị cuốn hút vì cái tính "giữa đường thấy chuyện bất bình mà tha", nên bị lợi dụng có khi thật phiền. Sau hết, có ông tướng nghĩ mình dẹp "loạn" được thì được vượt trội trong quyền chức. Không ngờ công thành tội, bị buộc phải khuất thân đối với kẻ thật ra là ăn nhờ.

Bằng cái Quốc hội Lập hiến, tôi mong quần chúng có cơ cấu sinh hoạt chính trị, Pg có thể rút mình ra.

Nhưng việc nầy là " họa hổ bất thành phản loại cẩu"!

18/2

Trong khuôn khổ của sự "dẹp loạn" để làm cho Quốc hội lập hiến "hổ biến thành cẩu", có 1 màn có thể nói là khó nói.

Một đoàn chiến xa và thiết giáp khá hùng hậu, được điều động từ Quảng trị vào Huế. Khi sắp qua cầu An hòa, viên sĩ quan chỉ huy ra lịnh ngừng lại để anh đi thám sát đã. Anh đến chùa của khuôn hội Pg Phú thạnh, miệng hét tay làm, hối thúc Phật tử khuôn hội, có anh phụ lực, khiêng bàn Phật ra giữa đường, lại hối thúc tư gia Phật tử làm theo. Viên sĩ quan quay lại, báo cáo đường bị cản trở. Rồi đợi lịnh. Nhưng bàn Phật được đưa ra càng nhiều. Khuôn hội Phú thạnh đã chạy vào Diệu đế thông báo cho tôi và hỏi ý kiến. Tôi hỏi Ông Thiện siêu đang có mặt. Ông nói, "thụ động chứ biết làm sao". Thực tế tôi cũng không thể bảo ngưng được nữa. Bàn Phật đã có sâu trong thành phố rồi. Chưa bao giờ, mà bây giờ, tôi phải xúc phạm sự tôn nghiêm đến mức nầy!

Thế nhưng chưa hết. Đêm đó, trung tâm thành phố sáng lên, lung linh, huy hoàng, với quá nhiều bàn thờ Phật. Đêm sau càng là như vậy. Trung tâm thành phố bãi công bãi thị 100%. Trong khung cảnh nầy, tôi được cấp báo có 1 Phật tử tự thiêu.

Phật tử nầy là Nguyễn thị Vân, pháp danh Không gian, đệ tử ngài Tăng cang Qui thiện, thuộc thiền phái gốc: Thiền phái Long trì. Vân 18 tuổi, học sinh năm thứ hai của bán phần Tú tài, trường Bồ đề Thành nội. Nhà ở cửa Thượng tứ, đối diện nhà Bs Quyến. Vân là thành viên GĐPT Thành nội, từ Anh vũ mà học và thi lên đến đoàn phó, rồi đoàn trưởng năm 14 tuổi. Đã mặc áo dài, nhưng màu trắng cũng như màu lam đều không chịu may eo. Thông minh, xuất sắc, ít nói, nhưng rất dễ mến. Việc tự thiêu hoàn toàn do Vân lặng lẽ tự sắp đặt, với nhiều lắm là 3 lít xăng, thực hiện tại chùa khuôn hội Pg Thành nội, lúc 4 giờ sáng. Khi ánh lửa bùng lên, người trong chùa có cả em trai của Vân là Lam sơn, mới biết có người tự thiêu, nhưng chưa rõ là ai, chỉ thấy một người ngồi trang nghiêm, chấp tay trong lửa. Lửa hạ mới biết là Vân, do thư để lại. Nhưng non 3 lít xăng không giúp Vân giải thoát hình hài. Vân bỏng mắt nhưng vẫn tỉnh, vẫn niệm Phật, không rên kêu gì, và được đưa ngay qua bịnh viện Trung ương. Chính Bs Quyến chăm sóc cho Vân, với sự góp sức của các giáo sư Y khoa người ngoại quốc. Vân vẫn tỉnh, vẫn nói được dầu khó khăn. Bs Quyến khóc, các giáo sư ngoại quốc cũng khóc. Y khoa hết khả năng trong trường hợp này. Vân muốn gặp tôi. Tôi quá nhiều việc, Ông

Mật nguyện tình nguyện đóng vai tôi. Nhưng Vân nói gì thì không thể nghe được. Chung quanh Vân, ngoài Bs Quyến, Ông Mật nguyện, bấy giờ đã có em trai Lam sơn, có chị cả, có cha. Ai cũng ngậm nước mắt, nhỏ tiếng niệm Phật cho Vân, theo tiếng của Ông Mật Nguyện và Bs Quyến. Đến 7 giờ 30, Vân về với Phật. Linh cửu được quàn tại Diệu đế. Thiếu tá Sãnh xông vào, cướp linh cữu của Vân, đem vùi tại chùa Viên thông. Sau nầy, Pg và gia đình Vân cải táng, đem về chùa Qui thiện, nằm chung với tiền nhân.

Nỗi ân hận về bàn thờ Phật, cùng nỗi thán phục Vân, cho đến nay, không nguôi trong tôi.

19/ 1

Tôi bị bắt từ Huế đem vào Saigon, giam tại 1 bịnh viện tư, sau khi họ bàn với nhau gần nửa ngày. Tại đây, tôi tự ý tuyệt thực 100 ngày, tiếp theo thì gian đã làm 2 ngày ở Huế.

Tôi tuyệt thực rất nghiêm túc. Trước hết tâm tư thanh thản và thanh lương, xả bỏ tất cả. Kế đến chỉ uống nước trong, sau vì nhức đầu và nướu răng quá, phải dùng 2 muỗng canh mỗi ngày nước thuốc dextrose. Hòa thượng Trí thủ sắc nước lúa lâu năm cho tôi 1 chén vài hớp, uống vào đi đại ra máu liền. Họ lịnh cho bác sĩ quản đốc bịnh viện, và 1 bác sĩ nữa nay vẫn còn sống, phải bị trừng trị nếu để tôi chết. Tôi nghe 2 bác sĩ ấy nói mà không nghỉ ngợi gì, dầu thừa biết tại sao. Tôi nghe đọc Tây du. Đọc bản dịch người Nam nghe vui, về văn. Viết được 2 tiểu phẩm , 1, bình luận Tây du theo Duy thức học của chính người gọi là "ông Tam tạng"; 2, khái luận về khởi tính luận, viết nghiêm chỉnh, dầu lúc đó đâu có tài liệu, nhưng ký ức tôi lại khởi sắc lên. Tôi vẫn trì niệm hồng danh đức bổn tôn A di đà, đúng thời khóa mà thêm lên nhiều hơn.

Có lúc ngẫm nghĩ về việc thánh Cam địa áp dụng phương pháp tuyệt thực và bất bạo động. Đến ngày 70 thì thị lực kém sút khá nặng, 10 ngày sau đó nữa thì phải ngưng hẳn nghỉ và viết, bỏ dở tiểu phẩm "Bài học từ văn Cảnh sách" mà tôi rất vui về dự thảo trong trí. Gần đủ 100 trăm ngày thì nhức mỏi, nhất là 2 cổ tay, đánh khá mạnh bằng dùi chuông gia trì lớn vẫn không đã. Cả 2 bác sĩ hội chẩn, thấy tim mạch tôi đáng ngại, nói có lẽ họ phải làm nghĩa vụ thầy thuốc. Có vẻ họ nghĩ tôi cũng mong như vậy. Rất mệt, nhưng tôi điềm đạm và nói rõ, "Xin các ông đừng chộn rộn. Các ông không làm được gì tôi đâu. Xin các ông nghe rõ: tôi không muốn chộn rộn".

Cả ngày 98 ấy tôi mệt kỳ lạ, rã rời nhưng cảm thấy vui tuyệt diệu nếu đi khỏi cuộc đời trong cái vui nầy. Thế nhưng ngày 99, rồi ngày 100, đột nhiên khỏe khoắn. Và tôi chấm dứt vào 0 giờ ngày 101, mừng vì thiện nguyện thành tựu. Từ đầu hôm đến giờ nầy, ngồi với tôi là Trung hậu, và 2 phật tử bị bắt đi theo từ ngoài Huế; lại có các thầy Nhật lệ và Đức trạm (vài tối tụng tán cho tôi nghe 1 thời kinh); có các chú ở Ấn quang mà tích cực nhất đối với việc tôi làm. Tôi khởi sự ăn lại bằng nửa miếng format, vì thấy muốn ăn muối. Buổi sáng ngày đó, các hòa thượng Trí thủ, Thiện hoa, và Huyền quang cùng ngồi với tôi. Hòa thượng Trí thủ nói, bây giờ thì cho thầy biết, người ta không muốn thầy sống lâu, vậy thầy chết là dại. Thôi, thiên long hộ pháp thật thần kỳ, vậy tốt rồi.

Hòa thượng Trí thủ nói đúng, Thầy Thiện minh bị ám sát (mà thoát chết). Còn tôi, người ta ra lệnh không để tôi chết lúc tuyệt thực, chỉ vì nhu cầu của họ lúc đó. Nhưng thực sự có 3 bên không muốn tôi sống. Họ muốn Pg không còn là mối bận tâm cho họ nữa. Việc đi Ý hay đi Nhật, là mưu đồ đi đày, không hơn không kém.

Đặc biệt nên nói vài việc trong khi tôi tuyệt thực. Thứ nhất, 1 nữ giáo sư Luật, trẻ, người Âu, dạy viện trợ cho đại học đường Luật Ấn độ, nói với các vị thần linh Hy mã lạp sơn bảo cô đến làm phép và săn sóc tôi. Nói việc nầy để thấy âm mưu rất tồi cũng được dùng đến. Thứ hai, một ngày khác, 9 giờ sáng, 1 chiếc xe ngoại giao đoàn của Ý, đến "mời thầy lên xe, chúng tôi đưa thẳng lên phi trường đến nước chúng tôi". Tôi nói tôi có ý đi tị nạn hay lưu vong gì đâu. Họ nghĩ ngợi khá lâu, rồi nhún vai, chào tôi rất lịch thiệp, và ra về. Thứ ba, một đại biểu quốc hội Nhật gốc là 1 nhà sư, gặp tôi, nói thủ tướng nước ông nhờ ông hỏi tôi có ý định viếng thăm nước Nhật, hơn nữa, có ý định lưu trú ở đó bằng 1 ngôi chùa đủ tiện nghi, khuôn viên 3000 mét vuông, và 1 số tiền mặt, 1 triệu Mỹ kim, hay không? Nếu thầy có ý định đến Nhật như vậy thì thủ tướng tôi sẽ mời, và là khách của ông. Ông sẽ chiếu liệu tất cả. Người thông dịch cho tôi, cuộc tiếp xúc nầy là hòa thượng Mãn giác. Tôi nói tôi không biết gì, không có ý định gì cả.

Rốt cuộc, tôi không biết gì, không có ý định gì cả, nên cuộc đời tôi "không vẫn hoàn không", không có gì đáng nhớ, đáng nói. Ngay như sự tự truyện này, vì không thể không có nên phải viết và phải in, mà thôi. "Không vẫn hoàn không" là Phật cho, tôi mới được như vậy.

24-4-2555 (2011)

Trí Quang

DANH MỤC TÁC PHẨM
KINH SÁCH CỦA ĐẠI LÃO HÒA THƯỢNG THÍCH TRÍ QUANG

Đệ tử THÍCH NGUYÊN TẠNG
(sưu tập & lưu trữ)

KINH TẠNG

- Kinh Bốn Mươi Hai Bài. HT. Thích Trí Quang dịch
- Phẩm Hạnh Nguyện Phổ Hiền. HT. Thích Trí Quang dịch giải
- Kinh Duy-ma. HT. Thích Trí Quang dịch giải
- Kinh Báo Ân Cha Mẹ. HT. Thích Trí Quang dịch
- Kinh Vu Lan. HT. Thích Trí Quang dịch giải
- Kinh Kim Cương. HT. Thích Trí Quang dịch giải
- Kinh Ánh Sáng Hoàng Kim. HT. Thích Trí Quang dịch giải
- Kinh Viên Giác. HT. Thích Trí Quang dịch giải

- Kinh Giải Thâm Mật. HT. Thích Trí Quang dịch giải
- Kinh Hoa Sen Chánh Pháp. HT. Thích Trí Quang dịch giải
- Kinh Thắng Man. HT. Thích Trí Quang dịch
- Thủy Sám. HT. Thích Trí Quang dịch giải
- Dược Sư Kinh Sám. HT. Thích Trí Quang dịch giải
- Kinh Địa Tạng. HT. Thích Trí Quang dịch giải
- Lương Hoàng Sám. HT. Thích Trí Quang dịch giải
- Hai Thời Công Phu. HT. Thích Trí Quang dịch giải
- Mười Điều Tâm Niệm. HT. Thích Trí Quang dịch
- Kinh Giáo huấn vắn tắt của Phật lúc sắp niết bàn. HT. Thích Trí Quang dịch
- Kinh Hoa Nghiêm (Phẩm Hạnh Nguyện Phổ Hiền) HT. Thích Trí Quang dịch

LUẬT TẠNG

- Bồ-tát giới Phạn võng. HT. Thích Trí Quang dịch giải
- Tỳ-kheo giới. HT. Thích Trí Quang dịch giải
- Tỳ-kheo-ni giới. HT. Thích Trí Quang dịch giải
- Thức-xoa-ma-na-ni giới. HT. Thích Trí Quang dịch giải
- Sa-di và Sa-di-ni giới. HT. Thích Trí Quang dịch giải
- Quy Sơn Cảnh Sách. HT Thích Trí Quang dịch giải

LUẬN TẠNG

- Luận Khởi Tín. HT. Thích Trí Quang dịch giải
- Luận Đại Trượng Phu. HT. Thích Trí Quang dịch giải
- Dị bộ tông luân luận: lược thuật học thuyết của các bộ phái tiểu thừa. HT. Thích Trí Quang dịch
- Luận Chỉ Quán. HT. Thích Trí Quang dịch giải
- Nhiếp đại thừa luận: luận văn Tổng quát về đại thừa. HT.

Thích Trí Quang dịch giải

CÁC SÁNG TÁC KHÁC

- Tiểu truyện tự ghi . Hòa Thượng Thích Trí Quang
- - Vài đặc điểm của Phật Giáo. Hòa thượng Thích Trí Quang
- Cao Tăng Pháp Hiển. HT. Thích Trí Quang
- - Ngọn lửa Quảng Đức. HT. Thích Trí Quang
- Từ Rạch Cát tới Tòa Đại Sứ. HT. Thích Trí Quang
- Người Xuất Gia. HT. Thích Trí Quang
- Vua Lương Võ Đế. HT. Thích Trí QuanG
- Lời tụng tôn kính đức Phật đương lai. HT. Trí Quang
- Đọc Pháp Cú Nam Tông. HT. Thích Trí Quang
- Người Phật tử tại gia. HT Thích Trí Quang

Nam Mô A Di Đà Phật

Tu Viện Quảng Đức, Melbourne, Úc Châu 9/11/2019

BẤT ĐỘNG
TRÍ QUANG

TÂM QUANG VĨNH HẢO

TRÍ bất hữu-vô, bi nguyện rộng
QUANG phi sinh-diệt, trùm thái-không
Hành vô-hành hạnh tâm vô-trước
TRÍ HẢI thậm thâm chiếu vô cùng.
Thị-hiện ta-bà khua trống Pháp
Phụ-chánh tồi-tà gióng chuông Tâm
Bạt vía ma quân lừng thiên cổ
Văn bút nhà thiền rạng viên-âm.
Một thoáng canh tàn nơi liêu vắng
Nghiên mực gác lại bên thư-song
Cười vỡ trăm năm cơn đại mộng
Bạch hạc bay về chốn vô tung.
Trí Quang đạt giá vô danh tướng

Tiêu sái cõi ngoài bước thong dong
Bất động như như tâm kiên cố
Vô vi tịch lặng không hoàn không.

California, Rằm tháng 10 Kỷ Hợi
Học trò hư đề thơ kính dâng Thầy

HÒA THƯỢNG THÍCH TRÍ QUANG
VÀ MỘT CHẶNG ĐƯỜNG LỊCH SỬ PHẬT GIÁO VIỆT NAM

TÂM HUY HUỲNH KIM QUANG

LỜI DẪN

Phật Giáo Việt Nam có sự gắn bó như nước và sữa với dân tộc và đất nước Việt Nam suốt quá trình lịch sử tồn tại và phát triển trên hai ngàn năm qua. Đó là sự thật lịch sử không thể phủ nhận. Trong quá trình tồn tại và phát triển đó, Phật Giáo Việt Nam đã trải qua nhiều cơn thăng trầm, vinh nhục. Nhưng chưa bao giờ Phật Giáo Việt Nam đánh mất bản nguyện hoằng dương Chánh Pháp giải khổ quần sanh và góp phần giữ nước và phát triển đất nước.

Trong thời cận và hiện đại, từ đầu thế kỷ 20 đến nay, Phật Giáo Việt Nam cùng với dân tộc bước vào một khúc quanh mới để bắt kịp trào lưu tiến bộ, hiện đại hóa, kỹ nghệ hóa, và toàn cầu hóa của toàn thể nhân loại. Chính trong bối cảnh và nhu cầu thời đại đó, Phật Giáo Việt Nam đã chuyển mình để trở thành cơ cấu tổ chức với các danh xưng Giáo Hội. Giáo Hội là hình thái sinh hoạt mới không còn và cũng không thể mang sắc thái thuần túy khép kín trong thiền môn, trong nội bộ Tăng Già, mà mở rộng phạm vi hoạt động ra nhiều lãnh vực trong cộng đồng xã hội. Đó vừa là đáp ứng đúng nhu cầu thời đại và vai trò của một tôn giáo có bề dày trên hai mươi thế kỷ trong lòng dân tộc, vừa là thách thức đối với sự tồn tại và phát triển của truyền thống tâm linh lâu đời của chính Phật Giáo Việt Nam, cũng như bao nhiêu nghịch cảnh và chướng duyên từ bên trong lẫn bên ngoài.

Chính vì nghịch cảnh và chướng duyên, không ít bậc lãnh đạo của Phật Giáo Việt Nam, dù muốn hay không, đã bị cơn lốc thị phi va chạm. Một trong những vị lãnh đạo Phật Giáo Việt Nam bị nhiều thị phi nhất là Hòa Thượng Thích Trí Quang. Chỉ một mình Hòa Thượng Thích Trí Quang mà từ mấy thập niên qua thiên hạ đã tốn không biết bao nhiêu giấy mực để dệt nên vô số bài viết, nghiên cứu, biên khảo, sách báo với đủ mọi sắc thái khen, chê. Thậm chí gần đây còn có cả những âm mưu lợi dụng chuyện về Hòa Thượng Thích Trí Quang để ngụy tạo, bóp méo, và xuyên tạc lịch sử với ý đồ bôi nhọ Phật Giáo Việt Nam. Nhận thức được nguy cơ này, Hòa Thượng Thích Trí Quang, dù không muốn, đã phải viết tự truyện để soi sáng sự thật lịch sử.

Người viết nhân đọc "Tự Truyện" của Hòa Thượng Thích Trí Quang nên có cảm khái viết đôi điều suy nghĩ về Hòa Thượng và một chặng đường lịch sử Phật Giáo Việt Nam.

"Tự Truyện" được Hòa Thượng Thích Trí Quang cho in trong nước vào khoảng thời gian gần cuối năm 2011, dày 220 trang, khổ nhỏ hơn khổ sách bình thường một chút, bìa trắng đen, không có hình ảnh. Điểm đặc biệt của "Tự Truyện" là Hòa Thượng Thích Trí Quang đã kể lại nhiều điều liên quan tới bản thân của ngài, tới lịch sử đất nước và Phật Giáo Việt Nam mà lâu nay chưa ai nói tới. Bài viết này xin tập trung nói đến những điểm đặc biệt mới này.

BIẾT NGƯỜI, BIẾT MÌNH

Từ năm 1940 đến 1944, tức là khoảng thời gian cuộc chiến tranh Việt Pháp do Việt Minh khởi xướng mới bắt đầu, khi nhận định về thế cuộc thời đó, Hòa Thượng Thích Trí Quang đã viết trong Tự Truyện rằng, "Tôi khẳng định vị trí 'Tăng sĩ Phật giáo' của tôi. Nhưng tôi suy nghĩ sự đô hộ của người Pháp." Rồi Hòa Thượng viết tiếp khi đọc "bản tường trình sự cần thiết thành lập Mặt trận Việt minh của Trường Chinh, nội dung nói rõ quan điểm 'giải phóng dân tộc' làm tôi chú ý. Tôi thừa hiểu giải phóng dân tộc rồi không phải ngưng ở đó."

Đoạn trích trên cho thấy 3 điểm đáng chú ý:

1- Hòa Thượng Thích Trí Quang biết rõ và khẳng định mình là ai, đó là một Tăng sĩ Phật Giáo. Biết và khẳng định vị thế Tăng Sĩ Phật Giáo đồng nghĩa với sự khẳng định lý tưởng tu hành giác ngộ và giải thoát cũng như sứ mệnh truyền thừa nhiệm vụ hoằng dương Phật Pháp của đức Phật và Thầy Tổ.

Biết rõ như vậy thì sẽ không thể nào đi lạc hướng.

2- Hòa Thượng Thích Trí Quang nhận thức rõ về hiểm họa xâm lược của thực dân Pháp và nguy cơ mất nước nên đã không ngần ngại tham gia kháng chiến chống Pháp. Đó là trách vụ thiêng liêng của người công dân nước Việt trước cơn nguy biến của sơn hà xã tắc. Chê trách việc làm đó là đồng nghĩa với phủ nhận bổn phận của người dân khi đất nước lâm nguy.

3- Hòa Thượng Thích Trí Quang biết rõ phong trào Việt Minh sẽ không dừng lại ở chỗ 'giải phóng dân tộc' mà còn đi xa hơn. Điều Hòa Thượng không nói ra trong Tự Truyện chính là sự lộ diện nguyên hình của Đảng Cộng Sản Việt Nam với việc thực thi chủ nghĩa Cộng Sản của họ tại Việt Nam sau đó. Biết rõ như vậy cho nên, Hòa Thượng đã bỏ kháng chiến mà về lại Chùa tiếp tục sứ mệnh của người Tăng Sĩ Phật Giáo.

Trước ngày 1 tháng 11 năm 1963, tức trước cuộc đảo chánh lật đổ chế độ Tổng Thống Ngô Đình Diệm, lúc còn tị nạn trong Tòa Đại Sứ Mỹ ở Sài Gòn, Hòa Thượng Thích Trí Quang đã đoán trước là thế nào cũng có đảo chánh. Điểm đáng lưu ý là khi nghĩ tới chuyện đảo chánh thì Hòa Thượng viết trong Tự Truyện rằng, "... khi đoán chắc sẽ có đảo chánh, tôi lại lo như tình trạng Hàn Quốc: Lý thừa Vãn đổ rồi, đảo chánh hoài. Như thế thì làm được cái gì. Ông Diệm bị đảo chánh rồi, tôi cáo từ ra về, người Mỹ nói, nếu có thể, tôi nên góp ý kiến với chế độ mới, tôi nói, nhưng không nên đảo chánh nữa. Người Mỹ không nói gì hết."

Trích đoạn trên cho thấy Hòa Thượng Thích Trí Quang không tán đồng việc đảo chánh để rồi đưa đất nước vào những cơn biến động, những cuộc đảo chánh liên tiếp gây khủng hoảng và làm suy yếu sức mạnh đoàn kết dân tộc để xây dựng và phát triển quốc gia.

LẬP TRƯỜNG ĐẤU TRANH

Như vậy có nghĩa là bản thân Hòa Thượng nói riêng và Phật Giáo nói chung không chủ trương đảo chánh lật đổ chế độ nhà Ngô. Điều này đã được viết rõ trong Tự Truyện. Trong Tự Truyện kể rằng Bác sĩ Lê Khắc Quyến được ông Diệm mời gặp tại Sài Gòn. Trước khi đi Sài Gòn, BS Quyến đến gặp Hòa Thượng Thích Trí Quang để hỏi xem Hòa Thượng có muốn nói gì với Tổng Thống Diệm không. Hòa Thượng Thích Trí Quang nói với BS Quyến rằng, "Ông hỏi tôi muốn ông nói gì, tôi nói, xin nói rất thật thâm tâm của tôi. Tôi không mưu đồ gì cả, chỉ phản ứng vì hết mức chịu đựng sự xúc phạm quá đáng đến đức Phật và Phật giáo của tôi, mà thôi. Vấn đề như vậy quá dễ giải quyết cho Tổng thống chứ không thương tổn gì."

Một chỗ khác trong Tự Truyện, Hòa Thượng Thích Trí Quang viết lại 5 nguyện vọng của Phật Giáo trong vụ tranh đấu 1963 đã được hoạch định ngay từ lúc đầu. Trong 5 nguyện vọng đó nói rằng, "Một, Phật giáo tự giới hạn, chỉ phản đối chính sách ngược đãi Phật giáo của chính phủ. Phật giáo không bước qua những địa hạt khác, nhất là địa hạt quyền chức chính quyền. Hai, tuyệt đối sử dụng phương cách 'bất bạo động.' Ba, Phật giáo không mưu độc tôn, không cầu đặc tôn, nên không thấy ai, kể cả Tcg, là đối nghịch. Bốn, Phật giáo không mưu hại ai, không thiên ai để hại ai. Nếu thất bại, Phật giáo coi là sự thất bại của chân lý trước bạo lực, không phải thất bại như bạo lực kém bạo lực. Năm, sau hết, nhưng quan trọng nhất, là Phật giáo thỉnh cầu các bậc lãnh đạo 2 thực thể đối trận, đừng khai thác gì về cuộc vận động của Phật giáo. Vì làm như vậy thì đối phương quý vị lấy cớ để hại Phật giáo mà thôi."

Hai trích đoạn trên nêu bật một số điểm đáng chú ý sau đây:

1- Cuộc đấu tranh của Phật Giáo năm 1963 là vì không "chịu đựng sự xúc phạm quá đáng đến đức Phật và Phật giáo" của chính quyền nhà Ngô qua việc cấm treo cờ Phật Giáo trong các Chùa, các cơ sở Phật Giáo, việc thủ tiêu, bắn giết, bỏ tù và trù dập hàng ngũ Tăng, Ni và cư sĩ Phật tử trên khắp miền Nam từ năm 1951, như Tự Truyện ghi rằng, "Năm ngoái, 2495 (1951), khi vào họp Đại hội, hòa thượng Tâm châu có đưa cho tôi 2 tài liệu bằng hình ảnh. Tài liệu 1 là thư tuyệt mệnh của 1 gia đình nếu tôi nhớ không lầm là 7 người, đau lòng vì tín ngưỡng của mình bị kỳ thị, và gia đình mình bị bức tử. Tài liệu 2 là 3 ngôi chùa mái cổ có mặt nhật bị đập, và thay vào là hình chữ thập. Các vị ni sư bị mặc áo mão bà sơ." Đó là cuộc vận động đòi quyền bình đẳng tôn giáo.

2- Cuộc đấu tranh của Phật Giáo năm 1963 ngay từ đầu phía Phật Giáo đã khẳng định là bất bạo động, có nghĩa là không sử dụng đến phương thức bạo động để đòi quyền bình đẳng tôn giáo. Trong bối cảnh khi mà Liên Hiệp Quốc đã công bố Bản Tuyên Ngôn Nhân Quyền vào ngày 10 tháng 12 năm 1948, thì vấn đề tôn trọng quyền bình đẳng tôn giáo, tôn trọng quyền làm người là quyền lợi tất yếu của người dân và bổn phận phải có của các thể chế chính quyền. Chính vì vậy, Hòa Thượng Thích Trí Quang kể trong Tự Truyện: "Bắt đầu việc gửi điệp văn đến LHQ, mật và gấp. Nội dung tôi nói Nam Việt nam "vi phạm nhân quyền." Sự vi phạm ấy gồm có xúc phạm Phật đản 2507, triệt cờ Phật giáo Thế giới, khủng bố trắng Phật tử bất bạo động bằng chiến xa. Thỉnh cầu ngài Tổng thư ký LHQ tra xét và bảo vệ "hiến chương nhân quyền."

3- Cuộc đấu tranh của Phật Giáo năm 1963 không có mưu đồ lấn sang địa hạt quyền chức chính quyền, không mưu đồ độc tôn tôn giáo, hay chống Thiên Chúa Giáo. Khẳng định ngay từ đầu như thế cho nên, Phật Giáo nói chung và bản thân Hòa Thượng Thích Trí Quang nói riêng không hề có ý đồ chen lấn vào các vấn đề chính trị thế quyền. Và cũng vì vậy mà các thế lực chính trị với quyền lợi cá nhân, gia đình, đảng phái, chủ nghĩa, hay tôn giáo riêng đã xem Phật Giáo là thế lực cần phải triệt hạ. Nhưng xác định thế đứng vượt lên trên đảng phái, khuynh hướng chính trị và chủ nghĩa là đúng với con đường dẫn đạo tâm linh cho con người trong mục đích giác ngộ vô minh và giải thoát mọi khổ đau của đạo Phật. Cũng chính ở vị thế vượt lên trên đó, đạo Phật đã đi sâu vào lòng người, sống trong trí tuệ và tình thương của nhân loại, để có thể tồn tại và phát triển ở mọi quốc gia, mọi thời đại.

Nếu Phật Giáo chọn đứng chung hàng ngũ với các thể chế chính trị, các chế độ chính quyền, hay các chủ nghĩa thế tục thì đã có lúc bị buộc phải trở thành thế lực chống lại dân tộc và làm hại cho quốc gia xã tắc.

4- Nguyện vọng thứ 5 của Phật Giáo là điểm quan trọng nhất vì nó cho thấy viễn kiến chính xác của những nhà lãnh đạo Phật Giáo Việt Nam ngay từ lúc bắt đầu công cuộc đấu tranh đòi quyền bình đẳng tôn giáo và nhân quyền. Nguyện vọng đó: "là Phật giáo thỉnh cầu các bậc lãnh đạo 2 thực thể đối trận, đừng khai thác gì về cuộc vận động của Phật giáo. Vì làm như vậy thì đối phương quý vị lấy cớ để hại Phật giáo mà thôi."

Quả thật không sai. Cuộc vận động cho quyền bình đẳng tôn

giáo của Phật Giáo đã bị các thế lực chính quyền ở 2 miền Nam Bắc lợi dụng để gây tại hại không lường cho Phật Giáo Việt Nam mà mãi đến ngày nay, sau gần 50 năm, vẫn còn những di chứng đáng sợ. Chế độ Quốc Gia ở Miền Nam thì chụp mũ Phật Giáo là Cộng Sản, trong khi chế độ Cộng Sản ở Miền Bắc thì kết án Phật Giáo là CIA, là "tay sai của Mỹ Ngụy," là "Phật Giáo phản động," v.v...

THEO AI?

Vậy đâu là sự thật? Hòa Thượng Thích Trí Quang là người của CIA, là người quốc gia chống Cộng Sản, hay là người của Cộng Sản chống Mỹ, chống Quốc Gia?

Trong tác phẩm "Only Religions Count in Vietnam: Thich Tri Quang and the Vietnam War," (Chỉ Có Tôn Giáo Là Đáng Kể Tại Việt Nam: Thích Trí Quang và Chiến Tranh Việt Nam) của Giáo sư Trường Cao Đẳng Tư Williams College ở Tiểu Bang Massachusetts, Hoa Kỳ, và là nhà nghiên cứu chuyên về Phật Giáo Việt Nam và nhân vật Thích Trí Quang là James McAllister, được Nhà Xuất Bản Modern Asian Studies ấn hành năm 2007, bản dịch Việt do Trần Ngọc Cư thực hiện. Trong đó tác giả James McAllister sau khi nghiên cứu nhiều tài liệu từ các nguồn khác nhau gồm cả tài liệu của Bộ Ngoại Giao Hoa Kỳ đã đưa ra khẳng định rằng, "Tuy nhiên, như chính Moyar cũng nhìn nhận, các quan chức của chính phủ Mỹ, những người có đủ mọi lý do tự lợi (self-interested) để kết luận Trí Quang là Cộng sản, lại trước sau như một đã bác bỏ cách đánh giá này. Như các nhà phân tích của CIA đã kết luận tháng Chín 1964: "Không một ai trong số nhiều người Việt thù ghét Trí Quang, những kẻ chỉ chờ cơ hội để bôi nhọ ông, hay thậm chí những kẻ hoài nghi về động lực chính trị của ông, có thể đưa ra bằng chứng vững chắc về bất cứ liên kết nào hiện có giữa ông và Cộng sản".

Hòa Thượng Thích Trí Quang viết trong Tự Truyện rằng, "Nhưng rồi tôi chữa lửa mà bị cho là đốt nhà. Bao nhiêu chuyện xảy ra, ở Huế cũng như ở Sàigòn, do các ông Tướng ai cũng thấy mình có thể làm nên chuyện. Quần chúng Phật giáo bị cuốn hút là vì cái tính "giữa đường thấy chuyện bất bình mà tha," nên bị lợi dụng có khi thật phiền." Hay ở một đoạn khác Hòa Thượng viết: "Bằng cái gọi là Quốc hội lập hiến, tôi mong quần chúng có cơ cấu sinh hoạt chính trị, Phật giáo có thể rút mình ra." Một đoạn khác Hòa Thượng viết rằng, "Nhưng thực sự có 3 bên không muốn tôi sống. Họ muốn Phật giáo không còn là mối bận tâm cho họ nữa." Trong đoạn cuối của Tự Truyện, Hòa Thượng Thích Trí Quang viết rằng, "Rốt cuộc, tôi không biết gì, không có ý định gì cả, nên cuộc đời tôi 'không vẫn hoàn không,' không có gì đáng nhớ, đáng nói. Ngay như sự tự truyện này, vì không thể không có nên phải viết và phải in, mà thôi. 'Không vẫn hoàn không' là Phật cho, tôi mới được như vậy."

Trong các đoạn trích dẫn trên, xin lưu ý ở một chỗ Hòa Thượng Thích Trí Quang nói rằng "Nhưng thực sự có 3 bên không muốn tôi sống. Họ muốn Phật giáo không còn là mối bận tâm cho họ nữa." Ba bên là ai thì chắc người đọc có quan tâm đến tình hình Việt Nam thời bấy giờ đều biết rõ, đó là Mỹ, Chính Quyền Miền Nam và Cộng Sản. Như vậy thì làm sao Hòa Thượng Thích Trí Quang lại là người đi theo một trong 3 bên đó. Không đi theo bên nào cho nên phải gánh chịu thảm nạn là bị cả ba bên chống phá và kết án.

Những ai không liễu ngộ, không thực hành Phật Pháp đúng mức, không thấu triệt giáo nghĩa "Không" của nhà Phật thì sẽ không làm sao hiểu được điều Hòa Thượng Thích Trí Quang viết trong câu cuối của trích đoạn trên, rằng, "'Không vẫn hoàn không' là Phật cho, tôi mới được như vậy."

Tại sao, Phật cho cái "Không" mà Hòa Thượng lại tâm đắc như được điều gì quý giá nhất trong đời?

Cứu cánh của một người tu sĩ Phật Giáo hay một người con Phật không phải là đạt được điều gì đó về danh vọng, về quyền hành, về chức tước, về phẩm vị, về đẳng cấp, về của cải vật chất, mà đích thực và tối thượng là có thể buông xả mọi việc, mọi thứ, mọi điều, không nắm bắt, không chấp trước, không bị buộc trói bởi bất cứ điều gì trên thế gian này. Đó là sự giác ngộ tận cùng bản chất "vô sở đắc," hay "thật tánh không" của tất cả các pháp và giải thoát mọi phiền não và triền phược.

Với sự thực chứng như thế thì không một thế lực chính trị nào, không một thể chế chính quyền nào, không một chủ nghĩa nào đáng để cho người con Phật đúng nghĩa nói chung và Hòa Thượng Thích Trí Quang nói riêng để tâm tới, chứ đừng nói là bị trói buộc vào. Trong ý nghĩa đó, Hòa Thượng Thích Trí Quang chỉ đơn giản là một tăng sĩ Phật Giáo Việt Nam. Nhưng vì sinh ra trong một hoàn cảnh đất nước ngửa nghiêng, dân tộc bị vùi dập bởi các thế lực chính trị, Phật Giáo bị kỳ thị, bị bách hại, cho nên Hòa Thượng Thích Trí Quang và các vị lãnh đạo Phật Giáo phải ra tay lèo lái con thuyền đạo pháp để vượt qua cơn bão táp pháp nạn và quốc nạn.

Như thế đã quá rõ là Hòa Thượng Thích Trí Quang và những nhà lãnh đạo Phật Giáo Việt Nam chỉ theo Phật.

ƯỚC NGUYỆN BÌNH SINH
VÀ NỖI OAN KHÓ NÓI

Dù là nhà lãnh đạo Phật Giáo có thẩm quyền quyết định cao nhất, nhưng không phải việc gì Hòa Thượng Thích Trí Quang cũng có thể kiểm soát hết. Như Hòa Thượng đã viết trong Tự Truyện đã được trích ở trên rằng, "Nhưng rồi tôi chữa lửa mà bị cho là đốt nhà. Bao nhiêu chuyện xảy ra, ở Huế cũng như ở Sàigòn, do các ông Tướng ai cũng thấy mình có thể làm nên chuyện. Quần chúng Phật giáo bị cuốn hút là vì cái tính "giữa đường thấy chuyện bất bình mà tha," nên bị lợi dụng có khi thật phiền."

Điều phiền nhất mà Hòa Thượng ghi trong Tự Truyện là chuyện về việc đem bàn thờ Phật ra đường trong biến cố xảy ra tại miền Trung năm 1966. Hòa Thượng kể rằng, "Một đoàn chiến xa và thiết giáp khá hùng hậu, được điều động từ Quảng trị vào Huế. Khi sắp qua cầu An hòa, viên sĩ quan chỉ huy ra lịnh ngừng lại để anh đi thám sát đã. Anh đến chùa của khuôn hội Phật giáo Phú thạnh, miệng hét, tay làm, hối thúc Phật tử khuôn hội, có anh phụ lực, khiêng bàn Phật ra đặt giữa đường, lại thúc hối tư gia Phật tử làm theo. Viên sĩ quan quay lại, báo cáo đường bị cản trở. Rồi đợi lịnh. Nhưng bàn Phật được đưa ra càng nhiều. Khuôn hội Phú thạnh đã chạy vào Diệu đế thông báo cho tôi và hỏi ý kiến. Tôi hỏi Ôông (Ôn) Thiện siêu đang có mặt. Ôông nói, 'thụ động chứ biết làm sao.' Thực tế tôi cũng không thể bảo ngưng được nữa. Bàn Phật đã có sau trong thành phố rồi. Chưa bao giờ, mà bây giờ, tôi phải xúc phạm sự tôn nghiêm đến mức này!"

Đó là điều tất yếu phải xảy ra cho mọi phong trào quần

chúng. Khi một phong trào đã phổ biến ra quần chúng thì không một nhà lãnh đạo quân sự, chính trị, xã hội, hay tôn giáo nào có đủ sức để kiềm chế, hay kiểm soát hết mọi tình hình. Cũng chính ở nhược điểm này mà Phật Giáo Việt Nam đã không ngừng bị lợi dụng, bị chụp mũ, và bị kết án.

Nhưng, như thế, trong cõi tận cùng của con người Hòa Thượng Thích Trí Quang, đâu là ước nguyện bình sinh của ngài?

Hòa Thượng Thích Trí Quang viết trong phần đầu của Tự Truyện rằng, "Dầu chưa phải lúc, ở đây vẫn nên nói rõ về sự biên dịch kinh sách Phật giáo của tôi. Vì điều này mới đích thực là thị hiếu và chí hướng bình sinh của đời tôi, là lòng mong ước của mẹ tôi. Nên, dầu cơ hội có chùa lớn và đệ tử nhiều, tôi có không ít, nhưng tôi khước từ không đắn đo. Chỉ tạm trú hết Từ đàm thì Ấn quang, thì Già lam, ở đâu, đầu óc tôi chỉ nghĩ đến, ngay trong lúc ăn, phải dịch chữ này, câu kia, đoạn nọ, sao cho đúng ý và nghe được. Tôi không dạy học, vì không thích bằng sự biên dịch. Khởi sự hơn 1 năm trước ngày tốt nghiệp, tôi đã chuẩn bị đầy đủ để biên tập "Từ điển Phật học" và biên dịch "Đại tạng kinh." Nhưng công việc lúc đó, công việc góp sức "Vận động thống nhất Phật giáo VN" khiến tôi xếp cất lại chí nguyện của mình." Vận động thống nhất Phật Giáo Việt Nam mà Hòa Thượng nói đến là vận động thành lập Tổng Hội Phật Giáo Việt Nam vào năm 1951 và Giáo Hội Phật Giáo Việt Nam Thống Nhất vào năm 1964.

KẾT LUẬN

Ngày xưa, đức Phật thừa biết Ngài có thể làm Chuyển Luân Thánh Vương để dùng vương đạo mà an bang tế thế. Nhưng,

Ngài đã không làm? Vì sao? Vì Ngài biết rõ hơn ai hết rằng cái khổ sanh, già, bệnh, chết và muôn vàn phiền não sân si khác mà chúng sinh trong vô lượng kiếp, ở mười phương thế giới phải gánh chịu không thể nào được chữa trị tận gốc bởi Chuyển Luân Thánh Vương, mà duy chỉ có bậc Giác Ngộ Viên Mãn là Phật mới làm được. Đức Phật cũng biết rõ rằng liên hệ tới chính trị là phiền lắm cho nên, đời Ngài chỉ đi khất thực để sống và ngủ ở gốc cây, mà không can dự vào chính sự của các bậc vua chúa công hầu.

Những nhà lãnh đạo Phật Giáo Việt Nam thời cận đại và Hòa Thượng Thích Trí Quang cũng ý thức tinh tường về những hệ lụy thế tục, nhưng vẫn phải xông pha vào công cuộc vận động đòi bình đẳng tôn giáo và nhân quyền, vẫn phải liên hệ tới chính trị trong chừng mức nào đó, chính là vì không thể quay lưng với bổn phận và trách nhiệm đối với đạo pháp và dân tộc. Đó là hạnh nguyện dấn thân và hy hiến vì đạo của bồ tát. Nếu không phải thế thì Phật Giáo Việt Nam hơn hai ngàn năm qua đã không có những tấm gương sáng ngời của Thiền sư Pháp Thuận, Thiền sư Vạn Hạnh, Phật Hoàng Trần Nhân Tông, Tuệ Trung Thượng Sĩ, Bồ Tát Thích Quảng Đức, v.v...

Riêng đối với trường hợp Hòa Thượng Thích Trí Quang, người viết bài này rất tâm đắc ở câu nói cuối cùng trong Tự Truyện của ngài, rằng, "Rốt cuộc, tôi không biết gì, không có ý định gì cả, nên cuộc đời tôi 'không vẫn hoàn không', không có gì đáng nhớ, đáng nói... 'Không vẫn hoàn không' là Phật cho, tôi mới được như vậy."

Nếu không phải suốt đời hành đạo bằng tâm Phật thì cuối đời ở tuổi 89 (năm 2011), Hòa Thượng Thích Trí Quang không thể nào cảm nhận được ân đức lớn như vậy từ nơi Phật.

Đó là chỗ khác nhau giữa người thế gian chỉ muốn nhận vào mà không dám bỏ, với người tăng sĩ Phật Giáo làm bao nhiêu việc cho đời cho đạo mà không thấy có việc gì làm và ai làm. Giác ngộ và giải thoát là ở chỗ này.

ĐẠI LÃO HÒA THƯỢNG THÍCH TRÍ QUANG: "MỘT TRANG LỊCH SỬ"

Giáo sư CAO HUY THUẦN
BBC, 10 tháng 11 2019

Thầy tôi, Trưởng lão Hòa Thượng Thích Trí Quang, vừa thị tịch hôm qua, 8/11/2019. Di huấn để lại: không bàn thờ, không bát nhang, không báo tang, không phúng điếu, không vòng hoa, không đưa đám. Tôi chỉ xin phép Thầy thắp một nén nhang tưởng niệm.

Tôi có hai lần khai sinh. Lần thứ nhất khi tôi sinh ra. Cha mẹ tôi cho tôi hình hài, máu huyết. Nhưng tôi chưa biết tôi là ai, sống như thế nào, trên đường nào tôi sẽ đi. Sinh ra, tôi có hai mắt. Nhưng chưa thấy đường đời. Phải đợi đến khi lên chùa Từ

Đàm, sau ngày ông Diệm bị lật đổ, tôi mới thấy con đường sẽ đi. Thảo nào chữ nghĩa bác học gọi con đường là đạo. Thấy đạo, tôi khai sinh cho tôi.

Đầu năm 1964, một nhóm giáo chức đại học Huế họp nhau tại trường Đại học sư phạm để quyết định về việc ra một tờ báo tranh đấu tiếp nối khí thế của "cách mạng" 1963, chống lại khuynh hướng lập một "chế độ Diệm không có Diệm" được người Mỹ ủng hộ. Trong dự định ban đầu, tờ báo là tiếng nói của lực lượng giáo chức và sinh viên Huế đã tham gia vào việc lật đổ Diệm.

Chuếnh choáng hơi men chiến thắng của một cuộc nổi dậy thành công, tham vọng của chúng tôi là biến đại học thành một thành trì chống độc tài. Tuổi trẻ thường có những giấc mơ phạm thượng. Buổi họp giao cho ba chúng tôi, anh Tôn Thất Hanh, anh Lê Tuyên và tôi, trách nhiệm suy nghĩ và điều khiển tờ báo. Tên của tờ báo, Lập Trường, là do chúng tôi đặt ra.

Lúc đó tôi 27 tuổi. Ít lâu sau buổi họp, tôi được mời ăn cơm với ông tướng chỉ huy Vùng I chiến thuật. Khi đó tôi mới thấy mình đang chơi một trò chơi quá so le trước gươm giáo, với một tuổi đời còn quá non và một tầm nhìn không xa hơn quyển sách. Quần chúng, tờ báo có. Nhưng dăm ba anh nhà giáo thì an ninh quân đội muốn tóm lúc nào chẳng được?

Nương thế "cách mạng", chúng tôi ra báo không cần xin phép, nhưng anh sĩ quan tâm lý chiến đang ngồi ăn cơm chình ình trước mắt tôi, tôi qua mặt anh ta được chăng? Viết bài thì phải có lập trường chống Cộng hẳn hoi, anh ta khuyên nhủ thế, không chống Cộng tức là thân Cộng.

Tôi viết thế nào đây? Viết thế nào khi có một bức màn sắt chia hai giữa quân đội và quần chúng, một bên biện minh rằng đảo chánh Diệm là để chống Cộng tốt hơn, một bên đòi thanh trừng vây cánh của chế độ cũ để khỏi bị độc tài đàn áp nữa? Trong tình thế đó, Lập Trường là con chuột nhắt khốn đốn dưới nanh vuốt của ba con mèo: tướng tá, người Mỹ, và dư đảng Cần Lao của ông Diệm.

Về chiến thuật, chúng tôi có thể tạm thời tìm đường sống bằng cách khai thác mâu thuẫn quyền lực giữa các tướng tá cát cứ mỗi vùng để giữ một thế đứng độc lập ở miền Trung, làm đối trọng với thủ đô Sài Gòn. Nhưng đó không phải là một cái thế trường kỳ. Cũng về chiến thuật, chúng tôi có thể nói với người Mỹ: ông chống Cộng mà không có dân thì ông chống với ai? Ông hô hào tự do mà ông không để cho dân tự định đoạt vận mệnh của mình bằng lá phiếu thì ông tự do chỗ nào?

Nhưng đó là lấy lý nói với lý; trên thực tế người Mỹ đâu có làm chiến tranh vì lợi ích của dân Việt Nam? Chỉ với hai con mèo ấy thôi, chuột nhắt chúng tôi đã chưa biết tờ báo sẽ sống chết lúc nào. Nói gì con mèo thứ ba, các lực lượng tôn giáo quá khích, sinh ra và lớn lên nhờ chiến tranh. Chỉ với một lý luận này thôi, họ đã dồn chúng tôi vào chỗ bí: quốc sách đã là chống Cộng, vậy thì chỉ có chống Cộng với những lực lượng chống Cộng, không thể chống Cộng với những kẻ lừng khừng.

Chỗ dựa duy nhất của chúng tôi là quần chúng đang căm giận dư đảng của chế độ cũ. Nhưng quần chúng mà không có tổ chức thì khác nào gạch đá không có xi măng? Sự thế hiển nhiên thúc đẩy chúng tôi đi tìm xi măng. Nghĩa là lên chùa Từ Đàm! Chứ đâu nữa? Từ Đàm chẳng phải là nơi đã khởi đầu và tạo nội dung, hình hài, ngọn lửa cho cuộc tranh đấu hay sao?

Tôi phải kể rõ ngọn ngành như vậy để giải thích tại sao một tờ báo bắt nguồn từ đại học lại trở thành một tờ báo được xem như tiếng nói bán chính thức của Từ Đàm, nghĩa là của Phật giáo.

Chùa không làm chính trị: thái độ đó của Phật giáo chắc như đinh đóng cột. Lý tưởng của bọn trẻ chúng tôi cũng vậy, trùng hợp với chùa như bản chính với bản sao, có ông trời đóng dấu. Hồi đó, Sartre là ông thần triết lý của thời đại chúng tôi, và vở kịch "Les mains sales" của ông làm chúng tôi mê tít: chính trị là lĩnh vực của "những bàn tay bẩn" mà chúng tôi ghê tởm.

Chúng tôi đang say men tranh đấu, chưa thừa hưởng được bả rượu chính trị của các bậc trưởng thượng. Lên chùa Từ Đàm với tâm hồn phơi phới giống như đi tìm lại thời gian chưa mất, nói phỏng theo văn chương của Proust. Một lần nữa, tôi kể rõ ngọn ngành như vậy để trả lại cho César cái gì của César: tờ Lập Trường không phải là do chùa Từ Đàm lập ra, không phải là công cụ chính trị của Thầy tôi.

Thầy tôi, Trí Quang, ngồi trong phòng khách, nhìn ra sân khi chúng tôi đến. Thầy chào bằng một nụ cười, trên miệng và trên mắt. Hai mắt là cái hồn trên mặt Thầy. Mắt Thầy sáng quắc, dữ. Sau 1963, quần chúng thần tượng hóa lãnh tụ, kháo nhau "mắt Thầy có điện".

Cặp mắt ấy quyến rũ tôi ngay từ phút đầu, không phải vì "có điện" mà vì nó trở nên hiền hòa ngay khi Thầy cười. Hai con mắt Thầy cùng cười với miệng, cái dữ biến đi đâu mất. Với cái hồn hiền hòa ấy trên mắt Thầy, tôi quên tuốt đã nói chuyện gì buổi chiều hôm đó, hình như chẳng có chuyện gì quan trọng, hình như cũng chẳng đề cập đến cả tờ báo, hình như giữa bản sao với bản chính có chuyện gì nữa đâu mà nói với ông trời.

Thế mà, khi từ giã Thầy, chúng tôi có cảm tưởng như mình đã là chiếc đũa trong một bó, muốn bẻ gãy cũng không dễ. Tờ báo ra đời sau đó. In ở nhà in đại học và trong sự chờ đợi nóng hổi của quần chúng, in bao nhiêu cũng không đủ bán, bán cũng không nghĩ đến chuyện thu tiền. Đó là giấy khai sinh thứ hai của tôi.

Tờ báo ra đời trong bối cảnh "cách mạng" 1963 bị phản bội. Lý lẽ của chiến tranh buộc người Mỹ ủng hộ tích cực những lực lượng chủ trương chiến tranh; những lực lượng này, được thế, quay lại trả thù những người đã tham gia lật đổ chế độ cũ. Diệm đổ, nhưng chính quyền Diệm vẫn còn y nguyên từ trung ương đến xã thôn, với bộ máy đàn áp không suy suyển.

Chiến tranh cho phép họ trả thù với một lý lẽ sơ đẳng và đui mù như bom đạn: chúng nó là cộng sản, chúng nó tiếp tay cho cộng sản, cộng sản mạnh lên là vì chúng nó. Chiến tranh còn cho phép họ trả thù những người cầm đầu phong trào một cách "hợp pháp" trâng tráo: tóm chúng nó đi lính là xong! Ai muốn hiểu những diễn biến chính trị trong những năm 1964-66 chỉ cần suy nghĩ trên sự đối đầu giữa hai tranh chấp về thừa kế: thừa kế Diệm hay thừa kế phong trào lật đổ Diệm.

Thừa kế Diệm tức là tiếp tục chiến tranh và dựa trên chiến tranh để nắm quyền. Thừa kế 1963 là đòi tuyển cử để lập một chế độ mới. Khí giới của phe kia là bom đạn. Khí giới của phe này là lá phiếu. Có một lúc, người Mỹ cũng bị phanh thây: họ thừa biết bom đạn không giải quyết được tất cả, làm chiến tranh mà không có dân thì khác nào lùa dân qua phía cộng sản. Nhưng, như một ngạn ngữ của họ đã nói, rốt cuộc "chim cùng lông thì cùng bay với nhau".

Thế nhưng, oái oăm của thời cuộc, dân chúng cũng không phải là con số không, dù là trước mắt tướng tá. Lồng trong chiến tranh còn có một bối cảnh khác cũng lao xao binh khí: tranh giành quyền lực giữa các ông tướng chỉ huy các vùng chiến thuật.

Giữa họ với nhau, đảo chánh lật nhau không khó; giữ thế đứng của mình trong vùng cát cứ khó hơn, mà muốn thế phải dựa vào dân, trước hết là mấy ông "nhân sĩ" được dân nghe. Chúng tôi, ở miền Trung, có cái thế đó để đối đầu với các ông tướng ở Sài Gòn và đòi họ "cách mạng".

Trong bối cảnh ấy, Hội Đồng Nhân Dân Cứu Quốc ra đời tại Huế năm 1964. Do tờ Lập Trường chủ xướng, hành động này là để bảo vệ thành quả của 1963, chống lại một cuộc đảo chánh ở trung ương của phe tướng tá thân chế độ cũ.

Tổ chức này cũng vậy, không do Thầy tôi đẻ ra; lúc ấy Thầy đang ở Sài Gòn. Ai học lịch sử cách mạng Pháp đều biết Comité de Salut public. Hội Đồng Nhân Dân Cứu Quốc là dịch nguyên văn tổ chức của Robespierre. Trong đầu bọn trẻ trí thức nửa mùa chúng tôi hồi đó, 1963 như được ủ hơi men của cách mạng 1789 thần thoại.

Ra đời chưa kịp khóc ba tiếng, các tỉnh ở miền Trung đã tức tốc đẻ theo, cùng một khuôn, một mặt, các HĐNDCQ địa phương. Tự động đẻ. Chẳng do chỉ thị một ai. Rồi cũng tự động, các HĐNDCQ khắp miền Trung kéo nhau về Huế để thống nhất đường lối. Tranh đấu trở thành chính trị.

Mà toàn là tự động! Ký giả ngoại quốc bắt đầu kéo nhau đến Huế, tưởng như sắp chứng kiến một màn thay bậc đổi ngôi.

Người Mỹ lân la dọ ý chúng tôi về tướng Thi, tư lệnh Vùng I, tưởng như HĐNDCQ sắp sửa làm bàn đạp cho một người hùng mới. Miền Trung bỗng nhiên trở thành trung tâm chính trị mà Huế là đầu não một cách tự phát, tự phất.

Quần chúng hưởng ứng nhiệt liệt, chẳng cần biết lãnh tụ của HĐNDCQ là Bác sĩ Quyến hay là ai. Mơ hồ, họ chỉ thấy ai đó "đằng sau" tờ Lập Trường, nghĩa là Thầy tôi.

Họ thấy như vậy cũng không phải là vô căn cứ. Không có Thầy, sao lại có một "Thư về Huế" của Thầy đăng trong Lập Trường, ngày 23-5-1964? Thầy viết: "Tiếng "thầy" được kêu lên trong khi chết chóc, trong cơn điên loạn, trong những ngày Từ Đàm bị bao vây và tấn công như một chiến khu, tiếng "thầy" được gọi lên trong nước mắt và máu, tiếng "thầy" đó, tôi biết Phật tử Huế đã dành cho tôi".

Giữa lãnh tụ và quần chúng, mấy ai có được sự gắn bó thiết tha như vậy. Chừng đó thôi, mấy lời tình cảm huyết lệ ấy đủ để quần chúng biết Thầy ở đâu mà đứng theo Thầy. Từ tờ Lập Trường cho đến HĐNDCQ, tôi lặp lại, trí thức ở Huế không phải là công cụ của Thầy, Thầy không nhúng tay vào bất cứ hành động nào của họ, nhưng không có Thầy thì họ không phải là họ, được dân thương đến thế.

Ai muốn hiểu Thầy tôi thì hãy hiểu Thầy qua ngọn lửa Quảng Đức, đừng lầm Thầy như một chính trị gia, vị thế đó thấp kém lắm, không xứng đáng với Thầy. Tự gánh trên vai trách nhiệm về ngọn lửa Quảng Đức, Thầy không thể cho phép thời cuộc phản bội lại ngọn lửa đó, chỉ thế thôi.

*

Nhưng thời cuộc không phải lúc nào cũng chiều Thầy. Miền Trung, trở thành một trung tâm chính trị, sẽ đưa Thầy vào một thế khó xử, khi tranh chấp giữa địa phương với trung ương leo thang đến mức ly khai. Ly khai? Sao nghe được! Nhưng bỏ quần chúng nửa đường, sao đành!

Thầy như một sĩ quan chỉ huy một chiến hạm bị địch bắn đắm, danh dự phải giữ là chịu đắm theo tàu. Đây là nguồn cơn của biến động miền Trung năm 1966. Một biến động đè nặng trong lòng Thầy, khó nguôi.

Bối cảnh của 1966 là chiến tranh lan rộng, tiến gần thành phố, ban đêm đại bác đã dội về tận Sài Gòn, làm rung cửa số. Từ chống chiến tranh, Phật giáo đứng lên đòi hòa bình, theo đề nghị của Thầy. Tiếng nói đó làm phiền cả hai bên, nhưng trực tiếp và sát cạnh là người Mỹ. Đòi cách mạng, họ còn nhịn. Đòi hòa bình, họ nổi khùng. Làm sao vượt qua chống đối của họ bằng chính triết lý căn bản của họ?

Thầy đòi bầu cử Quốc hội lập hiến. Trong khí thế sôi động ở miền Trung, Thầy nghĩ ảnh hưởng sẽ lan vào Sài Gòn và bầu cử sẽ bất lợi cho những ai chủ trương chiến tranh. Mà thật vậy! Không riêng gì miền Trung, toàn thể các tỉnh đến tận Sài Gòn, mọi tầng lớp dân chúng, chỉ trừ những lực lượng tôn giáo sống chết với chiến tranh, nhiệt liệt ủng hộ chủ trương bầu cử để thay thế chế độ tướng tá bằng một chính phủ dân sự.

Dân chúng biểu tình ở Sài Gòn, chiếm cả sân bay Tân Sơn Nhất, kêu gọi đình công, trương cả biểu ngữ "Yankee Go Home". Miền Trung thì khỏi nói: ngay cả quân nhân, ngay cả tướng tư lệnh, cũng sát cánh với dân thường, cảnh sát, công an sát cánh với công chức, trí thức, sinh viên, thương gia, tạo nên một phong trào đòi hỏi bầu cử. Đố một ông tướng nào tại vị ở miền Trung mà dám đi ngược lại phong trào.

Đố Thiệu-Kỳ đưa được một tướng khác thay thế. Đố ông Kỳ lột chức được thị trưởng Đà Nẵng bằng cách nào khác hơn là dọa bắn vào đầu ông Mẫn. Phe quân đội chia hai: một bên là đồng minh của Thiệu-Kỳ, dựa trên những đảng phái và tôn giáo thánh chiến, sợ bầu cử sẽ có lợi cho Phật giáo; một bên là đồng minh của miền Trung, quân và dân hiếm khi một dạ một lòng như vậy.

Một lòng đến nỗi tư lệnh sư đoàn I huấn luyện quân sự cho sinh viên, thanh niên, phát vũ khí cho họ để bảo vệ Huế, tiếp ứng Đà Nẵng, dọa sẽ chống lại Kỳ nếu Kỳ dùng bạo lực.

Quân và dân sát cánh tại miền Trung thì người Mỹ sát cánh với Thiệu-Kỳ trong chiến dịch đàn áp và phân hóa Phật giáo. Họ sẽ phân hóa được bằng cách lập một cánh Phật giáo đối nghịch với Thầy tôi. Nhưng trước khi đó, họ thẳng tay đàn áp phong trào cái đã, tại Sài Gòn trước, tại miền Trung sau.

Phân hóa hay đàn áp, mục tiêu họ nhắm là Thầy tôi. Triệt hạ Thầy thì triệt hạ được phong trào hòa bình, đập nát được thanh thế miền Trung mà Westmoreland, mà Taylor, mà Lodge, mà Rostow xem như thành trì Phật giáo. Hơn thế nữa, triệt hạ Thầy tôi thì họ sẽ tương kế tựu kế tổ chức được một Quốc hội theo ý họ, gạt Phật giáo vĩnh viễn ra khỏi các cơ quan dân cử, leo thang chiến tranh. Súng đạn đi đầu lá phiếu.

Lấy cớ trừng phạt ly khai, ông Kỳ dồn đại quân ra Đà Nẵng, nhắm Huế. Dân chúng tự động đem bàn thờ ra ngoài đường để cản chiến xa từ Quảng Trị vào An Hòa. Trong vòng nửa giờ, các đường chính của thành phố Huế đã đầy bàn thờ Phật. Thầy nói: Thầy bị động.

Trước sự đã rồi, Thầy ra lệnh chính thức. Quần chúng thỉnh Phật ra đường, hương án trang nghiêm, tụng niệm như ở trong nhà, như ở trong chùa. Kỳ điều đình với Thầy. Thầy không trả lời. Kỳ giới nghiêm, tung tiểu đoàn "Trâu Điên" xung kích, bắn, bắt, đánh, đập, uống bia cho say rồi vung chai đập đánh, đánh cả sinh viên, học sinh.

Trước đó, binh sĩ Vùng I và sinh viên "quyết tử" đã quyết ăn thua đủ với Kỳ, dàn trận bên này đèo Hải Vân, chực nổ súng. Công binh đã đặt mìn, sẵn sàng phá hủy các cầu từ Đà Nẵng ra, từ Quảng Trị vào, cắt đứt tiếp vận từ Quảng Trị. Tại Huế, đại pháo và đại liên đã được bố trí dọc theo kỳ đài, chỉa xuống bộ tư lệnh giới nghiêm đóng tại Phu Văn Lâu. Quân nhân hỏi ý Thầy.

Đau xót: ông thầy tu trong Thầy không cho phép Thầy dùng bạo lực. Đưa bàn thờ ra đường là tranh đấu bất bạo động. Nổ súng là bạo động, Thầy đành bảo họ hủy mìn, dẹp súng. Nội chiến là chuyện Thầy không làm, dù hậu quả là cả quân lẫn dân Phật tử bị bắt, bị đàn áp sau đó.

Thất bại, Thầy đành chịu. Nhưng bất bạo động là kim chỉ nam của Thầy. Khí giới duy nhất của Thầy là tuyệt thực. Bị bắt và giải về Sài Gòn, Thầy tuyệt thực đúng 100 ngày.

Trong biến cố 1966, một tờ báo lớn Mỹ đặt câu hỏi to tướng: Ông Trí Quang muốn gì? Muốn gì mà ông chống hết chính quyền này đến chính quyền khác? Muốn gì mà ông không biết nhân nhượng? Muốn gì mà ông đòi Quốc hội? Rồi muốn gì mà ông hết đòi Quốc hội lại chống Quốc hội?

Trong bấn loạn hỏa mù của đảo chánh và chiến tranh, của

ngoại thuộc và nội chiến, nếu chịu khó nhìn và hiểu thì những gì mà Thầy tôi muốn cực kỳ đơn giản, có thể tóm gọn vào trong một bức thư, "Thư về Huế" mà tôi đã nói ở trên.

Thầy tôi muốn gì năm 1964? Dân đã lật ông Diệm thì cứ tưởng là rạng đông sẽ sáng sau đêm tối âm u. Nhưng ai ngờ! "Ai ngờ sự vận động để cải thiện chính sách thực đã không đơn giản như chúng ta tưởng. Đảo chính quá dễ nhưng cách mạng quá khó.

Hóa cho nên đời sống hiện tại của chúng ta và của tín ngưỡng chúng ta gần như vẫn ác mộng giống quá khứ và chưa chừng mà tiếp tục cả đến tương lai". Thầy muốn gì? Muốn cái đuôi của ông Diệm không làm khổ dân và khổ Phật giáo.

Bằng cách nào? "Nỗ lực và nỗ lực một cách liên tục để chấm cho dứt những chính sách không phù hợp với sự sinh tồn của Dân tộc và Phật giáo, phát triển Phật giáo bằng sự thực hiện của bản thân mà không bằng cách làm thương tổn các tôn giáo khác, càng nêu cao đức tính Từ bi bao nhiêu lại càng thực hiện đức tính Vô úy bấy nhiêu: đó là "ý thức Phật tử" đơn giản vô cùng nhưng khó khăn vô tận".

Đúng là khó khăn vô tận, vì Thầy thất bại năm 1966. Nhưng thế nào là "ý thức Phật tử" vào thời cuộc 1966? Là đại bác dội đêm, là chiến tranh, là phải hòa bình. Có người tưởng Thầy tôi đòi hỏi Quốc hội để chiếm đa số, để khuynh loát, để thủ diễn vai tuồng mới trên chính trường miền Nam.

Họ chịu khó nhìn chính trị ở miền Nam một cách lô gích thì biết Thầy tôi muốn gì: chừng nào còn chiến tranh, chừng đó còn người Mỹ; chừng nào còn người Mỹ, chừng đó còn bộ máy quân sự phục vụ chiến tranh; chừng nào còn bộ máy quân sự phục vụ chiến tranh, chừng đó còn những thế lực ăn theo chiến tranh; chừng nào còn những thế lực ăn theo chiến tranh, chừng đó Phật giáo còn bị đè xuống, chận họng.

Cách giải quyết vấn đề, đứng trên cương vị của một ông thầy tu, là tháo vất cái mắt xích đầu tiên, là chấm dứt chiến tranh! Thế là làm chính trị hay sao?

Thầy tôi mang đủ thứ tiếng. Có người nói Thầy thân Cộng. Có người nói Thầy thân Mỹ. Có lúc Thầy được đội cả hai cái mũ một lần. Lẳng lặng, Thầy nói với người thân: "Càng nhiều mũ càng tỏ ra thật không có mũ nào. Trái lại, càng nhiều mũ càng tốt: càng làm cao lên, và rõ ra, cái tư thế đặc biệt của Phật giáo. Nên Phật giáo không cần tránh mà còn cần đến cái tác dụng nghịch lý ấy".

Chính cái nghịch lý ấy làm nên Thầy. Thầy là một nghịch lý to tướng. Một ông thầy tu có tầm cỡ và sức thu hút đặc biệt của một nhà chính trị lớn, lớn nhất miền Nam lúc đó, nhưng lại từ khước cái khả năng hiếm có ấy để làm ông thầy tu.

Câu hỏi mà các ký giả Mỹ đặt ra về Thầy không phải là không có căn cơ: họ bị Thầy thu hút như một tài năng chính trị, nên họ không thể tưởng tượng Thầy thật không muốn làm chính trị. Họ lầm.

Bây giờ thì chắc người ta hiểu Thầy hơn. Thời thế bắt buộc Thầy phải xông trận, như một người lãnh đạo. Nhưng đó là cái thế bất đắc dĩ của một ông thầy tu cỡ lớn, quá lớn để từ khước một trách nhiệm đặc biệt mà lịch sử bất thần đặt lên vai.

Nhưng Thầy không bị lịch sử lừa phỉnh để đi vào con đường khác với con đường của ông thầy tu. Cái vui thú của Thầy là lúc Thầy được xa cái chợ chính trị để làm cái việc của ông thầy tu là dịch kinh, giảng kinh. Trăm ngày tuyệt thực, đó là lúc Thầy vui. Vì Thầy làm được cái việc Thầy muốn: viết được hai bản thảo "Nghiên cứu Khởi tín luận" và "Khảo luận Tây du bằng Duy thức học".

Ông thầy tu tuyệt thực như thế nào, với tâm trạng gì? Thầy nói: "Có hai việc mà tuyệt thực tuyệt đối phải có.

Một là phải có một tâm thức thanh thản, không buồn, không giận, không cầu hồ gì. Không cầu chết cũng không sợ chết, tiếp cận hoàn toàn với đức hý xả của Phật.

Hai là tuyệt đối không ăn, dĩ nhiên, cũng không uống, không chích bất cứ thứ gì". Thân thì không ăn uống, tâm thì hý xả. Ấy là ông chính trị gia hay ông thầy tu?

Thầy tôi có thắng có bại trong hành động, như bất cứ ai hành động. Nhưng thắng, Thầy dành cho người khác hưởng; bại, Thầy nhận một mình. Thắng hay bại, Thầy đều cô đơn. Suốt đời, Thầy cô đơn. Sau mỗi tranh đấu thắng lợi, bao giờ cũng có lắm anh chính khách xun xoe sau lưng các lãnh tụ.

Ai tranh đấu bên cạnh Thầy chỉ hưởng cơm hẩm nước rau. Suốt đời, Thầy không nhân nhượng với cái gian, cái ác, cái xảo quyệt, cái ma lanh ma lẹ của bán buôn chính trị. Về riêng Thầy, có lần tôi nghe Thầy nói một câu bâng quơ: nước trong quá thì không có cá. Có gì để nhậu nhẹt trong cái am của Thầy đâu!

Ai chơi hoa, cắm hoa đều biết: dù hoa thanh khiết đến bao nhiêu đi nữa, sau ba ngày thì nước trong bình bắt đầu hôi. Có kẻ chỉ thấy hoa đẹp, không thấy nước hôi. Thầy thấy nước hôi, không dùng hoa đó để cúng Phật. Tôi học được ở Thầy cái nhìn đó để không sợ cô đơn trong cuộc đời. Và trong sự thật.

Thầy sống cô đơn như vậy từ sau 1975 đến nay, không màng thế sự, khen chê, không thanh minh, không tiếp khách. Thầy sống như Thầy đã tuyệt thực, thanh thản dịch kinh. Thầy sống như để trả lời câu hỏi về Thầy ngày trước: Thầy chỉ là một ông thầy tu không hơn không kém, bây giờ cũng như bao giờ.

Có điều là ông thầy tu này có cặp mắt sáng quắc, dữ thì thật dữ mà hiền thì thật hiền, khi dữ thì Vô úy, khi hiền thì Từ bi, hai chữ đó như son trong Lập Trường ngày trước. Tôi không biết nên nói gì với tuổi trẻ ngày nay ngoài hai chữ mà tôi đã học được ngày xưa.

Vô úy, ai cũng đã thấy nơi Thầy. Không sợ! Còn Từ bi? Từ bi không phải chỉ là lòng thương. Phải là lòng thương nào có thể vừa cho vui vừa cứu khổ. Điều này, Phật tử ai cũng rõ. Nhưng ít ai biết tại sao phải từ bi như là một định luật.

Thầy giảng: tại vì sống là tương quan, không ai có thể sống một mình, cho nên sống là phải giúp nhau, cho vui và cứu khổ lẫn nhau. Lòng từ bi đó tạo cho mình cái nhìn bình đẳng: thấy tất cả đều khổ, do đó mình phải cho vui và cứu khổ hết thảy.

Thầy giảng, tôi hiểu suốt. Và tôi biết đó là lý tưởng của Thầy, Thầy sống như vậy. Nhưng thắc mắc của tôi là ông thầy tu của tôi từ bi như thế nào trong những hành động mà dù muốn dù không cũng mang tính chính trị? Tôi đọc Thầy: "Cứu cánh của từ bi là thấy người với mình là một, thân người tức thân ta...

Do từ bi, mình tự đưa mình ra chịu khổ cho người. Xem tất cả như con một, thấy thân người như thân mình, thì còn có gì mà không làm nổi?"

Thầy tôi rất Thầy tôi ở mấy chữ "còn có gì mà không làm nổi". Người ta nể Thầy, sợ Thầy, phe nào cũng sợ Thầy là vì ở Thầy toát ra mấy chữ ấy. Nhưng cái gì nơi người ta sợ Thầy? Cái gì sợ từ bi? Cái ác! "Nhất là vào thời đại này - Thầy viết - thời đại mà về mặt tâm lý ta có thể thấy rõ rệt khắp đây đó hiện thân của lòng tàn ác.

Tàn ác, như một ngọn lửa tỏa khói đen nghịt và cao ngất, phủ bọc lấy loài người đau khổ. Mà chống lại lòng tàn ác thì chỉ có lòng từ bi".

Phải đọc thêm một câu nữa để thấy văn tức là người, giọng văn của Thầy thế nào thì Thầy sắc như thế ấy, hiện thân ra như thế ấy trước mắt đối phương, nghĩa là cái ác: "Bởi vậy, kẻ nào mỉa mai rằng thời đại này mà còn nói đến chuyện từ bi, thì kẻ ấy chính là kẻ đang tàn ác.

Kẻ nào trực tiếp hay gián tiếp làm tổn thương đến uy lực của từ bi là kẻ tội ác của nhân loại, kẻ gieo thảm họa cho loài người. Nếu phải thí dụ kẻ đó là kẻ ma quân thì ma quân ấy chỉ khiếp sợ mỗi một tâm lý độc nhất, tâm lý từ bi mà thôi".

Tôi gặp Thầy tôi khi lịch sử Phật giáo và lịch sử chính trị miền Nam mở đầu một giai đoạn mới với ngọn lửa Quảng Đức. Lịch sử đã chọn Thầy tôi làm kẻ đứng mũi chịu sào trong giai đoạn đó vì lịch sử biết Thầy chống cái ác như thế nào với một tâm lý gì.

Bốn phương tám hướng đều thấy: ngọn lửa Quảng Đức là ngọn lửa từ bi. Riêng tôi, ở trong tầm mức thấp bé của một người thường, tôi thấy ngọn lửa đó tiếp tục cháy trong mấy câu hoài niệm Thầy viết cho Lập Trường nhân ngày giỗ đầu của 7 em bé bị đạn của lính ông Diệm bắn chết trước đài phát thanh Huế đêm Phật Đản 1963: "Tôi, cho đến bây giờ, vẫn không sao nguôi ngoai được tâm trạng của một người nhìn thấy đống xương thịt máu huyết bị hất vào một góc tường, xương thịt máu huyết của những kẻ thân yêu mới cười nói với mình trước đó không quá 10 phút! Biết bao giờ, hay sẽ không bao giờ, con người bớt tàn bạo, biết xấu hổ vì tội ác của mình, để con người đừng kinh hãi vì con người".

Thầy tôi đi vào lịch sử chỉ vì thế: chỉ vì Thầy tự đưa thân ra gánh lấy cái khổ của quần chúng Phật tử, chỉ vì trong xương máu của Thầy có xương máu của 7 em bé trắng trong chết vì cái ác, chỉ vì Thầy lấy cái ác làm kẻ đồng hành khiêu khích không ngừng.

Về Thầy, tôi nghĩ chỉ có chuyện ấy là đáng nói. Còn tất cả chỉ là một nhầm lẫn to tướng không cần cải chính, bình luận: người ta tưởng nhầm Thầy muốn làm Richelieu, hồng y, thủ tướng của vua Louis XIII nước Pháp. Sự thực, Thầy tôi muốn cao hơn thế: Thầy muốn làm ông thầy tu.

TRÍ QUANG TỰ TRUYỆN: KHÔNG VẪN HOÀN KHÔNG

TRẦN KIÊM ĐOÀN

Trong đạo lập thân của người xưa – lập công, lập đức, lập ngôn – thì lập ngôn thường được cho là quan trọng nhất, vì đó là phần "hình nhi thượng", là tinh hoa tư tưởng cá biệt của một dòng đời mang tính truyền thừa lâu dài và sâu xa cho hậu thế. Người đem hết năng lực tinh thần và tri thức của đời mình để lập ngôn thì thành nhà tư tưởng, triết gia. Người đem chất liệu đời mình để viết lại thì thành tác giả tự truyện, hồi ký. Người đem tiểu sử đời mình ra đánh bóng, trang hoàng, rao bán thì thành nhà... chính trị kinh doanh! Nhưng dẫu ở mức độ nào thì cũng khó lòng đem ra so sánh, cân đo khi không có cùng mẫu số. Cũng đều xuất phát từ con người làm điểm tựa, nhưng sẽ thiếu công bằng nếu đem những tứ đại kỳ thư, những áng kim cổ hùng văn hay thiên hạ danh văn để so với những bài thơ Thằng Bờm có cái quạt mo, những bài ca dao truyền miệng... vì mẫu số chung của cảm tính văn nghệ chẳng tương đồng. Tuy nhiên, trong ý nghĩa tinh túy nhất mà cũng rất thường tình của nhân sinh, "cái thích" hay sự cảm thụ và sáng tạo văn chương nghệ thuật thì không ai giống ai vì cái ngã sở chắn đường bít ngõ theo lối mòn một chiều "có thì có tự mảy may, khi không cả thế gian này cũng không!". Từ đó dẫn tới cái thương, cái ghét càng lúc càng xa với những gì hiện thực "thương ai thương cả đường đi, ghét ai ghét cả tông chi họ hàng!"

Tác phẩm nghệ thuật thường được ví von như những cơn mưa. Có những trận mưa – mưa rào, mưa tình, mưa pháp – mà con người và muôn vật được hưởng lợi lạc hay phải chịu đựng cơn mưa phù hợp với căn tính của từng đối tượng: Con dế mèn ca hát rát cổ hưởng được một giọt mưa ngọt lịm; con chim non bị ướt tổ lạnh run; con kiến cỏ bị chết trôi chới với; người nông dân có được nước đầy đồng... Chẳng ai giống ai. Bởi vậy, mọi giá trị của vạn vật đều tương đối. Nhưng trong tương đối đã có sẵn một điều tuyệt đối, đó là sự khác biệt và đồng nhất đều cùng một thể: "Không lại hoàn không!"

Và, đó cũng là kết luận của "Trí Quang Tự Truyện". Đây là một tác phẩm hồi ký của hòa thượng Thích Trí Quang, một danh tăng Phật giáo thế hệ Chiến tranh Việt Nam đang bước vào độ tuổi 90. Có thể nói mà không phải dè dặt rằng, trong số các hồi ký của những nhân vật lịch sử, trong cũng như ngoài nước, có liên quan đến dòng lịch sử Chiến tranh Việt Nam thì hồi ký của thầy Trí Quang là một trong những tác phẩm được chờ đợi nhiều nhất.

Văn chương tự cổ không bằng cớ, nên khen hay chê tự nó không quan trọng mà quan trọng là mức độ khách quan, công bằng và tính trong sáng của sự khen chê. Và, quần chúng nói về một đối tượng sao bằng chính đối tượng được nhắc nhở đó tự nói về mình. Trí Quang Tự Truyện là những điều thầy Thích Trí Quang tự nói về mình.

Từ đầu năm 2011, tuy đã được đọc các bài giới thiệu và trích đoạn của tập sách nầy trên mạng lưới truyền thông nhưng mãi đến khi về thăm quê vào tháng 3-2012 tôi mới đọc được bản chính toàn tập. Sách dày 216 trang, nhà xuất bản Tổng Hợp tại Sài Gòn. In 3000 cuốn, xong ngày 22-7-2011. Tác giả viết xong ngày 24-4-2011. Sách không chia thành chương, mục mà được phân thành 47 đoạn viết theo lối hồi ức, tự truyện. Không có một hình ảnh nào minh họa từ bìa đến nội dung.

Trí Quang Tự Truyện đã gây ra những luồng phản ứng tuy không sôi nổi theo kiểu... "siêu sao"; nhưng tương đối rộng rãi đối với quần chúng trong cũng như ngoài nước; đặc biệt là đối với giới trí thức và Phật tử lớn tuổi đã từng sống trong chiến tranh và trải nghiệm thực tế qua những biến cố lịch sử đầy thăng trầm của đất nước. Đa số bày tỏ sự thất vọng vì hồi ký không "ngang tầm" với tác giả. Người ta chờ đợi một thiên hồi ký có "tầm vóc thời đại". Nghĩa là những pho sách dày với những công bố phơi bày nhiều bí ẩn lịch sử, những "giải mã" sự kiện còn nằm trong góc khuất, những lý giải hùng hồn về các hiện tượng đầy thâm cung bí sử, những biện minh đầy thuyết phục nỗi oan khuất của đạo pháp và dân tộc, những chứng lý rạch ròi thân phận nhược tiểu trên bàn cờ quốc tế... Nghĩa là với tầm vóc của một nhân vật tu sĩ Phật giáo đã từng là khuôn mặt trung tâm cho cuộc tranh đấu đòi tự do, bình đẳng tôn giáo của Phật giáo năm 1963 và những cuộc biểu tình đòi cải cách chính trị thời 1966 đã làm chấn động Việt Nam và dư luận thế giới như thầy Thích Trí Quang thì sẽ có cả một kho tàng dữ liệu và vô số lý giải cho cả một thời kỳ đầy biến động chiến tranh, chính trị và xã hội để viết ra trong hồi ký. Thêm vào đó, thầy Trí Quang còn là tác giả, dịch giả, luận giả uyên bác và đáng tin cậy của nhiều tác phẩm Phật học nội điển và luận thư trong khoảng 70 năm qua. Bề dày của những công trình biên dịch và tham luận có giá trị là những điều kiện "ắt có và đủ" cho một tác phẩm hồi ký lớn của Thầy ra đời. Hoặc ít lắm thì cũng là những hồi ức đầy "thương hiệu thành danh" của ta và của người vào hàng Retrospect của Robert McNamara hay Political Memoirs của Malcom Fraser... và của nhiều nhân vật danh tiếng Việt Nam đã xuất bản chẳng hạn.

Nhưng Trí Quang Tự Truyện đã thanh thản ra đời như một cô gái Việt chân quê trên diễn trường hoa hậu quốc tế làm cho người ta ngạc nhiên.

Những ngày mưa tháng Hai của Huế, lên chùa Châu Lâm không cách xa chùa Từ Đàm là mấy, được ăn cơm chay với thầy Thiện Phước trong vườn lan đủ màu tự trồng, tự tưới của Thầy, trưa vào nghỉ ở nhà tịnh của chùa và đọc Trí Quang Tự Truyện nguyên bản in của anh Trần Tuấn Mẫn báo Văn Hóa Phật Giáo gởi cho, tôi cảm thấy an tịnh và gần gũi với tập sách hơn.

Trong khu vườn thiền lâm, thầy Trí Quang là một hành giả với bút lực dồi dào từ khi còn trẻ tới hồi đại lão như hôm nay. Nói về công phu biên dịch kinh sách, chỉ riêng năm 2011 thôi, thầy Trí Quang đã hoàn thành nhiều công trình trước tác thâm uyên với 3 bộ sách đã in ấn và phát hành là: Tổng Tập Giới Pháp Xuất Gia gồm 2 tập, mỗi tập hơn nghìn trang và Nhiếp

Luận, 334 trang. Bởi vậy, khi cầm Trí Quang Tự Truyện trên tay, có lẽ tôi không nên trịnh trọng gọi đây là một tác phẩm hồi ký đầy chữ nghĩa to tát mà nên gọi đây là những dòng tâm bút của một sơn tăng giữa thị thành đang sống với tánh thường rỗng lặng "không vẫn hoàn không".

So với những tác phẩm mang tính nội điển mà thầy Trí Quang đã cẩn trọng biên dịch – nghiêm cẩn trong từng cụm từ và chỉnh chu trong từng luận giải – thì Trí Quang Tự Truyện nhẹ như tơ hào. Tác giả viết ra những sự kiện, kể lại chuyện đời mình bằng một lối văn chân phương – lại có khi rề rà không trau chuốt – dễ dãi như người bình dân ngồi kể chuyện Tấm Cám.

Trong suốt 50 năm qua, nhân vật Thích Trí Quang thường được (hay bị) môi trường truyền thông đại chúng trong cũng như ngoài nước nhắc nhở khá sôi nổi và không ít thường xuyên trong hàng tu sĩ Phật giáo Việt Nam đương thời. Sự nhắc nhở xuất hiện dưới nhiều dạng thức và từ nhiều góc độ: Giữa đường, lề phải, lề trái, trên mây, dưới hố... Nhưng không phải vì lời khen hay chê mà một dòng sông trở thành trong hay đục. Chẳng phải vì được ca tụng hay bị đả kích qua ngõ thị phi mà một nhân vật trở thành thánh hay phàm. Đâu phải vì yêu hay ghét mà một tác phẩm trở thành hay hoặc dở. Thầy Trí Quang – cũng như mọi nhân vật cộng đồng tên tuổi đã thành danh – có một vị trí và thế đứng riêng trong lòng người và trong lịch sử. Nhưng trong tự truyện, sau khi kể chuyện đời mình từ nhỏ đến lớn; từ thân chú tiểu mới xuất gia cho đến vai trò lãnh đạo Phật giáo thành tựu, tác giả tự kết luận về đời mình: "...cuộc đời tôi 'không vẫn hoàn không', không có gì đáng nhớ, đáng nói. Ngay như sự tự truyện này, vì không thể không có, nên phải viết và phải in, mà thôi. 'Không vẫn hoàn không' là Phật cho, tôi mới được như vậy."

Chính vì "chân không" mà cuộc đời thành "diệu hữu". Nhà tu thật ngôn là người hành động trong vô vi; nghĩa là thỏng tay vào chợ mà không dính mắc, đối mặt với sấm sét giữa đời mà coi như hoa đốm giữa hư không.

Khuynh hướng nhất quán về "không" có mặt trên từng trang sách của Trí Quang Tự Truyện. Nội dung tự truyện kể lại nhiều biến cố và hành động trong chặng đời 90 năm của một hành giả đứng giữa gọng kềm lịch sử như thầy Trí Quang mà vẫn mang một phong vị tĩnh lặng an nhiên. Sự an nhiên có được khi yếu tố tác nghiệp không hoành hành. Đó là khi nhu cầu biện minh, giải thích, thuyết phục, khen chê, vinh danh, bài xích... không thể hiện qua ngòi bút và chữ nghĩa, ngôn từ của người viết. Nhờ vậy, người đọc tự truyện cảm thấy thanh thản theo dõi những gì xảy ra và được tác giả ghi lại mà tâm không bị động bởi những cảm xúc dấy bụi nhất thời.

Đạo Phật là con đường đưa đến giải thoát. Đó là một trạng thái tự do đứng ngay chính giữa hai bờ đối đãi của yêu-ghét, vui-buồn, khen-chê, sống-chết... Tuyệt nhiên không còn bị dính mắc vào hệ lụy của phóng tâm biên kiến đời thường đầy phiền não. Tâm Phật là tâm không không rỗng lặng. Chỉ trong không không rỗng lặng nầy – tinh thần "không trung vô hữu tuyệt đối" của Bát Nhã – thì Phật và chúng sanh mới thành nhất thể. Vì như thiền sư Thường Định Kaido Ashahi Nhật Bản nói trong Thiền Tập Quán Niệm Trên Núi Tuyết rằng: "Một đời đi qua, nếu còn một hạt bụi ngã nhân nào vương lại ở trần gian nầy thì kẻ tác tạo hạt bụi đó vẫn còn bị cột buộc. Người đó còn phải quay lại trả nghiệp cho đến khi hạt bụi kia chẳng còn vương vất giữa trần thế, trong tâm thức và giữa hư không...thì mới mong thấy được khung cửa nghìn xưa quay về nẻo Đạo." Phải chăng vì muốn phủi sạch đôi "hạt bụi ngã nhân" còn vương trên khung cửa nghìn xưa quay về nẻo đạo mà Hòa thượng Trí Quang phải miễn cưỡng bận lòng trong Tiểu Truyện Tự Ghi, rằng: "Truyện của tôi không đáng gì mà phải ghi. Chỉ vì truyện ấy, hơn vài thập kỷ trước thập kỷ 2530 (1975-1985), có liên quan đến Phật giáo VN, lại bị hư cấu truyện và phim sai quá nên phải ghi. Nhưng ghi như dưới đây thì chỉ là có còn hơn không mà thôi."

Xác định về một thái độ hành xử như thế, thầy Trí Quang làm cho những người học Phật đời sau nhớ tới tinh thần tùy duyên hành đạo và sống đạo của Phật giáo đời Trần. Vua Trần Nhân Tông khi đã gác kiếm chống quân Nguyên, thay chiến bào bằng áo cà sa, nghe thị giả hỏi rằng, đâu là chỗ khác nhau giữa việc đời bôn ba và việc đạo an nhiên tự tại, đã đọc bài kệ:

Sống đời vui đạo cứ tùy duyên
Khi đói thì ăn, mệt ngủ yên
Của quý đầy nhà đâu phải kiếm
Thấy cảnh lòng không khỏi hỏi thiền

(Cư trần lạc đạo thả tùy duyên
Cơ tắc xan hề, khốn tắc miên
Gia trung hữu bảo hưu tầm mịch
Đối cảnh vô tâm mạc vấn thiền)

Như thế phải chăng "vô tâm tức là đạo?" Khi có người hỏi về khái niệm nầy, Tuệ Trung Thượng Sỹ, thầy của Phật hoàng Trần Nhân Tông đã đọc bài kệ:

Vô tâm là vô đạo

> Có đạo chẳng vô tâm
> Tâm đạo đều trống rỗng
> Biết nơi đâu mà tầm?
>
> *(Bổn vô tâm vô đạo*
> *Hữu đạo bất vô tâm*
> *Tâm đạo nguyên hư tịch*
> *Hà xứ cánh truy tầm?)*

Điều Tuệ Trung muốn nói là cần đập vỡ những khái niệm tương tác không có thật giữa củ khoai và con kiến. Làm gì có con kiến mà kiện củ khoai. Làm gì có tâm và đạo hiện hữu như hai đối thể phân biệt khi tâm và đạo là nhất thể. Tâm và đạo không phải là hai hình tướng để mô tả và phân biệt mà cần thực chứng trong rỗng lặng, an nhiên qua một trong nhiều phương tiện quán chiếu thiện xảo nhất của Phật giáo là thiền định. Đạo Phật là con đường thực chứng cuộc đời chứ không phải phủ nhận hay xa lánh cuộc đời như ngộ nhận. Đạo giữa đời và đời giữa đạo. Bình thường giai thị đạo.

Nhà tu là một người phàm trang bị tính thánh chứ không phải là thánh. Bởi thế, tu hành cũng là một quá trình vật lộn với chính mình vì nghiệp và luân hồi là một chân lý vận hành khách quan. Bất luận Phật tử xuất gia hay tại gia, đã tu mấy đời hay nhiều đại kiếp, khi chưa đắc đạo thành Như lai, Bồ tát, Thanh văn, Duyên giác... thì vẫn còn trực tiếp chịu sự chi phối của Nghiệp. Mục Kiền Liên là đại đệ tử đệ nhất thần thông của đức Phật đã tu qua nhiều đại kiếp, đã từng xuống tận địa ngục A Tỳ cứu Mẹ mà trong kiếp cuối cùng, trước khi đắc đạo, vẫn phải trả Nghiệp tiền kiếp. Ngài đã bao lâu ẩn tàng, mặc cho bọn cướp vây quanh tha hồ biếm nhẻ. Nhưng chỉ một phút tác động của Nghiệp đã để lộ nguyên hình cho bọn cướp ùa tới phanh thây. Tên cướp và thiền sư khác nhau ở chỗ là ai đang tạo nghiệp và ai đang giải nghiệp mà thôi.

Bởi thế, "tùy duyên..." là phong thái hành hoạt của người theo đạo Phật. Tất cả đều có sẵn tự thân tâm. Làm vua gặp quân xâm lăng: Đánh! Làm thầy gặp chuyện bất bằng: Chống! Gặp đời phiền não: Tu! Hết một đời: Thản nhiên ra đi như thay áo. Gặp chuyện thị phi đời thường: Im lặng như chánh pháp. Khi cần lập ngôn: Nói năng như chánh pháp.

Có gì quan trọng – khi một tơ hào cũng không còn hiện hữu trong tánh không rỗng lặng – đâu mà phải cần hư vọng, hư danh như bia đá để tên, lưu danh sử sách, bỉ thử khen chê.

Trong khung cảnh Phật giáo, Trí Quang Tự Truyện viết ra để ghi lại những chuyện đời thường của chính tác giả. Nhưng tất cả đều không vượt ra ngoài tự tánh của chư pháp "không lại hoàn không" và tác giả đã hành xử; đã sống và viết trong cái không mênh mông rỗng lặng đó. Tiếng chuông công phu khuya từ chùa Hàn Sơn ngày xưa dóng lên từ một sơn tăng đã trở về với tự tánh rỗng lặng. Nhưng Trương Kế và muôn vạn đời sau đã "bắt gặp" và cảm nhận như thế nào là cả một hợp duyên "thân báo" muôn màu muôn vẻ khó thể nghĩ bàn. Khi tiếng chuông tự nó là tiếng chuông thì sẽ không khứ, không lai, không thừa, không thiếu. Tiếng chuông cũng chỉ là một pháp... không lại hoàn không.

Huế - Cali., mùa Phật Đản 2556 (2012)

CON NGƯỜI THẬT CỦA THƯỢNG TỌA THÍCH TRÍ QUANG

ĐÀO VĂN BÌNH

Vào ngày 1-11-1963 khi quân đội đứng lên làm cuộc đảo chánh lật đổ chế độ của gia đình Ô. Ngô Đình Diệm - mà Hội Đồng Quân Dân Cách Mạng do Đại Tướng Dương Văn Minh cầm đầu gọi đó là cuộc "Cách Mạng" thì tôi là cậu sinh viên Luật Khoa Năm Thứ Nhất, chuẩn bị thi lên Năm Thứ Hai của Đại Học Luật Khoa Sài Gòn. Bố tôi sính đọc sách báo, vả lại gia đình cư ngụ ở xóm lao động cho nên Radio hàng xóm mở ầm ầm cả ngày khiến dù không muốn nghe nhưng cũng phải nghe tin tức từng giờ của đài phát thanh. Hơn thế nữa khi Sài Gòn nổ ra cuộc đấu tranh của Phật Giáo thì hầu như các đại học, trung học đều đóng của hoặc tự động bãi khóa.

Đại Học Luật Khoa không có cuộc tự động bãi khóa nào nhưng trường cũng phải đóng cửa một thời gian cho nên một số sinh viên rảnh rỗi, kéo nhau đi tham dự những cuộc biểu tình. Dĩ nhiên trong bối cảnh đó, tôi cũng như hầu hết số sinh viên cùng trang lứa hiểu biết khá nhiều về tình hình của đất nước lúc bấy giờ. Cái kỳ lạ của dân Sài Gòn là dù tiếng súng nổ ầm ầm, xe tăng, quân đội ào ào tấn công vào Dinh Độc Lập, Thành Cộng Hòa (căn cứ của Liên Minh Phòng Vệ Phủ Tổng Thống) như thế, nhưng hễ lơi tiếng súng một chút là kéo nhau ra xem, chẳng sợ tên bay đạn lạc gì cả!

Tôi cũng nằm ở trong số dân Sài Gòn, đám thanh niên, sinh viên "điếc không sợ súng" này. Chính vì thế mà tôi đã chứng kiến tận mắt cảnh đồng bào, bà con buôn bán ở Chợ Bến Thành đã đem cơm nước, trái cây ra tặng binh sĩ Nhảy Dù khi đài phát thanh loan báo anh em Ô. Ngô Đình Diệm đã bị lật đổ. Đã chứng kiến cảnh, đồng bào, thanh niên Sài Gòn dùng dây kéo sập tượng Hai Bà Trưng dựng ở Bến Bạch Đằng*. Chiếc tượng đổ gục, cổ tượng đứt lìa và được đám đông đưa lên chiếc xích-lô, đẩy quanh đường phố, reo hò như một đám rước. Sở dĩ có chuyện này là vì trước đó lâu lắm, người dân đã bàn tán, đây là tượng của hai chị em bà Ngô Đình Nhu chứ không phải tượng Hai Bà Trưng với tóc con trai (demi-garcon) chải tém và áo hở cổ (decolleté) - kiểu áo quen thuộc của bà Ngô Đình Nhu.

---

* Tượng "hai bà Trưng" trước và sau Cách Mạng. Ảnh nguồn
http://community.vietfun.com/showthread.php?t=691197&page=3

Qúy vị, qúy bạn có thể nhìn lại tấm hình lịch sử này ở nơi trang 34 của cuốn The Eyewittness History of the Vietnam War của George Esper and The Associated Press xuất bản Tháng 11,1983 tại Hoa Kỳ, và nơi trang 36&37: Hình ảnh một rừng thanh niên, sinh viên Sài Gòn bu quanh hàng rào Dinh Độc Lập, reo hò hoặc thò qua bắt tay binh sĩ VNCH là những đơn vị đầu tiên đã tấn công vào dinh và lật đổ chế độ.

Sau những cuộc đảo chính, chính lý, biểu dương lực lượng liên miên của các ông tướng và biến cố Miền Trung, năm 1967 Hiến Pháp Đệ Nhị Cộng Hòa ra đời, và sau khi liên danh hai Ô. Thiệu-Kỳ đắc cử tổng thống, cùng với sự rạn nứt giữa TT. Thích Tâm Châu và TT. Thích Trí Quang khiến Phật Giáo phải chia đôi... thì chuyện đấu tranh của Phật Giáo năm 1963, chuyện gia đình Ô. Diệm cũng đã trở thành dĩ vãng của lịch sử. Hơn thế nữa áp lực quân sự lúc này rất nặng, đời sống của dân chúng quá khó khăn, với sự hiện diện của hơn 500,000 quân đội Mỹ tại Miền Nam, không ai còn rảnh rỗi "hưởn" để đào sới lại lịch sử năm 1963 và hai anh em Ô. Ngô Đình Diệm cũng đã yên nghỉ ở Nghĩa Trang Mạc Đĩnh Chi.

Cho tới ngày 30-4-1975, thật tình tôi chưa hề đọc hoặc xem qua một tài liệu, một bài báo nào nói rằng TT. Thích Trí Quang là cán bộ hoặc đảng viên đảng CSVN. Rồi khi khối 1 triệu người Việt di tản rồi vượt biển tìm Tự Do tôi cứ nghĩ mọi người sẽ bỏ qua những đau thương của quá khứ, thành lập một mặt trận thống nhất để giành lại cơ đồ. Nhưng không! Sự yên bình, đoàn kết và cảm thông ở hải ngoại chỉ có được một hai thập niên. Vào giữa thập niên 1990 đã có những bài viết, cuốn sách đánh bóng lại ông Ngô Đình Diệm như một thứ "cha già của dân tộc". Rồi cả những cuốn sách, bài viết công kích cuộc đấu tranh của Phật Giáo năm 1963 mà chiến lược nhắm vào việc cho rằng TT. Thích Trí Quang là đảng viên đảng CSVN.

Nếu quả thực TT. Thích Trí Quang là "cộng sản nằm vùng" thì điều đó có nghĩa là cuộc đấu tranh cho quyền bình đẳng tôn giáo năm 1963 của Phật Giáo hoàn toàn bịa đặt và do cộng sản giụt giây, lèo lái, hoặc chỉ đạo chứ thực ra dưới thời Ô. Ngô Đình Diệm không chuyện có kỳ thị tôn giáo. Vậy thì chính nghĩa của cuộc đấu tranh năm 1963 nằm ở chỗ tìm hiểu lý lịch của TT. Thích Trí Quang. Bản thân tôi, từ trước đến giờ chưa bao giờ nghĩ rằng TT. Thích Trí Quang là cán bộ cộng sản, nhưng nay thì thấy mình cần phải tìm hiểu lại xem con người thực của TT. Thích Trí Quang như thế nào.

Với đà tiến bộ vượt bực của kỹ nghệ điện tử, với Google - bộ nhớ của nhân loại - chúng ta dễ dàng tìm kiếm những dữ kiện liên quan đến TT. Thích Trí Quang. Trong tinh thần tìm hiểu sự thực, không thêm thắt ý kiến cá nhân, tôi xin dịch ra Việt Ngữ bốn tài liệu gửi kèm theo đây để quý vị, quý bạn suy nghĩ:

1) *Declassified CIA Documents on the Vietnam War/Thích Trí Quang* (Tài liệu giải mật của CIA về Chiến Tranh Việt Nam/Thích Trí Quang)

Tài liệu này do Viện Đại Học Saskatchewan (Canada) sưu tầm và phổ biến. Tôi xin dịch phần Tóm Lược Chính (Abstract) trong báo cáo của CIA như sau:

"Một cuộc phân tích để xem - liệu Thích Trí Quang có liên hệ/hoặc là cán bộ cộng sản, Con Người và Mục Tiêu Đấu Tranh: Báo cáo tình hình cho tới ngày 27-8-1964 đánh giá rằng Trí Quang không phải là cộng sản, ông ta chỉ muốn thiết lập một chính quyền do thần quyền/tôn giáo lãnh đạo ở Miền

Nam. Tin tình báo gửi bằng cable, TDCS 314/02342-64. August 28, 1964. 8 trang. Mật/Không phổ biến. Bản sao đã được tẩy sạch. Giải tỏa ngày 24 Tháng 5, 1976.

2) *"Only Religions Count in Vietnam": Thich Tri Quang and the Vietnam War (Chỉ Có Tôn Giáo Là Đáng Kể Ở Việt Nam: Thích Trí Quang và Cuộc Chiến Tranh Việt Nam)* biên khảo của James McAllister-Phân Khoa Chính Trị Học, Đại Học Williams, Williamstown, MA 01267, điện thư: jmcallis@williams.edu . Tôi xin dịch phần Tóm Lược Chính (abstract) như sau:

"Đã từ lâu, Thích Trí Quang là một trong những nhân vật gây tranh cãi nhiều nhất trong lịch sử chiến tranh Việt Nam. Các học giả cánh hữu cho rằng Trí Quang có thể/có nhiều khả năng là cán bộ cộng sản hoạt động dưới sự chỉ đạo của Hà Nội. Còn các học giả cánh tả lại cho rằng Trí Quang là một lãnh đạo tôn giáo đấu tranh bất bạo động/hòa bình cho dân chủ và muốn sớm chấm dứt chiến tranh. Tài liệu biên khảo này cho thấy cả hai lập luận trên đều không có tính thuyết phục. Như các giới chức Hoa Kỳ đã công bằng/đứng đắn kết luận rằng không có bằng chứng khả tín nào cho thấy Trí Quang là một cán bộ cộng sản hoặc có thiện cảm với cuộc chiến của Hà Nội hay Mặt Trận Giải Phóng Miền Nam. Rút ra từ những tài liệu rộng rãi còn lưu trữ qua những cuộc đàm luận giữa Trí Quang và các giới chức Hoa Kỳ, hiển nhiên Trí Quang thật sự chống cộng mạnh mẽ và hoàn toàn hiểu được/cảm nhận được việc sử dụng quân đội Hoa Kỳ để chống lại Bắc Việt và Trung Hoa. Yếu tố chính gây mâu thuẫn giữa phong trào đấu tranh của Phật Giáo và bộ tham mưu của Johnson là Trí Quang cương quyết cho rằng những chế độ quân nhân sau Ngô Đình Diệm thù nghịch với Phật Giáo và không có khả năng đưa cuộc đấu tranh chống cộng sản tới thành công."

3) World: A Talk With Thich Tri Quang (Friday Apr.22,1966)
TIME MAGAZINE

Đây là cuộc phỏng vấn liên quan đến nhiều vấn đề như cuộc bầu cử Quốc Hội Lập Hiến thiết lập nền Đệ Nhị Cộng Hòa và việc ứng cử của hai Ô. Thiệu-Kỳ. Vì bài phỏng vấn dài cho nên tôi chỉ phiên dịch phần quan điểm của TT. Trí Quang liên quan tới cộng sản và sự hiện diện của quân đội Mỹ tại Việt Nam mà thôi.

"Trong một cuộc phỏng vấn riêng tư bất thường, tương đối hiếm hoi bởi vì Thượng Tọa ít khi dành cho báo giới Tây Phương những cuộc phỏng vấn như vậy, với các phóng viên của TIME như Frank McCullock và James Wilde tại nơi cư trú của Thượng Tọa tại Sài Gòn, trong căn phòng của một bệnh viện điều dưỡng. Thông dịch viên là Thân Trọng Huệ, một cộng tác viên người Việt của báo TIME, người đã gọi Thượng Tọa là Venerable cho đúng với địa vị của Thượng Tọa trong Giáo Hội. Trí Quang mặc áo của bệnh viện, quần bà ba trắng và đi dép da."

Hỏi: Nếu tình hình ổn định trở lại với Việt Nam và cuộc chiến đấu chống cộng thành công, Thượng Tọa có nghĩ rằng cuối cùng ở một chừng mực nào đó sẽ có những cuộc thương thảo với Việt Cộng?

Đáp: Dĩ nhiên, khi đưa ra câu hỏi như vậy là quý vị đã tự có câu trả lời - hiển nhiên bất cứ cuộc chiến nào rồi cũng kết thúc bằng thương lượng. Nhưng những cuộc thương lượng chỉ xứng đáng khi có lợi cho cả hai phe. Nếu quý vị thương thảo mà không lợi ích gì cho lý tưởng và cuộc đấu tranh thì đó là sự đầu hàng ngụy trang bằng thương thảo. Chắc chắn tôi không đồng ý về bất cứ một cuộc đầu hàng nào như vậy.

Hỏi: Thượng Tọa có tin rằng có những thành phần phi-cộng-sản ở trong hàng ngũ Việt Cộng không?

Đáp: Nếu có những thành phần này thì họ bị lợi dụng và chỉ đạo bởi những người cộng sản, cho nên chúng ta chẳng hy vọng gì vào họ. Còn họ chỉ là những người chạy theo, thì họ cũng chẳng ích lợi gì cho chúng ta. Bị cộng sản lợi dụng hay bị cộng sản sai khiến thì cũng giống như cộng sản.

Hỏi: Thượng Tọa nghĩ gì về bộ phận Việt Cộng?

Đáp: Theo tôi, đây chỉ là cách chơi chữ. Người ta cố tách biệt Cộng Sản Bắc Việt và Cộng Sản Miền Nam. Thật ra không có sự phân biệt như vậy. Cả hai đều là cộng sản. Là một tu sĩ, điều tôi lo lắng là chủ thuyết trong đầu họ còn nguy hiểm hơn súng mà họ cầm trên tay.

Hỏi: Thượng Tọa có ý kiến gì về những lời đồn đãi là việc đầu tiên mà quốc hội lập hiến làm là đòi người Mỹ rút khỏi Việt Nam?

Đáp: Những lời đồn đãi như vậy hoàn toàn có tính cách bôi lọ. Hoàn toàn không có cơ sở. Người ta không nên hỏi tại sao người Mỹ phải ở lại Việt Nam. Ai ai cũng đồng ý rằng cuộc chiến đấu chống cộng ở đây phải có sự trợ giúp của người Mỹ. Vậy thì trở ngại chính là làm thế nào để nâng cao giá trị của sự giúp đỡ đó.

Cuộc trợ giúp của người Mỹ tại Việt Nam ngày hôm nay đã không được hỗ trợ đầy đủ bởi vì không có những vị đại diện của người dân làm công việc đó. Khi quốc hội được bầu ra, chính quốc hội sẽ làm công cuộc hỗ trợ tinh thần, nâng cao giá trị và chấp nhận sự trợ giúp của người Mỹ.

4) From Wikipedia, the free encyclopedia

"Thích Trí Quang (sinh năm 1924) là một tăng sĩ Phật Giáo Đại Thừa Việt Nam đã được biết tới qua vài trò lãnh đạo cuộc khủng hoảng Phật Giáo năm 1963 vốn chiếm đa số tại Nam Việt Nam. Trong cuộc đấu tranh, ông hô hào tín đồ noi gương cuộc đấu tranh bất bạo động của Gandhi, nhìn thấy cuộc chống đối lan rộng chống lại chính quyền Thiên Chúa Giáo của TT. Ngô Đình Diệm và chính sách thân Thiên Chúa Giáo, chống Phật Giáo của ông ta, do ảnh hưởng của người anh cả là Giám Mục Ngô Đình Thục ở Huế. Những cuộc đàn áp biểu tình liên tục của Diệm đã đưa tới sự bất mãn lan rộng trong dân chúng, và đưa tới cuộc đảo chính vào Tháng 11, 1963 lật đổ ông và gia đình ông.

Trong những năm khởi đầu, Thích Trí Quang đi Tích Lan để để nghiên cứu thêm về Phật Giáo. Khi trở về ông tham gia phong trào kháng chiến chống Pháp để giành độc lập cho Việt Nam(*). Vào ngày 8 Tháng 5, 1963 nhân lễ Vesak, ngày đản sanh của Đức Phật Gotama, Phật tử tại Huế đã chuẩn bị, kể cả việc treo cờ Phật Giáo. Nhà cầm quyền đã dựa vào một nghị định ít khi thi hành để ngăn cấm việc treo cờ. Việc ngăn cấm này đã xảy ra cho dù trước đó một tháng nhân lễ ngân khánh thứ năm của Giám Mục Ngô Đình Thục cờ Thiên Chúa Giáo được treo mà không hề bị ngăn cản. Phật tử Huế không tuân theo chỉ thị và tổ chức một cuộc biểu tình, tụ họp tại đài phát thanh để hy vọng nghe tiếng nói của Thích Trí Quang trong chương trình phát thanh thường lệ. Chính quyền cho ngưng buổi phát thanh và nổ súng vào đám đông khiến 9 người thiệt mạng. Vào ngày 10 Tháng 5, Phật tử bắt đầu chiến dịch tranh đấu đòi bình đẳng tôn giáo, bồi thường cho nạn nhân và trừng phạt những người có trách nhiệm và quyền treo cờ Phật Giáo. Thích Trí Quang nhắc nhở khối người biểu tình không để cộng sản lợi dụng tình trạng bất ổn và chủ trương đấu tranh bất bạo động. Khi cuộc khủng hoảng trở nên sâu rộng, Thích Trí Quang vào Thủ Đô Sài Gòn để thương thuyết và chuẩn bị cho những cuộc xuống đường sau cuộc tự thiêu của Thích Quảng Đức vào ngày 11 Tháng 6. Trước cuộc tấn công của mật vụ và lực lượng đặc biệt của Ngô Đình Nhu vào Chùa Xá Lợi ngày 21 Tháng 8, ông đã trốn vào Tòa Đại Sứ Hoa Kỳ. Ông được Đại Sứ Hoa Kỳ là Henry Cabot Lodge nhận và từ chối không giao ông cho mật vụ của Nhu sau khi lục soát chùa, nổ súng và đánh đập tăng ni. Tại Huế, 30 người chết vì đã làm hàng rào ngăn cản người của Nhu tấn công vào các chùa.

Sau cuộc đảo chánh ngày 1-11-63 lật đổ Diệm và Nhu, người ta đồn rằng nhóm quân nhân muốn Thích Trí Quang là một thành viên của nội các nhưng Bộ Ngoại Giao Hoa Kỳ bày tỏ chống đối.

Sau cuộc chỉnh lý năm 1964 của Nguyễn Khánh lật đổ Dương Văn Minh, Khánh ra lệnh giết Đại Úy Nguyễn Văn Nhung là cận vệ của Minh và cũng là người đã giết hai anh em Diệm, Nhu. Điều này gây ra lời đồn đại là những chính trị gia thân Diệm sẽ phục hồi quyền lực khiến Trí Quang ngưng cuộc hành hương Ấn Độ để tổ chức những cuộc phản đối (Khánh). Vào cuối năm 1964, Khánh thu hồi quyết định quản thúc các tướng ở Đà Lạt mà đứng đầu là Trần Văn Đôn.

Vào năm 1965 những cuộc biểu tình lại tái xuất hiện khi người chống Diệm là tướng Nguyễn Chánh Thi - Tư Lệnh Quân Đoàn I bị Thủ Tướng Nguyễn Cao Kỳ cất chức. Vào thời điểm này, Nguyễn Cao Kỳ bắt giữ Thích Trí Quang và ra lệnh quản thúc tại gia (chùa). Khi Sài Gòn sụp đổ và cộng sản tràn vào Nam Việt Nam thì Thích Trí Quang một lần nữa lại bị nhà cầm quyền cộng sản quản thúc tại gia (chùa)."

Nhận Định:

Tại các quốc gia văn minh Tây Phương, việc duyệt xét lại lịch sử, tìm hiểu sự thực của lịch sử diễn ra hằng ngày, hằng tháng và hằng năm bởi các nhà nghiên cứu sử học khi có thêm những dữ kiện mới. Thậm chí trong các lớp học về lịch sử của Hoa Kỳ, người ta còn cho học sinh tổ chức những tòa án giả để xét tội Tổng Thống Jackson, người đã giết hại dân Da Đỏ. Duyệt xét, tìm hiểu sự thực của lịch sử, thậm chí lập tòa án như đã nói ở trên không có nghĩa là các nhà giáo dục Hoa Kỳ dạy cho học sinh căm thù TT. Jackson mà chỉ muốn thế hệ sau tránh vết xe đổ của các thế hệ đi trước. Giả dụ việc làm của TT. Jackson không được các sử gia mổ xẻ, phân tích thì điều đó có nghĩa là TT. Jackson làm đúng và các thế hệ sau "cứ thế mà làm", như thế tác hại cứ triền miên, không dứt. Do đó, trong tinh thần học hỏi, xây dựng đất nước và nhất là cho thế hệ mai sau, tôi hoan nghênh mọi nỗ lực khoa học, khách quan, đứng đắn để tìm hiểu về con người thực của TT. Thích Trí Quang. Tuy nhiên việc nghiên cứu lịch sử không phải chuyện dễ dàng. Các sử gia đã chỉ cho chúng ta có hai nguồn sử liệu để nghiên cứu:

1) Tài liệu chính yếu (Primary Source) bao gồm các chỉ dụ, đạo luật, sắc lệnh, nghị định hành chánh, mệnh lệnh, biên bản các phiên họp nội các, các báo cáo, tờ trình, các tấm hình, băng ghi âm, các thước phim tài liệu, phỏng vấn có ghi âm/thu hình, công báo là những tài liệu chính xác của lịch sử.

2) Tài liệu thứ yếu (Secondary Source) như thơ, kịch, tiểu thuyết, bài viết, những tâm tình, trao đổi giữa cá nhân, hồi ký liên quan đến một giai đoạn lịch sử nào đó. Các tài liệu này mức độ khả tín rất thấp và có khi không đáng tin cậy vì nó có rất nhiều ý kiến cá nhân (yêu ghét, chủ quan) đưa vào đó. Những sử gia đứng đắn không bao giờ bằng cứ vào Secondary Source để viết lịch sử. Ngay cả những cuộc trao đổi riêng tư giữa các nhân vật lịch sử, hoặc những nhân vật có liên quan cũng cần được kiểm chứng qua báo chí, tài liệu lưu trữ, băng ghi âm, nhật ký, văn khố v.v...

Do đó, nếu có vị nào không đồng ý với tài liệu đã giải mật của CIA và coi đó như tài liệu giả hoặc do nhóm thân cộng bịa đặt ra hoặc sự đánh giá của Trung Ương Tình Báo Hoa Kỳ hòan tòan sai lạc, có thể viết thư đặt vấn đề với cơ quan CIA. Hoặc tài liệu nghiên cứu của James McAllister, Wikipedia và cuộc phỏng vấn của báo TIME là thiếu vô tư hoặc thân cộng, chúng ta có thể viết thư phản đối hoặc cung cấp cho họ những tài liệu chính xác hơn không ngoài mục đích làm sáng tỏ lịch sử, một nhu cầu cần thiết của một dân tộc muốn tiến lên.

Sau hết, chúng ta nên nhớ rằng một dân tộc man di mọi rợ thì không có lịch sử. Một dân tộc nô lệ thì lịch sử bị ngoại bang bóp méo, cạo sửa, hoặc viết lại. Một dân tộc độc lập và hùng mạnh thì lịch sử phải được học hỏi, nghiên cứu, kế thừa và phê phán trong tinh thần khách quan và hướng về tương lai.

Tháng 12, 2009

Ghi chú:

Dấu (*) là trích dẫn trong Tiểu Truyện Tự Ghi của HT. Thích Trí Quang, nguyên là phần phụ lục trong cuốn Bồ Tát Giới của Hòa Thượng in sau năm 1975, do website Trang Nhà Quảng Đức phổ biến, có đoạn nói về tham gia kháng chiến như sau: "Thọ Bồ tát giới rồi, không đầy một tháng sau Pháp đổ bộ Đồng Hới, tôi tham gia kháng chiến. Nhưng tháng 10 năm ấy, mẹ tôi bịnh nặng, bốn anh em tôi đều đi kháng chiến, người thứ ba tử trận một tuần sau ngày Pháp đổ bộ, hai người thứ nhất và thứ tư ở xa, tôi ở gần nhà nhất nên phải về nuôi mẹ."

TÀI LIỆU ĐÍNH KÈM

1) *Tài Liệu Thứ Nhất:*

University of Saskatchewan

University Library

Declassified CIA Documents on the Vietnam War

We hereby acknowledge the permissions granted by the Gale Group to include in this Database the abstracts provided in the Declassified Documents Reference System CD-ROM and by the Texas Tech University's Virtual Vietnam Archive to provide the links for full text documents.

Search:

Advanced search...

Title: An analysis of Thich Tri Quang's possible communist affiliations, personality and goals

Date of Creation: August 28, 1964

Date of Declassification: May 24, 1976

Type of Document: Intelligence information cable

Level of Classification: CONFIDENTIAL

Status of Copy: SANITIZED

Pagination, Illustration: 8p.

Abstract: An Analysis of Thich Tri Quang's Possible Communist Affiliations, Personality and Goals: Situation Report as of 27 August 1964 (assessment is that Tri Quang is not a Communist; he would like to establish a theocracy in South Vietnam). Intelligence Information Cable, TDCS 314/02342-64. Aug. 28, 1964. 8 p. CONFIDENTIAL/NO FOREIGN DISSEM. SANITIZED copy. Released May 24, 1976.

Indexing Terms:

THICH TRI QUANG

THICH DUC NGHIEP

THICH GIAC DUC

THICH MINH CHAU

THICH THIEN MINH

THICH TAM CHAU

TON THAT XUNG

Declassified Documents Reference System Location: 1976-22E

2) *Tài Liệu Thứ Hai*

Modern Asian Studies (2008), 42:751-782 Cambridge University Press

Copyright © Cambridge University Press 2007

doi:10.1017/S0026749X07002855

Research Article: 'Only Religions Count in Vietnam': Thich Tri Quang and the Vietnam War

JAMES McALLISTERa1

a1 Department of Political Science, Williams College, Williamstown, MA 01267 Email: jmcallis@williams.edu

Article author query

mcallister j

Abstract

Thich Tri Quang has long been one of the most controversial actors in the history of the Vietnam War. Scholars on the right have argued that Tri Quang was in all likelihood a communist agent operating at the behest of

Hanoi. Scholars on the left have argued that Tri Quang was a peaceful religious leader devoted to democracy and a rapid end to the war. This article argues that neither of these interpretations is persuasive. As American officials rightly concluded throughout the war, there was no compelling evidence to suggest that Tri Quang was a communist agent or in any way sympathetic to the goals of Hanoi or the NLF. Drawing on the extensive archival evidence of Tri Quang's conversations with American officials, it is apparent that Tri Quang was in fact strongly anti-communist and quite receptive to the use of American military power against North Vietnam and China. The main factor that led to conflict between the Buddhist movement and the Johnson administration was Tri Quang's insistence that the military regimes that followed Ngo Dinh Diem were hostile to Buddhism and incapable of leading the struggle against Communism to a successful conclusion.

3) *Tài Liệu Thứ Ba:*

World: A TALK WITH THICH TRI QUANG

Friday, Apr. 22, 1966

In an unusual private interview, one of the relatively few he has granted to Western newsmen, Thich Tri Quang talked for an hour last week with TIME Correspondents Frank McCulloch and James Wilde at his Saigon residence, a room in a maternity clinic. The interpreter was Than Trong Hue, a Vietnamese member of the TIME staff, who addressed the monk with the "venerable" title reserved for the Buddhist clergy. Tri Quang was clad in a hospital gown, white pantaloons, and brown leather sandals.

Q. If stability returns to Viet Nam and the war against the Communists is waged successfully, do you believe that eventually some sort of negotiations must be held with the Viet Cong?

A. Of course, in raising such a question you have really answered it yourself—obviously any war must be finally ended by some kind of negotiations. But negotiations are worthwhile only if conditions are favorable for them. If you negotiate without benefit to your cause and struggle, that is a surrender in the guise of negotiations. And I am certainly not in favor of any such surrender.

Q. Do you believe there are non-Communist elements within the Viet Cong?

A. If so, they are completely exploited and led by the Communists, so we can have no hope for them. Even if they are only followers, they can be of no use to us. Being led or directed by Communists is the same as being a Communist.

Q. What do you think of the Viet Cong movement?

A. This is mostly a matter of semantics to me. People try to separate North Vietnamese Communists from South Vietnamese Communists. No such separation exists. They are both Communists. And as far as I am concerned, as a religious man, the ideology they possess is much more dangerous than the guns they possess.

Q. Can you comment on rumors that the first thing a legislative assembly might do would be to ask the Americans to leave Viet Nam?

A. Rumors such as these are sheer libel. No proof or substantiation for them exists. One should not ask whether Americans should remain in Viet Nam. It is agreed by all that the struggle against Communism here must be made with the assistance of the Americans. So the problem is really how to enhance the value of that assistance. American assistance is not now fully supported in Viet Nam because there is no popular representation to give it such support. When an assembly is elected, it will, by giving its moral endorsement to such assistance, enhance its value and its acceptance.

Read more: http://www.time.com/time/magazine/article/0,9171,899140-3,00.html#ixzz0ZIyhmbQ5

4) *Tài Liệu Thứ Tư:*

From Wikipedia, the free encyclopedia

Jump to: navigation, search

Thích Trí Quang (born 1924) is a Vietnamese Mahayana Buddhist monk best known for his role in leading South Vietnam's Buddhist majority during the Buddhist crisis in 1963. His campaign, in which he exhorted followers to emulate the example of Mahatma Gandhi, saw widespread demonstrations against the Catholic government of President Ngo Dinh

Diem, and its pro-Catholic and Anti-Buddhist policies, attributed to the influence of Diem's elder brother Archbishop Ngo Dinh Thuc of Hue. Diem's often violent suppression of the demonstrations lead to widespread dismay among the populace, and resulted in a military coup in November 1963 that removed Diem and his family from power.

In his early days, Thich Tri Quang went to Ceylon to further his Buddhist studies. When he returned, he participated in anti-French activities, calling for the independence of Vietnam.

In 1963, Vesak, the birthday of Gautama Buddha fell on May 8. The Buddhists of Hue had prepared celebrations for the occasion including the display of the Buddhist flag. The government cited a rarely enforced regulation prohibiting the display of religious flags, banning it. This occurred despite the non-enforcement of the regulation on a Catholic event celebrating the fifth anniversary of Ngo Dinh Thuc as Archbishop of Hue less than a month earlier. The Buddhists defied the ban and held a demonstration, and congregated at the radio station expecting to hear an address by Thich Tri Quang, as was routine for such a day. The authorities cancelled the speech and opened fire on the crowd, killing nine.

On May 10, Buddhist campaigns for religious equality, compensation for the victims, punishment for those responsible, and the right to fly the Buddhist flag. Thich Tri Quang urged the demonstrators to not allow Vietcong to exploit the unrest, and exhorted a strategy of passive resistance. As the crisis deepened, he travelled to the capital Saigon for negotiations and further protests after the self immolation of Thich Quang Duc on June 11. Prior to the August 21 raids on the Xa Loi Pagoda by Ngo Dinh Nhu's secret police and special forces, he sought refuge at the US embassy. He was accepted by the US ambassador Henry Cabot Lodge, who refused to hand him to Nhu's forces after they had ransacked the pagodas, fired on and beat monks. In Hue, thirty people died as they attempted to blockade the pagodas from Nhu's men.

Following the coup on November 1, 1963 which removed Diem and Nhu from power, it was reported that the military junta wanted Thich Tri Quang to be a part of the new cabinet, but the US State Department recommended against this.

After the 1964 coup by General Nguyen Khanh which deposed the Duong Van Minh junta, Khanh had Captain Nguyen Van Nhung, the bodyguard of Minh and executioner of Diem and Nhu executed. This generated rumours that pro-Diem politicians would be restored to power and prompted Thich Tri Quang to cancel a planned pilgrimage to India in order to organise further demonstrations. In late 1964, Khanh revoked his decision to put the General lead by Tran Van Don from detention in Da Lat.

In 1965, demonstrations occurred again when anti-Diem General Nguyen Chanh Thi, the commander of central Vietnam, was stripped of his position by Prime Minister Nguyen Cao Ky. This time Ky had Thich Tri Quang arrested and put him under house arrest in Saigon. When the communists overran South Vietnam in the Fall of Saigon, Thich Tri Quang was again put under house arrest...

THÍCH TRÍ QUANG VÀ CHIẾN TRANH VIỆT NAM

Nghiên cứu của JAMES McALLISTER,
giáo sư Williams College,
dựa trên hồ sơ lưu trữ của Bộ ngoại giao Mĩ.

TRẦN NGỌC CƯ
dịch từ tiếng Anh

*Nguyên tác tiếng Anh: "Only Religions Count in Vietnam:
Thich Tri Quang and the Vietnam War,"
tạp chí Modern Asian Studies 42, 4 (2008), pp. 751–782*

Tóm tắt:

Qua thời gian lâu dài, Thích Trí Quang vẫn là một trong
những nhân vật gây nhiều tranh cãi nhất trong lịch sử Chiến
tranh Việt Nam. Học giả bên cánh hữu thì cho rằng Trí Quang
chắc chắn là tay sai cộng sản hoạt động theo chỉ thị của Hà Nội.
Học giả bên cánh tả thì lí luận rằng Trí Quang là một lãnh đạo
tôn giáo ôn hoà dấn thân cho dân chủ và quyết tâm đòi chấm
dứt chiến cuộc nhanh chóng. Bài viết này cho rằng cả hai lối lí

giải ấy đều không có tính thuyết phục. Như nhiều giới chức Hoa Kì đã kết luận đúng đắn ngay trong thời gian cuộc chiến còn diễn ra, không ai có bằng chứng vững chắc để nói được rằng Trí Quang là một công cụ của cộng sản hay chí ít là có thiện cảm với những mục tiêu của Hà Nội hay Mặt trận Dân tộc Giải phóng Miền Nam (MTDTGPMN). Nếu căn cứ vào những bằng chứng được lưu trữ qua các cuộc đàm thoại của Trí Quang với giới chức Mĩ thì rõ ràng là, Trí Quang thực sự có thái độ chống cộng mạnh mẽ và hoàn toàn chấp nhận việc Mĩ dùng sức mạnh quân sự đối với Bắc Việt và Trung Quốc. Yếu tố chính dẫn đến xung đột giữa phong trào Phật giáo và chính quyền Johnson là việc Trí Quang quả quyết rằng các chế độ quân sự tiếp theo Ngô Đình Diệm có thái độ thù nghịch với Phật giáo và thiếu khả năng đưa cuộc chiến đấu chống chủ nghĩa Cộng sản đến một kết thúc thắng lợi.

Khó có thể xem nhẹ vai trò quan trọng của Thích Trí Quang trong việc tìm hiểu quá trình diễn biến của Chiến tranh Việt Nam. Sau khi Tổng thống Ngô Đình Diệm dùng bạo lực đàn áp các cuộc biểu tình phản kháng của Phật giáo tháng Năm 1963, Trí Quang đã đóng một vai chủ yếu trong việc sách động và duy trì cuộc khủng hoảng chính trị lâu dài, một cuộc khủng hoảng cuối cùng đã dẫn đến sự sụp đổ của Diệm vào tháng Mười Một 1963. Không chịu trở về với vị trí bên lề của trường chính trị sau khi Diệm và người em là Ngô Đình Nhu bị giết, Trí Quang tiếp tục vận dụng ảnh hưởng to lớn của mình lên sinh mệnh chính trị của Miền Nam bằng cách ban bố hay từ chối hậu thuẫn của mình cho nhiều chế độ quân nhân khác nhau, những chế độ đã điều hành quốc gia từ 1964 đến 1966.

Với khả năng hiển nhiên, bằng cách huy động cả Phật tử lẫn

sinh viên tranh đấu, Trí Quang có thể đưa Miền Nam vào tình trạng vô chính phủ, chính quyền Johnson và chính phủ Miền Nam không còn lựa chọn nào khác hơn là nhìn nhận quyền lực và ảnh hưởng đáng sợ của ông. Được công nhận rộng rãi là lực tác động tinh thần và trí thức chủ yếu đằng sau phong trào tranh đấu Phật giáo, Trí Quang đã châm ngòi một loạt phản kháng mãnh liệt, một cao trào đã thực sự giành quyền kiểm soát vài thành thị miền Nam vào mùa xuân 1966. Mặc dù cả Trí Quang lẫn phong trào Phật giáo rộng lớn không trụ được như một thế lực chính trị hùng hậu sau cuộc khủng hoảng 1966, nhưng ít, nếu có, cá nhân nào ở Miền Nam có được ảnh hưởng to lớn hơn ông trên diễn biến của cuộc chiến Việt Nam trong thời kì từ 1963 đến 1966. Đáng tiếc là, các sử gia đương thời vẫn chỉ biết được rất ít ỏi về những mục tiêu và động lực chính trị của Trí Quang trong giai đoạn nghiêm trọng này của Chiến tranh Việt Nam. Cũng như nhiều yếu nhân khác ở Miền Nam, những nhân vật chính trị và tôn giáo như Trí Quang rõ ràng là ít được giới sử gia về quan hệ đối ngoại của Mĩ quan tâm; những sử gia này vẫn tiếp tục dành sự chú ý ưu tiên cho tiến trình hoạch định chính sách tại Washington, chiến lược quân sự hay những nỗ lực ngoại giao nhằm chấm dứt chiến tranh qua các cuộc đàm phán. Như George Herring đã nhận xét từ lâu: "Sự tương tác giữa người Mĩ và người Miền Nam Việt Nam là một trong những lãnh vực ít triển khai nhất trong kho tư liệu ngày một nở rộ về Chiến tranh Việt Nam. Người ta càng viết nhiều về cuộc chiến bao nhiêu, thì người Miền Nam càng nổi cộm vì sự vắng mặt của họ trong các sử sách bấy nhiêu, và cho đến nay hầu như vẫn chưa có công trình nghiên cứu nào về những quan hệ của họ với Hoa Kì"[1]. Sự thiếu quan tâm của giới học giả dành cho Trí Quang và cho mối quan hệ của ông với các giới chức Mĩ là điều đặc biệt đáng tiếc bởi vì chắc chắn không thiếu gì các nguồn tư liệu trực tiếp (primary sources) để các sử gia nghiên cứu. Các giới chức Mĩ thường xuyên gặp gỡ Trí Quang suốt những năm 1964 – 1966; những cuộc đàm thoại này đủ cung ứng một cái nhìn toàn diện về những tín lí của ông đối với hàng loạt vấn đề. Mặc dù Trí Quang trên một số mặt nào đó vẫn còn là một nhân vật mà giới sử gia khó nắm bắt, nhưng những tương tác giữa ông và giới chức Mĩ có thể cung ứng một nguồn tư liệu không thể thiếu và chưa được sử dụng đúng mức cho việc tìm hiểu cả phong trào Phật giáo lẫn sự thất bại chính trị to lớn của Mĩ tại Miền Nam[2].

Trí Quang là một nhân vật gây nhiều tranh cãi vào thời cao điểm của Chiến tranh Việt Nam, và hơn 40 năm sau ông vẫn còn như thế. Gần đây, một số sử gia đã duyệt xét lại nhân vật Trí Quang và phong trào Phật giáo và đã đi đến những kết luận rất khác nhau về mục tiêu và động lực của nhà sư này. Trong một bài viết khá sôi nổi công bố năm 2004, Mark Moyar cho rằng

---

[1] George Herring, " 'Peoples Quite Apart': Americans, South Vietnamese, and the War in Vietnam," Diplomatic History, 14 (1990), p. 1. ["'Hai dân tộc cách vời': người Mĩ, người Nam Việt Nam, và Chiến tranh Việt Nam," Lịch sử Ngoại giao, 14 (1990), tr.1.]

[2] Tôi ngờ rằng một phần lí do các sử gia chưa quan tâm đến Trí Quang và phe Phật giáo nhiều hơn là vì bộ sưu tập [các văn thư của Bộ Ngoại giao] Foreign Relations of the United States (FRUS) / Quan hệ Đối ngoại của Hoa Kì chỉ chứa đựng một vài cuộc đàm thoại giữa Trí Quang và Toà Đại sứ ở Sài Gòn, trong đó không có một bản đánh giá nào của CIA về mục tiêu và động lực của ông. Người ta không bao giờ biết được có bao nhiêu tư liệu hiện hữu trong các văn khố Hoa Kì nếu chỉ dựa vào chút quan tâm ít ỏi dành cho Trí Quang và phong trào Phật giáo trong bộ FRUS.

Trí Quang "hoặc đã liên minh với Cộng sản, hoặc nếu không thì cũng nuôi hoang tưởng ông có thể chặn đứng Cộng sản mà không cần đến một chính quyền mạnh, thân Mĩ"[3]. Luận điểm đầu [tức Trí Quang liên minh với Cộng sản] rõ ràng là điều mà Moyar tin là gần với sự thật hơn. Trong cáo buộc cho rằng Trí Quang là tay sai Cộng sản, Moyar viết: "Nhìn chung, chứng liệu (evidence) đã yểm trợ cho quan điểm này, mặc dù không có bằng chứng tuyệt đối (absolute proof)"[4]. Khi đưa ra luận điểm này, mặc dù với một hồ sơ tài liệu có thực chất hơn, Moyar cũng chưa hẳn đã khai mở được điều gì mới lạ cho sử học bởi vì các kí giả trong trong thời Chiến tranh Việt Nam như Marguerite Higgins, Richard Critchfield và Robert Shaplen cũng từng đưa ra luận điểm này khi họ viết về cuộc chiến[5]. Tuy nhiên, như

---

[3] Mark Moyar, Political Monks: The Militant Buddhist Movement During the Vietnam War [" Sư chính trị: Phong trào Phật giáo Tranh đấu trong Chiến tranh Việt Nam"], Modern Asian Studies, 38 (2004), tr. 749–784.

[4] Moyar, Political Monks, tr. 756. Moyar cũng đưa ra những luận cứ này trong một cuốn sách vừa xuất bản Triumph Forsaken: The Vietnam War, 1954–1965 [Chiến thắng bỏ đi: Chiến tranh Việt Nam, 1954-1965] (New York: Cambridge University Press, 2006), tr. 216–218. Mặc dù tôi có nhiều bất đồng với Moyar liên quan đến Trí Quang, tất cả những nhà nghiên cứu về cuộc chiến cần phải nghiêm túc nắm bắt công trình nghiên cứu rộng rãi và việc đánh giá có tính xét lại về nhiều yếu tố của Chiến tranh Việt Nam của ông.

[5] Marguerite Higgins là người cổ xúy mạnh mẽ nhất luận điểm cho rằng Trí Quang là một công cụ của Cộng sản. Xem Our Vietnam Nightmare [Cơn ác mộng Việt Nam của chúng ta] (New York: Harper & Row, 1965). Xem thêm Richard Critchfield, The Long Crusade: Political Subversion in the Vietnam War [Thánh chiến Trường kì: Phá hoại chính trị trong Chiến tranh Việt Nam] (New York: Harcourt, Brace & World, 1968); và Robert Shaplen, The Lost Revolution [Cuộc cách mạng thất bại] (New York: Harper & Row, 1965). Mặc dù Moyar trích một số bằng chứng từ các sử liệu miền Bắc về cuộc chiến, những sử liệu cho rằng cộng sản đã xâm nhập được phong trào Phật giáo, nhưng không có dấu hiệu gì để quy kết trực tiếp hoặc gián tiếp Trí Quang làm tay sai cho Cộng sản.

chính Moyar cũng nhìn nhận, các quan chức của chính phủ Mĩ, những người có đủ mọi lí do tự lợi (self-interested) để kết luận Trí Quang là Cộng sản, lại trước sau như một đã bác bỏ cách đánh giá này. Như các nhà phân tích của CIA đã kết luận tháng Chín 1964: "Không một ai trong số nhiều người Việt thù ghét Trí Quang, những kẻ chỉ chờ cơ hội để bôi nhọ ông, hay thậm chí những kẻ hoài nghi về động lực chính trị của ông, có thể đưa ra bằng chứng vững chắc về bất cứ liên kết nào hiện có giữa ông và Cộng sản[6]". Giới tình báo Mĩ và Sứ quán Mĩ ở Sài gòn không bao giờ do dự trong cách đánh giá của họ về những động lực chính trị của Trí Quang, ngay cả vào thời cao điểm của cuộc khủng hoảng Phật giáo năm 1966, mặc dù các viên chức quan trọng như Henry Cabot Lodge và Maxwell Taylor về sau này lại chấp nhận luận điểm của Moyar một cách trễ tràng và thiếu bằng chứng. Vào thời đó và cả ngay bây giờ, người ta vẫn có nhiều lí lẽ rất thuyết phục để phản bác luận cứ cho rằng Trí Quang cố tình làm tay sai cho Cộng sản hay thậm chí trên bình diện trí thức đã có thiện cảm với chương trình chính trị của MTDTGPMN. Sự thế về sau này Trí Quang bị chế độ Cộng sản hành hạ và phải sống trong tình trạng quản thúc ở Việt Nam

---

Những bằng chứng như thế cũng chẳng làm cho giới chức Mĩ thời bấy giờ bị sốc, vì họ vốn đã nhìn nhận cộng sản mưu toan xâm nhập và tạo ảnh hưởng lên phong trào PHẬT GIÁO. Xem Moyar, Triumph Forsaken, tr. 217.

[6] Bản ghi nhớ của CIA: CIA Memorandum, "Tri Quang and the Buddhist Catholic Discord in South Vietnam [Trí Quang và mối bất hòa Phật giáo - Công giáo ở Miền Nam Việt Nam], September 19, 1964, Lyndon B. Johnson Library (từ đây về sau viết tắt là LBJL), National Security Files (từ đây về sau NSF), Vietnam Country Files (từ đây về sau VNCF), box 9,vol. 18; và Saigon Embassy to State Department [Toà ĐS Mĩ Saigon gửi Bộ Ngoại giao], January 31, 1965, National Archives II (từ đây về sau NA II), RG 59, Central Files, POL 13–6, box 2931.

thời hậu chiến chỉ là một trong nhiều lí do để hoài nghi luận điểm của Higgins/Moyar[7].

---

[7] Sau khi Sài Gòn thất thủ, số phận Trí Quang không được rõ cho lắm, nhưng những gì người ta nghe biết thì không hậu thuẫn cho luận điểm của Moyar. Moyar cho rằng sau chiến thiến thắng của Bắc Việt Trí Quang được cộng sản ban thưởng vì âm mưu lật đổ VNCH: " Khi Cộng sản chiếm được Miền Nam năm 1975, họ cho ông một công việc ở Huế và ông không hề lên tiếng phản đối chế độ mới, trong khi họ đưa đi tù những nhiều nhà sư khác, những nhà sư có một thành tích hoạt động chính trị ". Có nhiều vấn để nghiêm trọng khi chấp nhận lối đánh giá này. Một là, Moyar nói xuất xứ nguồn tin này là tờ Washington Post, ngày 2-11-1983, nhưng trong thực tế không có bài nào liên quan đến Trí Quang trong báo này vào ngày ấy. Rất có thể, Moyar muốn trích dẫn một ý kiến của H. Joachim Maitre trong bài "When Washington Ditched Diem" xuất hiện trên Wall Street Journal cùng ngày. Ý kiến cho rằng Trí Quang được Cộng sản tưởng thưởng nhờ vai trò của ông trong thập niên 1960 không có sức thuyết phục cho lắm vì chính Maitre đã viết: " Trí Quang được bố về làm việc ở Sở Vệ sinh thành phố Huế ". Một chức vụ ở sở vệ sinh Huế chắc chắn có vẻ là một hình phạt hơn là một tưởng thưởng, nhất là khi ta xét về vai trò rất quan trọng mà Moyar và Maitre cho rằng Trí Quang đã đóng trong chiến thắng của cộng sản. Như Moyar nhận xét trong Triumph Forsaken, sau chiến tranh chế độ Bắc Việt đã phục chức cho nhiều cán bộ nằm vùng, nhưng chế độ không bao giờ nhìn nhận Trí Quang là cán bộ của họ. Hầu hết tất cá tin tức khác tường trình về số phận của Trí Quang đều vẽ ra một chân dung ám đạm. Chẳng hạn, trong một chuyện đăng năm 1979 trên New York Times, James Sterba tường trình một trong những đệ tử của Trí Quang kể lại rằng ông " đã trở thành một người tàn phế da bọc xương trong một năm rưỡi biệt giam tại khám Chí Hoà ". Xin đọc James Sterba, " Ordeal of a Famed Buddhist in Ho Chi Minh City Related / Sự đọa đày của một nhà sư nổi tiếng, được kể lại," New York Times, ngày 14-7-1979, A2. Sau cùng, Robert Topmiller, một sử gia từng đi Việt Nam nhiều lần để phỏng vấn một số Phật tử trong thập niên 1990, tường thuật rằng ngay cá hiện nay Trí Quang vẫn còn bị quản thúc ở chùa Ấn Quang tại Thành phố Hồ Chí Minh. Xin đọc Robert Topmiller, "Vietnamese Buddhism in the 1990's / Phật giáo Việt Nam trong thập niên 1990," Trang nhà Quảng Đức.

Nhiều chứng liệu tương tự đưa đến một kết luận giản dị hơn: Thích Trí Quang chắc không phải là một cán bộ cộng sản và Hà Nội đã coi ông như một nhân vật độc lập, một nhân vật có tiềm năng đe doạ quyền thống trị của họ như ông từng là mối nguy cho giới cai trị Miền Nam trong thập niên 1960.

Quan điểm phê phán Trí Quang của Moyar bị chi phối bởi sự hậu thuẫn mạnh mẽ mà ông ta dành cho những người Miền Nam quyết tâm chống Cộng và chống MTDTGPMN. Một hình ảnh anh hùng và khả ái hơn nhiều của Trí Quang có thể được tìm thấy trong cuốn sách của Robert Topmiller, The Lotus Unleashed: The Buddhist Peace Movement in South Vietnam, 1964-1966 (Hoa sen tự do: Phong trào Hòa bình Phật giáo ở Miền Nam Việt Nam, 1964-1966). Vốn có nhiều thiện cảm với Trí Quang và thường chỉ trích gay gắt việc Mĩ can thiệp vào nội bộ Việt Nam, Topmiller tin rằng mục tiêu chính của cánh Trí Quang trong phong trào Phật giáo là "thành lập một chính phủ dân sự bằng các cuộc tuyển cử tự do với ý định mời MTDTGPMN tham gia một chính phủ trung lập"[8]. Theo cách mô tả của Topmiller, sự va chạm giữa chính quyền Johnson và Trí Quang phần lớn có gốc rễ trong những viễn kiến và thế giới quan xung khắc nhau. Phía Phật giáo và Trí Quang quyết theo đuổi hoà bình, dân chủ và muốn thương thuyết để tức thời chấm dứt cuộc chiến. Vì chính quyền Johnson chống lại quan điểm của phe Phật giáo về cuộc chiến, theo Topmiller, chẳng có gì đáng ngạc nhiên khi Trí Quang và người Mĩ rốt cuộc đã không đội trời chung. Mặc dù chắc chắn có nhiều điều đáng tiếp thu từ cách tường thuật của Topmiller về phong trào Phật giáo, nhưng tiểu sử Thích Trí Quang và mối quan hệ giữa ông và Hoa Kì còn nhiều chỗ phức tạp hơn những điều sử gia này muốn nói. Đặc biệt ở phần bàn về Thích Trí Quang trong thời

---

[8] Robert Topmiller, The Lotus Unleashed: The Buddhist Peace Movement in South Vietnam,1964–1966 [Hoa sen tự do: Phong trào Phật giáo Hoà Bình ở Miền Nam Việt Nam, 1964-1966](Lexington, KY: The University of Kentucky Press, 2002,) tr. viii.

gian trước khủng hoảng 1966, Topmiller hoàn toàn không đếm xỉa đến những chứng liệu (documentary evidence) đi ngược luận điểm của ông[9]. Từ tường thuật của Topmiller, người ta không thể ngờ được rằng Trí Quang thường rất thân Mỹ và chống Cộng gay gắt, hoàn toàn không quan tâm đến những nguyên tắc phổ quát về dân chủ và tự do ngôn luận, và cực kì hiếu chiến trong quan điểm về phương sách điều hành cuộc chiến. Mặc dù hẳn nhiên là có một phong trào Phật giáo đối kháng quan trọng ở Miền Nam, nhưng người ta lại hoàn toàn sai lạc khi cho rằng "hoà bình" là một trong những mục tiêu hàng đầu của Trí Quang. Trí Quang hiếm khi có luận điệu bênh vực cho một Miền Nam trung lập hay cổ vũ cho việc theo đuổi bất cứ một cuộc đàm phán nào với MTDTGPMN trước khi Hoa Kì và VNCH nắm được thế thắng trên chiến trường. Chắc chắn là, cả Trí Quang lẫn phong trào Phật giáo nói chung đôi khi có bày tỏ thái độ chống Mĩ và/hoặc hậu thuẫn một giải pháp trung lập rất mơ hồ cho cuộc chiến ở Việt Nam. Tuy nhiên, cái hình ảnh quá giản lược về Trí Quang như một nhà dân chủ, dấn thân cho hoà bình với quyết tâm chấm dứt cuộc chiến càng sớm càng hay, là luận cứ không thể đứng vững cũng như cái hình ảnh một Trí Quang tay sai của Cộng sản vậy. Trí Quang chẳng phải là một người Cộng sản, mà cũng chẳng phải

---

[9] Chẳng hạn, không một cuộc đàm thoại nào giữa Trí Quang và Toà Đại sứ Mĩ ở Sài Gòn trích dẫn trong bài này xuất hiện trong sách của Topmiller. Hình như Topmiller đã không hề tham khảo bất cứ tài liệu nào ở Hồ sơ Chính (Central Files) tại Văn khố Quốc gia II (NAII), tại đây hầu hết các cuộc đàm thoại đó được lưu giữ. Mặc dù các cuộc phỏng vấn mà Topmiller thực hiện với giới trí thức đại học và giới Phật tử là vô giá, nhưng rất đáng tiếc là nhiều luận điểm quan trọng mà ông đưa ra chỉ được hỗ trợ bằng các cuộc phỏng vấn có tính lịch sử truyền khẩu hơn là có văn kiện hẳn hoi.

là một người tranh đấu vì dân chủ và hoà bình. Ông là một nhân vật bị chính trị hoá cao độ, một người nhìn hầu hết mọi vụ việc ở Miền Nam Việt Nam qua lăng kính của một cuộc xung đột cơ bản tôn giáo giữa Phật giáo và Công giáo. Trí Quang cho rằng: "Ngay cả người Công giáo tốt cũng khó được lòng dân"[10]. Dù đúng dù sai, Trí Quang đã chống lại nhiều chính phủ liên tiếp ở Miền Nam vì những lí do ít liên quan hoặc chẳng liên quan gì đến việc cố tình phá hoại nỗ lực chiến tranh, như giả thuyết của Moyar, hay liên quan đến việc chấm dứt chiến tranh và thiết lập một chế độ dân chủ dân sự, như luận cứ của Topmiller. Trong khi các quan chức Mĩ muốn có một chính phủ ổn định ở Miền Nam trên hết và trước hết, thì Trí Quang lại muốn thấy một chế độ "cách mạng", một chế độ mà ông định nghĩa là thực sự không còn ảnh hưởng của người Công giáo, tàn dư của Diệm hay Cần Lao. Tất nhiên, vấn đề chính ở đây là, Trí Quang thường hàm ý chỉ có một mình ông mới có thẩm quyền quyết định tính chính đáng (legitimacy) của các chế độ ở Miền Nam, cũng như quyền giải nhiệm những chế độ này nếu chúng không thoả mãn những đòi hỏi của ông. Xung đột giữa Trí Quang và chính quyền Johnson một phần lớn là vì Trí Quang muốn trở thành một nhân vật duy nhất có quyền lựa chọn lãnh đạo cho chính trường Miền Nam, chứ không phải vì quan hệ với Cộng sản, hay vì có khuynh hướng

---

[10] Toà ĐS Mĩ Sài Gòn gửi Bộ Ngoại giao: Saigon to State Department, April 6, 1964, NA II, RG 59, POL 2 VIET S, box 2925. Câu tóm tắt đặc sắc nhất về nguyên tắc chủ đạo của Trí Quang có thể tìm thấy trong một bài phỏng vấn ông dành cho kí giả Robert Shaplen năm 1969. " Đảng phái chính trị như thế không có nghĩa lí gì cả...Chỉ có tôn giáo mới thật đáng kể ở Việt Nam, và Tổng thống Nixon phải thích nghi với nhận thức này ". Robert Shaplen, The Road From War [Con đường ra khỏi Chiến tranh] (New York: Harper & Row, 1970) tr. 271.

trung lập hay vì thiếu nhiệt tình chống cộng, như một số người đã gán ghép cho ông.

THÍCH TRÍ QUANG VÀ HẬU QUẢ CỦA VIỆC LẬT ĐỔ DIỆM

Những người hoạch định chính sách Mĩ ít khi bận tâm về vai trò chính trị của Phật giáo ở Miền Nam trước khi xảy ra cuộc khủng hoảng tháng Năm 1963, cuộc khủng hoảng rốt cuộc đã đưa đến việc lật đổ Ngô Đình Diệm vào cuối năm đó. Mặc dù các quan chức Mĩ không nghĩ rằng Phật giáo sẽ lặng lẽ trở về với vai trò phi chính trị mà Phật giáo đã giữ dưới chế độ Diệm, nhưng ít có dấu hiệu gì chứng tỏ người Mĩ quan ngại về khả năng xung đột với phong trào Phật giáo trong tương lai. Việc chính bản thân Trí Quang lãnh đạo một phong trào hầu như là nổi dậy chống chính quyền Miền Nam chưa đầy ba năm sau khi ông ta được phép tị nạn trong Tòa Đại sứ Hoa Kì ở Sài gòn là điều người Mĩ không thể tưởng tượng nổi. Dù sao đi nữa, bất chấp những lí do tự lợi khi cho Trí Quang tị nạn, chính quyền Kennedy và Đại sứ Henry Cabot Lodge Jr. cũng đã tự mình đứng hẳn về phía Phật giáo trong cuộc tranh đấu của họ chống lại chế độ Diệm. Chính bản thân Trí Quang đã rõ ràng bày tỏ sự biết ơn của ông đối với hậu thuẫn của Mĩ. Trong thư riêng gửi cho Lodge để xin tị nạn trong sứ quán Mĩ, Trí Quang viết ông hi vọng "đất nước của tự do" sẽ không giao nộp ông cho chính phủ Diệm, "nhất là khi Hoa Kỳ đang giúp nhân dân chúng tôi gìn giữ tự do"[11]. Chỉ ba tuần lễ sau cuộc đảo chánh

---

[11] Thư của ông có thể được tìm thấy trong hồ sơ Tòa Đại sứ Mĩ Sài Gòn gửi Bộ trưởng Ngoại giao hiện nằm tại Thư Viện John F. Kennedy: Saigon to Secretary,

thành công, ông hoan nghênh việc người Mĩ tiếp tục can thiệp vào nội tình Miền Nam với tất cả hăng say, không một chút e dè. Trong khi phân ưu về cái chết của Tổng thống Kennedy, Trí Quang nói với một viên chức Toà Đại sứ Mĩ rằng Hoa Kì "phải tiếp tục sử dụng và gia tăng ảnh hưởng tốt đẹp của mình để ngăn ngừa khả năng có thêm đảo chánh hay chế độ Diệm hồi sinh và để, nếu cần, bảo vệ nhân dân Việt Nam khỏi những lạm quyền của chính phủ họ". Khi được giải thích một phát biểu như thế có thể dấy lên nỗi sợ hãi chính đáng về chủ nghĩa thực dân Mĩ, Trí Quang cho rằng Hoa Kì không nên lo sợ những luận điệu như thế bởi vì "nhân dân sẽ thực sự cảm thấy an ninh hơn khi biết Hoa Kì hành động như một người bảo hộ"[12].

Mặc dù Trí Quang không lo ngại gì về chủ nghĩa thực dân Mĩ vào tháng Mười Một 1963, nhưng từ đầu ông đã bận tâm về bản chất của chế độ Miền Nam, cái chế độ vừa thay chế độ Diệm. Thật ra, tất cả nguyên nhân căng thẳng trong tương lai giữa Trí Quang và chính phủ Mĩ đã có sẵn từ ban đầu. Chính quyền Johnson kì vọng rằng cuộc đảo chánh lật đổ Diệm sẽ dẫn đến sự đoàn kết quốc gia rộng rãi hơn và mang lại một chính phủ

September 2, 1963, John F. Kennedy Library (từ đây về sau JFKL), National Security File (NSF), box 199, State cables 9/1/1963–9/10/1963. Điều đáng để ý là, Thích Trí Quang không muốn đi tị nạn chính trị ở Ấn Độ vì " tính cách trung lập của nước này ".

[12] TĐS Mĩ Sài Gòn gửi Bộ trưởng Ngoại giao: Saigon to Secretary, November 27, 1963, LBJL, NSF, VNCF, box 1, vol. 1; và Saigon to State Department [TĐS Mĩ Sài Gòn gửi Bộ Ngoại giao], NAII, RG59, POL13–6, box 2931. Paul Kattenburg, Giám đốc Đoàn Công tác Việt Nam (VWG) và là người gặp Trí Quang liền sau cuộc đảo chánh 1963, nói rằng ông đặc biệt ngạc nhiên khi Trí Quang nhấn mạnh Hoa Kì phải dùng quyền lực của mình đối với Chính phủ Miền Nam: Paul Kattenburg to Melvin Manfull, December 31, 1963, NA II, RG 59, VWG Subject Files, box 1, ORG 1.

ổn định có khả năng theo đuổi cuộc chiến hữu hiệu hơn trước. Chỉ nội cái việc nghiêm khắc duyệt xét bản chất của chế độ Diệm, đừng nói chi đến việc thanh lọc bộ máy hành chính và quân sự, trên cơ bản sẽ mâu thuẫn với mục tiêu ổn định bởi vì hầu như mọi viên chức trong chính phủ và quân đội Miền Nam trong một cách nào đó đều có thể mang nhãn hiệu là tàn dư của Diệm (a former Diemist). Hoặc vì xác tín hoặc vì nhu cầu chiến thuật, chính quyền Johnson bác bỏ ý kiến cho rằng chính phủ Miền Nam cần được cải tổ triệt để hoặc cần phải thanh lọc nhân viên. Nhưng, Trí Quang không bao giờ chấp nhận quan niệm cho rằng cuộc xung đột tôn giáo và điều ông cho là cuộc đàn áp Phật giáo bởi bàn tay của người Công giáo là một vấn đề được giải quyết dứt khoát bằng việc lật đổ Diệm-Nhu. Mặc dù tuyên bố rằng ông sẽ thẩm định chính phủ mới trên cơ sở thành thích hoạt động, nhưng Trí Quang lo ngại rằng bản thân nhiều thành viên trong nhóm âm mưu đảo chánh vốn là người của Diệm. Ông lí giải rằng sở dĩ họ tham gia đảo chánh "bởi vì họ sợ Diệm và Nhu làm mất lòng Hoa Kì hơn là vì chính bản thân họ tin rằng chế độ cũ cơ bản là sai trái"[13]. Khoảng tháng Mười Hai 1963, Trí Quang đã bày tỏ với một số viên chức Hoa Kì rằng ông sẽ hoan nghênh một cuộc đảo chính nữa nếu biến cố này có thể lật đổ Thủ tướng Nguyễn Ngọc Thơ, một nhân vật quan trọng trong chế độ Diệm[14].

Không có gì chứng tỏ rằng Trí Quang đã đóng bất cứ một vai trò nào trong cuộc đảo chánh lật đổ Tướng Dương Văn Minh

---

[13] TĐS Mĩ Saigon gửi Bộ trưởng Ngoại giao: Saigon to Secretary, November 11, 1963, JFKL, NSF, box 202, State Cables 11/6/1963–11/15/1963.

[14] TĐS Mĩ Saigon gửi Bộ trưởng Ngoại giao: Saigon to Secretary, December 17, 1963, LBJL, NSF, VNCF, box 1, vol. 2.

vào tháng Giêng 1964. Một số sử gia, như George McT. Kahin và Robert Topmiller, lí luận rằng Minh bị lật đổ bởi vì ông có những mưu toan chấm dứt chiến tranh và có ý định sẵn sàng chấp nhận một Miền Nam trung lập hoá. Cả Kahin lẫn Topmiller tin rằng chí ít Minh cũng nhận được hậu thuẫn ngấm ngầm của giới lãnh đạo Phật giáo trong việc tìm một lối ra khỏi cuộc chiến ngày một lan rộng tại Việt Nam[15]. Quan điểm này có vài mức độ khả tín vì người đứng đầu cuộc đảo chính, Tướng Nguyễn Khánh, lúc bấy giờ đã tuyên bố rằng ông thực hiện cuộc đảo chánh chính vì ông lo ngại Minh và một số tướng lãnh khác có thái độ thân Pháp và nghiêng về chủ trương một Việt Nam trung lập. Tuy nhiên, lối lí giải này có vấn đề là, ít ai tưởng tượng được rằng Minh đã tích cực theo đuổi một giải pháp trung lập để chấm dứt cuộc chiến. Như David Kaiser đã nhận xét đúng đắn, cho đến nay người ta vẫn chưa thấy xuất hiện chứng liệu vững chắc hậu thuẫn cho những lí lẽ mà Nguyễn Khánh đưa ra, rằng Minh đang liên minh với Pháp để tiến tới một giải pháp trung lập cho Việt Nam[16].

Mặc dù cái gọi là cuộc xung đột giữa Tướng Khánh diều hâu và Tướng Minh Phật tử chủ hòa rất có thể chỉ là một cuộc xung đột có tính huyền thoại, nhưng vào đầu năm 1964, quan điểm

---

[15] Xem George McT. Kahin, Intervention: How America Became Involved in Vietnam [Can thiệp: Con đường Mĩ dính líu tới Việt Nam] (New York: Anchor Books, 1987), tr. 182–202; và Topmiller, The Lotus Unleashed, tr. 15–16.

[16] Xem David Kaiser, American Tragedy: Kennedy, Johnson, and the Origins of the War [Thảm kịch của Mĩ: Kennedy, Johnson và Nguồn gốc Chiến tranh] (Cambridge, MA: Harvard University Press, 2000), tr. 297–298. Nhiều viên chức Hoa Kì liên tục yêu cầu Khánh trưng bằng chứng về những cáo buộc mà ông dành cho Minh, nhưng họ không bao giờ nhận được một máy may chứng cớ hậu thuẫn cho những cáo buộc ấy.

của cá nhân Trí Quang về bản chất cuộc chiến tại Việt Nam thì gần gũi với quan điểm được công bố của Tướng Khánh hơn là gần gũi với quan điểm trung lập được rêu rao là của Tướng Minh. Trong các cuộc đàm luận với một số viên chức Mĩ vào đầu năm 1964, Trí Quang quan tâm nhiều về việc điều hành cuộc chiến có hiệu quả hơn là quan tâm đến việc chấm dứt chiến tranh. Mặc dù thoạt đầu ông chống lại quan niệm cho rằng cần phải có các vị tuyên úy trong quân đội Miền Nam, nhưng vào thời điểm này Trí Quang lại nghĩ rằng quân đội cần đến các tuyên úy Phật giáo và Công giáo để nâng cao "tinh thần chống Cộng" của binh lính[17]. Cũng như Khánh và những tướng lãnh chủ chiến thân cận với Khánh, Trí Quang rất quan ngại về những nỗ lực được cho là của nước Pháp muốn tái khẳng định quyền lực ở trong vùng. Thật vậy, không một nhà lãnh đạo Việt Nam nào trước sau như một bày tỏ sự thù nghịch đối với ảnh hưởng của Pháp mãnh liệt như Trí Quang. Ông nói với các viên chức Mĩ, nếu Pháp trở lại Việt Nam, điều này sẽ dẫn đến "cái chết của chính cá nhân ông cũng như dẫn đến sự trỗi dậy của Công giáo, gây phương hại cho Phật giáo Việt Nam"[18]. Sau cùng, bất chấp ý nghĩa quan trọng hiển nhiên của tinh thần bất bạo động trong tín lí Phật giáo, Trí Quang ủng hộ một đường lối quân sự mạnh mẽ. Trong một buổi đàm luận với J.D. Rosenthal của Tòa Đại sứ Mĩ ở Sài gòn vào tháng Tư 1964, "Trí Quang chủ động nói rằng ông sẽ chấp nhận ý kiến cho quân vượt qua biên giới, tiến vào lãnh thổ Lào để cắt đứt

---

[17] TĐS Mĩ Saigon gửi Bộ trưởng Ngoại giao: Saigon to Secretary, January 17, 1964, LBJL, NSF, VNCF, box 1, vol. 2.

[18] Toà lãnh sự Mĩ ở Huế gửi Toà đại sứ ở Sài Gòn: Hue to Saigon, February 19, 1964, NA II, RG 59, POL VIET S, box 2924.

đường tiếp tế của Việt Cộng, và ông cũng rất hồ hởi về trận dội bom ban đêm đầu tiên của Không quân Việt Nam nhắm vào các căn cứ VC. Tôi hỏi ông nghĩ gì về khả năng tấn công Bắc Việt, thì ông nói ông ủng hộ việc đó nếu cuộc tấn công có thể được thực hiện mà không lôi kéo Nga hay Trung Cộng vào cuộc chiến"[19].

Cũng dễ hiểu là các giới chức Hoa Kì lo ngại về nhiều khía cạnh của tình hình Việt Nam vào đầu năm 1964, nhưng họ không máy may lo ngại khả năng phong trào Phật giáo có thể chuyển qua một chiều hướng thiên trung lập và chống Mĩ. Trong một phân tích quan trọng về tình hình Phật giáo từ khi chế độ Diệm sụp đổ, Đại sứ quán Mĩ kết luận rằng tất cả các lãnh đạo Phật giáo cấp cao đều có khuynh hướng thân Mĩ và rằng dù đến một lúc nào đó phong trào có bị giới lãnh đạo "cơ hội chủ nghĩa" chi phối, thì những mục tiêu của phe Phật giáo và của Hoa Kì vẫn còn tương hợp vì cả hai phía đều sợ trung lập và sợ sự thống trị của cộng sản[20]. Dấu hiệu đầu tiên về sự xung đột giữa Trí Quang và Hoa Kì loé lên là do các vụ án xử Ngô Đình Cẩn, em trai của Diệm, người đã cai trị Miền Trung bằng bàn tay sắt, và Thiếu tá Đặng Sỹ, một sĩ quan quân đội đã ra lệnh nổ súng vào các Phật tử biểu tình tháng Năm 1963. Vì sợ rằng người Công giáo Mĩ và dư luận thế giới phản đối chế độ mới nếu chế độ này có vẻ như đang tiến hành cùng một dạng thức đàn áp tôn giáo mà Diệm đã thực hiện trước đó, Lodge

---

[19] TĐS Mĩ Saigon gửi Bộ trưởng Ngoại giao: Saigon to Secretary, April 6, 1964, NA II, RG 59, POL 2 VIET S, box 2925.

[20] TĐS Mĩ Saigon gửi Bộ trưởng Ngoại giao: Saigon to Secretary, "Recent Buddhist Developments," [Những diễn biến mới đây của Phong trào Phật giáo], March 26, 1964, LBJL.

muốn Khánh phải tự kiềm chế và xoa dịu những cuồng nộ chừng nào hay chừng ấy. Chẳng lạ gì, chính phủ Khánh cũng sợ mang tiếng là quá dung túng người chế độ Diệm và không chịu lắng nghe những kêu đòi công lí của phe Phật giáo. Rõ ràng là, chính vì sự kiện cả Cẩn và Thiếu tá Đặng Sỹ đã gây tội ác trên căn cứ địa Miền Trung của ông và ở thành phố Huế mà Trí Quang đã bác bỏ bản án khoan hồng. Khi khuyến cáo Lodge uy tín của ông đại sứ sẽ bị tổn thương nếu dân chúng biết được ông chống đối việc xử tử Cẩn, Trí Quang cho rằng việc xử tử Cẩn là điều cần thiết để chứng tỏ rằng "đám người cũ của Diệm" không còn quyền lực. Trong một cuộc gặp gỡ Lodge vào tháng Tư 1964, Trí Quang cảnh báo rằng cuộc chiến đấu chống cộng và hậu thuẫn của Phật giáo dành cho Hoa Kì sẽ bị suy giảm nếu Cẩn không bị hành quyết[21].

Giới chức Mĩ rất quan ngại về việc Trí Quang chống đối chế độ Khánh, nhưng họ để ngoài tai những báo cáo cho rằng hành động chống đối này phát xuất từ những móc nối mờ ám với cộng sản. Tháng Năm 1964, Lodge gửi về Washington một báo cáo từ một nguồn tin cho rằng phong trào Phật giáo đang bị cộng sản lợi dụng nhằm kích động tình cảm chống Mĩ trên khắp Miền Nam. Mặc dù ca ngợi nguồn tin của mình là một người trong quá khứ đã từng đưa tin "cực kì chính xác", nhưng Lodge vẫn thận trọng ghi lại ý kiến riêng là ông cảm thấy bản báo cáo này đã "nói quá đáng"[22]. Lodge và nhiều viên chức

---

[21] TĐS Mĩ Saigon gửi Bộ trưởng Ngoại giao: Saigon to Secretary, April 25, 1964, LBJL, NSF, VNCF, box 3, vol. 7.

[22] TĐS Mĩ Saigon gửi Bộ trưởng Ngoại giao: Saigon to Secretary, May 7, 1964, LBJL, NSF, VNCF, box 4, vol. 8. CIA cũng báo cáo rằng những tin tức về điều gọi là liên can của Trí Quang với trung lập và cộng sản 'vẫn không được chứng

khác e ngại rằng Trí Quang "có tiềm năng của một người gây rối loạn" (a potential troublemaker) và lo lắng khi thấy Trí Quang tỏ ra chống Công giáo hăng say hơn chống cộng; nhưng điều này chưa hẳn có nghĩa là những bất đồng với Trí Quang tiêu biểu cho những vấn đề có tầm mức nghiêm trọng[23]. Lodge rất lạc quan về quan hệ của Mĩ với phe Phật giáo sau một bữa ăn rất thân mật với Trí Quang và các chức sắc hàng đầu của Giáo hội Phật giáo Việt Nam Thống nhất (GHPHẬT GIÁOVNTN) vào cuối tháng Năm 1964. Mặc dù Trí Quang vẫn là một nhân vật chính trị có tiềm năng nguy hiểm, nhưng Lodge nghĩ rằng Trí Quang vẫn còn biết ơn Hoa Kì đã cứu mạng và còn chấp nhận ảnh hưởng của Mĩ. Trong một cách thế gần như là một nỗ lực nhằm trấn an viên đại sứ Mĩ, một cách thế mà một chính trị gia lão luyện như Lodge chắc phải biết, Trí Quang và các lãnh đạo khác của Phật giáo nói rõ rằng mặc dù quan điểm thân Mĩ của họ là thành thật, nhưng "người Mĩ đừng kì vọng họ có thể bộc lộ công khai, vì làm như thế có nghĩa là làm hỏng vai trò tôn giáo của họ"[24]. Thật vậy, Trí Quang lí giải với một số viên chức Mĩ vào cuối tháng Năm 1964 rằng việc một vài phần tử trong báo giới nước ngoài chụp mũ ông cộng sản là một điều có lợi, vì nó giúp ông "hoạt động hữu hiệu hơn trong nỗ lực âm thầm chống lại ảnh hưởng của Việt Cộng trong giới tín đồ đã

---

minh", theo Bản ghi nhớ Tình báo của CIA, " Đánh giá vấn đề tôn giáo ở Miền Nam Việt Nam ": CIA Intelligence Memorandum, "An Assessment of the Religious Problem in South Vietnam," LBJL, NSF, VNCF, box 4, vol. 9.

[23] Theo Bản ghi nhớ của một Phiên họp: Memorandum of a Meeting, May 11, 1964, Foreign Relations of the United States (từ đây về sau FRUS), 1964–1968, vol. 1, tr. 305.

[24] TĐS Mĩ Saigon gửi Bộ trưởng Ngoại giao: Saigon to Secretary, May 25, 1964, LBJL, NSF, VNCF, box 5, vol. 10.

biết rất rõ bản thân ông không phải là cộng sản"[25]. Trí Quang vẫn không chịu làm hoà với chính phủ Nguyễn Khánh, một chính phủ mà ông cho là chưa thật sự cách mạng vì nó không chịu mạnh tay đối với tàn dư của chế độ Diệm. Nhưng mặt khác, Trí Quang lại rất thoải mái với giọng điệu ngày một hiếu chiến về một cuộc "bắc tiến" mà Khánh và các tướng lãnh hô hào vào mùa hè 1964. Dù nhìn nhận rằng một nhà lãnh đạo Phật giáo mà cổ vũ bạo lực là điều bất thường, nhưng Trí Quang vẫn bênh vực "những biện pháp quân sự mạnh mẽ" vì ông cho rằng "nếu chiến tranh tiếp tục kéo dài ở mức độ hiện nay con số tổn thất nhân mạng sẽ cao hơn so với sự thiệt hại do một trận đánh chớp nhoáng hơn dù trong khoảnh khắc có thể đẫm máu hơn"[26]. Khi Mỹ cho máy bay tấn công Miền Bắc tháng Tám 1964, Trí Quang nói với một viên chức Toà Đại sứ rằng hàng lãnh đạo Phật giáo cũng như "nhân dân" đều tán thành những cuộc tấn công đó vì sử dụng biện pháp quân sự mạnh mẽ có nghĩa là biểu lộ "quyết tâm" của chúng ta[27].

Dù ông ủng hộ hành động quân sự chống lại Bắc Việt, nhưng chẳng bao lâu Trí Quang trở thành chướng ngại lớn nhất cho chính quyền Johnson trên bước đường tiến tới việc điều hành cuộc chiến quyết liệt hơn. Ngay sau đợt Mĩ dội bom Miền Bắc, Tướng Khánh tuyên bố tình trạng khẩn trương trên toàn lãnh thổ, một sắc lệnh cho phép chính phủ ông dùng công an để

---

[25] TĐS Mĩ Saigon gửi Bộ Ngoại giao: Saigon to State Department, June 1, 1964, NA II, RG 59, POL 6 VIET S, box 2929.

[26] TĐS Mĩ Saigon gửi Bộ Ngoại giao: Saigon to State Department, June 11, 1964, NA II, RG 59, POL 2 VIET S, box 2926.

[27] TĐS Mĩ Saigon gửi Bộ Ngoại giao: Saigon to State Department, August 10, 1964, NA II, RG 59, POL 27 VIET S, box 2945.

kiểm soát toàn diện mọi sinh hoạt chính trị. Phản ứng ban đầu của Trí Quang đối với sắc lệnh này là ủng hộ, nhưng ông lại sợ Khánh "không đủ khôn ngoan hoặc đủ mạnh để thực thi sắc lệnh mới một cách hữu hiệu". Theo ý ông, dân chúng chỉ ủng hộ quyền hành mới của Khánh nếu viên tướng này chịu sử dụng nó để nhiên hậu thực thi "cuộc cách mạng" và triệt hạ toàn bộ dư đảng Cần Lao và giới thân cận chế độ Diệm[28]. Liền sau khi Khánh ban hành bản hiến pháp mới, gọi là Hiến chương Vũng Tàu, Trí Quang đi đến kết luận dứt khoát là Khánh không muốn thực hiện cuộc "cách mạng". Nếu Khánh không chịu tự nguyện làm điều phải làm, Trí Quang thông báo cho Tòa Đại sứ Mĩ biết, Phật tử không còn con đường nào khác hơn là lao mình vào một cuộc vận động "bất hợp tác", điều này có nghĩa là buộc Khánh phải lựa chọn dứt khoát giữa một bên là giới Phật tử và bên kia các sĩ quan quân đội mà Trí Quang cho là đảng viên Cần Lao hoặc Đại Việt. Bởi vì nhìn từ bên ngoài không có sự khác biệt giữa bị cộng sản hay bị Cần Lao đàn áp, Trí Quang cảnh báo, đồng bào Phật tử sẽ rút lui khỏi cuộc chiến đấu chống cộng và phó mặc cho người Mĩ và người Công giáo đánh giặc một mình nếu Khánh không thanh lọc chính phủ của ông ta[29].

Nếu những nhà hoạch định chính sách Hoa Kì có mối hoài nghi nào về sức mạnh của Trí Quang trong việc khuynh loát

---

[28] Như trên.

[29] Bạn đọc có thể theo dõi vụ việc Trí Quang phản đối Khánh ghi lại trong văn thư của TĐS Mĩ Saigon gửi Bộ trưởng Ngoại giao: Saigon to Secretary, August 23, 1964, LBJL, NSF, VNCF box 7, vol. 16 ; Saigon to Secretary, August 23, 1964, LBJL, NSF, VNCF box 7, vol. 16 ; và trong một loạt các cuộc đàm thoại ghi lại trong văn thư Tòa ĐS Mĩ Saigon gửi Bộ Ngoại giao: Saigon to State Department, August 26, 1964, NA II, RG 59, POL 15 VIET S, box 2933.

tình hình chính trị Miền Nam, thì những hoài nghi đó chắc chắn bị xua tan bởi những cuộc phản kháng và biểu tình bạo động bộc phát trong nhiều thành thị Việt Nam vào cuối tháng Tám 1964. Ảnh hưởng của Trí Quang lên nội dung của những cuộc phản kháng này thật là rõ nét bởi vì một trong những mối bất bình chính được những người biểu tình bày tỏ là, họ nhận thấy có quá nhiều người thân cận với Diệm trước đây trong chính phủ hiện tại. Giới chức Mĩ muốn Khánh hành động quyết liệt để vãn hồi trật tự ở Sài Gòn và nhiều thành phố khác, nhưng thay vì như vậy Khánh lại quyết định gần như đặt tương lai của chế độ ông vào trong tay Trí Quang và phe Phật giáo. Trước sự vô cùng sửng sốt của Toà Đại sứ Mĩ và giới lãnh đạo quân sự Miền Nam, Khánh không muốn liều lĩnh đương đầu một mất một còn với Trí Quang. Theo quan điểm của Trung tướng Trần Thiện Khiêm, những đòi hỏi của Trí Quang được dân chúng tin theo quá nhiều khiến Khánh không thể làm ngơ: "Khánh cảm thấy không còn lựa chọn nào hơn là phải chấp nhận, vì thanh thế của Trí Quang lớn đến nỗi ông không những có thể sách động dân chúng chống chính phủ mà còn tác động lên hiệu năng của toàn quân"[30].

Các giới chức Hoa Kỳ thường xuyên tiếp xúc với Trí Quang suốt thời gian xảy ra cuộc khủng hoảng chính trị và nhiều lần cố gắng một cách vô ích nhằm thuyết phục ông ta từ bỏ cuộc đối đầu công khai. Khác với lúc xảy ra cuộc khủng hoảng 1963, bây giờ các quan chức Hoa Kì nhận thấy gần như không có bằng chứng cụ thể để bênh vực những ta thán của phe Phật

---

30 Hội thoại trực tuyến với Tướng Westmoreland: Telecon with General Westmoreland, August 25, 1964, LBJL, NSF, VNCF, box 7, vol. 16.

giáo là họ bị chính phủ Khánh đàn áp. Đợt phản kháng và biểu tình tái diễn chẳng bao lâu sau vụ Mĩ dội bom Bắc Việt, điều mà chính Trí Quang đã cổ vũ trước đây, bị nhiều giới chức Mĩ coi như thiển cận và là một hành vi phản bội. Các giới chức Mĩ cho rằng tình hình Miền Nam nguy ngập đến nỗi mọi bất đồng giữa Phật giáo và Công giáo cần phải đặt dưới ưu tiên của cuộc chiến đấu chống lại "kẻ thù chung" là Việt Cộng và Bắc Việt. Ngược lại, Trí Quang cho rằng giai đoạn đầu tiên và cần thiết của cuộc chiến đấu đòi hỏi phải thanh lọc triệt để Chính phủ VNCH trước khi có thể đạt được bất cứ tiến bộ nào trong nỗ lực chống lại cộng sản và những người ủng hộ CS. Mặc dù Trí Quang không đạt được mục tiêu thanh lọc hoàn toàn và triệt để mọi phần tử bị cho là người của chế độ Diệm ra khỏi Chính phủ VNCH, nhưng chính quyền Khánh bị tê liệt và người ta không còn biết rõ ai là kẻ đang thực sự kiểm soát công việc chính phủ ở Sài Gòn.

Quá bối rối trước tình hình hỗn loạn ở Miền Nam, các nhà phân tích CIA bèn khởi động một nỗ lực nghiêm túc nhất nhằm xác định thực chất các mục tiêu và ý định của Trí Quang. Khỏi cần phải nói, việc đánh giá lại những động lực chính trị của Trí Quang không làm cho người Mĩ yên tâm lắm. Trong hai bản tường trình rất dài, Trí Quang được mô tả là một kẻ mị dân, cực kì chống Công giáo, một người theo chủ nghĩa quốc gia cuồng tín, và một kẻ vĩ cuồng (megalomaniac) với mục tiêu tối hậu là thành lập ở Miền Nam một chế độ thần quyền Phật giáo[31]. Nhân viên CIA còn tin rằng cuối cùng Trí Quang sẽ đòi

---

[31] Điện văn tin tình báo của CIA, "Bản phân tích về khả năng liên hệ với Cộng sản, về cá tính và mục tiêu chính trị của Trí Quang": CIA Intelligence Information Cable, "An Analysis of Thich Tri Quang's Possible Communist

trục xuất các lực lượng Mĩ ra khỏi Việt Nam và rằng ông ủng hộ một dạng thức trung lập nào đó, mặc dù họ nói thêm rằng quan niệm trung lập của ông khác xa với chủ nghĩa trung lập của De Gaulle. Mặc dù những báo cáo này có vẻ báo động và những đánh giá của CIA chắc chắn có mục đích gia tăng mối quan tâm nghiêm túc, nhưng những nhà phân tích này vẫn bác bỏ ý kiến cho rằng Trí Quang hoặc là một cán bộ cộng sản hoặc là có thiện cảm với cuộc chống đối vũ trang tại Miền Nam. Sau khi đánh giá kĩ lưỡng các bằng chứng do nhiều người chỉ trích Trí Quang đưa ra, CIA kết luận rằng không có bất cứ bằng chứng vững chắc nào để xác nhận giá trị của những luận cứ cho rằng ông ta chịu ảnh hưởng của cộng sản. Nhìn vào bản chất cá tính của Trí Quang, nhân viên CIA kết luận: "Khó mà tưởng tượng được Trí Quang chịu làm ′tay sai′ cho bất cứ ai, dù đó là Hà Nội, Bắc Kinh hay Mạc Tư Khoa"[32]. Vì bất cứ một nỗ lực nào nhằm triệt hạ Trí Quang khỏi sân khấu chính trị Việt Nam sẽ gặp thất bại thảm hại, CIA kết luận rằng ông ta là một

---

Affiliations, Personality, and Goals," August 28, 1964, LBJL, NSF, VNCF, box 7, vol. 16 ; và Bản ghi nhớ của CIA, " Trí Quang và mối bất hoà Phật giáo - Công giáo ở Miền Nam Việt Nam ": CIA Memorandum, " Tri Quang and the Buddhist Catholic Discord in South Vietnam," September 19, 1964, LBJL, NSF, VNCF, box 9, vol. 18.

[32] "Bản Phân tích về Trí Quang": "Analysis of Tri Quang," August 28, 1964. Bản Phân tích ngày 19 tháng Chín không mạnh mẽ bằng bản phân tích trước đó vì nó chỉ lí luận rằng Trí Quang "chắc không phải là cán bộ cộng sản". Mặc dù ghi nhận rằng CIA bác bỏ những đánh giá [cho rằng Trí Quang có quan hệ cộng sản], nhưng Moyar lại viết: "Một số viên chức cấp cao Mĩ giờ đây lại nằm trong số người cho rằng Trí Quang là cán bộ cộng sản". Bản báo cáo ngày 19 tháng Chín có nói rằng một số "quan sát viên Mĩ thạo tin nghiêng về quan điểm này", nhưng tôi không tìm ra bất cứ một chứng liệu nào cho biết chính xác "ai là viên chức cấp cao" chia sẻ quan điểm này. Xem Moyar, "Political Monks" (Những nhà sư Chính trị), tr.760.

"thực tế" không thể bỏ qua được vì "bất cứ một chế độ chống cộng nào ở Miền Nam muốn có cơ may tồn tại đều phải được Trí Quang ủng hộ hay chí ít, chấp nhận"[33].

Sau khi cuộc khủng hoảng chính trị tháng Tám 1964 lắng dịu, Trí Quang đã làm một ngoại lệ là trấn an các viên chức Toà Đại sứ rằng ông không chống đối việc Mĩ tiếp tục can thiệp vào công việc nội bộ Miền Nam. Fredrik Logevall cho rằng: "[Trí] Quang và các phần tử tranh đấu Phật giáo khác cũng phản đối sự gia tăng liên tục ảnh hưởng của Mĩ ở Miền Nam và họ càng ngày càng công khai chống lại việc đó trong nửa năm sau của 1964"[34]. Nhưng, một nhận xét như vậy về Trí Quang lại tương phản với quan điểm ông ta luôn luôn bày tỏ với nhiều viên chức Toà Đại sứ trong thời gian từ tháng Chín đến tháng Mười Một 1964. Theo Trí Quang, việc đả kích Chính phủ VNCH là hoàn toàn chính đáng, nhưng ông cho rằng các đoàn thể Phật tử phải tránh chỉ trích Hoa Kì "bởi vì viện trợ Mĩ tuyệt đối cần thiết cho cuộc chiến đấu chống cộng"[35]. Khi một thanh niên Phật giáo bị bắt vì phân phát tài liệu chống Mĩ vào đầu tháng Chín, Trí Quang bèn cố gắng thuyết phục người Mĩ không nên quảng diễn sai lầm về hành vi đó. Trí Quang lí giải: "Tín đồ Phật giáo nhất định là không chống Mĩ; trái lại, họ rất tin tưởng thành tâm thiện chí của người Mĩ ở Việt Nam, nếu đem so sánh

---

[33] "Trí Quang và mối bất hoà Phật giáo - Công giáo": "Tri Quang and Buddhist Catholic Discord," September 19, 1964.

[34] Fredrik Logevall, Choosing War: The Lost Chance for Peace and the Escalation of War in Vietnam [Chọn lấy chiến tranh: cơ may hòa bình đã mất và việc leo thang chiến tranh tại Việt Nam] (Berkeley: University of California Press, 1999), tr. 240.

[35] TĐS Mĩ Saigon gửi Bộ Ngoại giao: Saigon to State Department, September 2, 1964, NA II, RG 59, POL 2 VIET S, box 2926.

với sự ngờ vực sâu xa của họ đối với người Pháp và người Anh, và họ hoàn toàn nhận chân được sự cần thiết phải duy trì hậu thuẫn của Mĩ ở nơi đây"[36]. Trí Quang cũng thanh minh với giới chức Mĩ rằng họ không nên quan tâm về một loạt bài bình luận trên tạp chí Hải Triều Âm của Phật giáo, những bình luận mang luận điệu cổ vũ một đường lối trung lập đặt MTDTGPMN ngang hàng với Chính phủ VNCH. Theo lời Trí Quang, tác giả loạt bài bình luận sau đó đã bị giải nhiệm vì bài viết thiếu chất lượng của ông đã khiến phong trào Phật giáo bị hiểu lầm là đi theo trung lập[37].

Trí Quang bày tỏ quan điểm với viên chức Mĩ về vấn đề "trung lập" vào tháng Chín 1964, và theo giả thuyết của CIA, quan điểm của ông khác hẳn chế độ trung lập do Pháp đưa ra. Trí Quang tin rằng "thuần tuý trung lập tự thân không nhất thiết là xấu" nhưng ông chống lại bất cứ chế độ trung lập nào cho phép ảnh hưởng của Pháp trở lại trên đất nước Việt Nam[38]. Hơn nữa, ông cho rằng các giới chức Mĩ cần phải nhìn nhận có nhiều loại trung lập khác nhau. Chế độ trung lập yếu ớt của Căm-pu-chia là tệ hại vì nó bị cộng sản lợi dụng, trong khi chế độ trung lập tại Ai Cập lại "thẳng tay dập tắt đám cộng sản địa phương"[39]. Trí Quang cũng nhấn mạnh ông không ủng hộ những lời kêu gọi trung lập hiện nay của một số Phật tử. Khi

---

[36] TĐS Mĩ Saigon gửi Bộ Ngoại giao: Saigon to State Department, September 9, 1964, NA II, RG 59, POL 15 VIET S, box 2933.

[37] TĐS Mĩ Saigon gửi Bộ Ngoại giao: Saigon to State Department, September 16, 1964, NA II, RG 59, POL 2 VIET S, box 2926.

[38] TĐS Mĩ Saigon gửi Bộ Ngoại giao: Saigon to State Department, September 9, 1964, NA II, RG 59, POL 15 VIET S, box 2933.

[39] TĐS Mĩ Saigon gửi Bộ Ngoại giao: Saigon to State Department, September 16, 1964, NA II, RG 59, POL 2 VIET S, box 2926.

người Mĩ bày tỏ mối bất bình với bản dự thảo do Đại đức Thích Quảng Liên đưa ra, kêu gọi các lực lượng Mĩ lẫn Việt Cộng phải rút khỏi Miền Nam, Trí Quang bèn trấn an họ rằng Quảng Liên đã được chỉ thị huỷ bỏ dự án đó và rằng ông ta có nguy cơ mất luôn chức vị trong phong trào nếu ông không chịu[40].

Chắc chắn các sử gia Chiến tranh Việt Nam thường bị cám dỗ coi sự trỗi dậy trở lại của phong trào Phật giáo vào tháng Tám – tháng Chín năm 1964 như là một phong trào hòa bình mới được khai sinh để phản đối chiến tranh và vai trò của Mĩ ở Miền Nam. Tuy nhiên, người viết sử cũng nên chống lại cám dỗ này, đặc biệt là nếu quan điểm của Trí Quang được trình bày để làm chỗ dựa chính cho luận điểm này. Kể từ khi Trí Quang ra khỏi Toà Đại sứ Mĩ tháng Mười Một 1963, mục tiêu đả kích chủ yếu của ông, trước sau như một, là vai trò quá nổi bật của người chế độ Diệm trong Chính phủ VNCH và sự thiếu quyết tâm của chế độ mới trong việc thanh lọc những phần tử này. Mũi tập trung vào các vấn đề quốc nội này cũng tiếp tục nổi bật trong những bài diễn văn hiếm hoi của ông trước công chúng. Trong một diễn từ tại Chùa Từ Đàm vào ngày 1 tháng Mười, cũng như trong một thư ngỏ gửi Phật tử đăng tải hôm sau trên báo Lập Trường, Trí Quang thậm chí không hề nhắc đến cuộc chiến đang xảy ra[41]. Nếu có một người nào đọc bài diễn văn và bức thư ngỏ của Trí Quang mà không mảy may hay biết gì về Chiến tranh Việt Nam, người đó sẽ kết luận chắc nịch rằng

---

[40] TĐS Mĩ Saigon gửi Bộ Ngoại giao: Saigon to State Department, September 28, 1964, NA II, RG 59, POL 15–7 VIET S, box 2937.

[41] Cả bài diễn văn lẫn lá thư có thể được tìm thấy trong văn thư của TĐS Mĩ ở Sài Gòn gửi về Bộ Ngoại giao: Saigon to State Department, October 16, 1964, NA II, RG 59, POL VIET S, box 2924.

cuộc xung đột đang xảy ra chỉ là một cuộc nội chiến giữa một bên là tín đồ Phật giáo và bên kia được gọi là bọn Cần Lao áp bức. Người Mĩ, Việt Cộng và Bắc Việt thậm chí không giữ được những vai phụ biên (peripheral players) trong các phát biểu quan điểm công khai của Trí Quang.

Khi Trí Quang bàn chuyện với các giới chức Hoa Kì trong giai đoạn này về chiến tranh và tình hình quốc tế, quan điểm trước sau như một của ông vẫn là chống cộng và thân Mĩ. Trong một phát biểu mà chắc nhiều người phản chiến cũng biểu đồng tình, Trí Quang đã trấn an giới chức Hoa Kì rằng bản thân ông và tín đồ Phật giáo không bao giờ bài Mĩ, "mặc dù đôi khi họ phản đối một số chính sách nhất định nếu xét thấy những chính sách đó sai lầm hay thiếu khôn ngoan"[42]. Tháng Mười 1964, Trí Quang cam đoan với giới chức Hoa Kì rằng bản thân ông và phong trào Phật giáo từ nay sẽ dồn hết tâm trí vào sự nghiệp chống cộng. Với viễn cảnh đầy hứa hẹn về một chính phủ dân chủ hơn và sự thất bại của Hiến chương Vũng Tàu của Khánh, Trí Quang tin rằng Phật tử từ nay có thể "hướng nỗ lực chính vào việc chống cộng"[43]. Mối quan ngại của Trí Quang về chủ nghĩa cộng sản vượt cả ra ngoài biên giới Việt Nam. Sau khi Trung Quốc có bom nguyên tử, Trí Quang nghĩ rằng tín đồ Phật giáo cần phải "hoạt động trên trường quốc tế nhằm hỗ trợ cho việc tạo sức đề kháng của Phật giáo chống lại sự bành

---

[42] TĐS Mĩ Saigon gửi Bộ Ngoại giao: Saigon to State Department, September 28, 1964, NA II, RG 59, POL 15–7 VIET S, box 2937.

[43] TĐS Mĩ Saigon gửi Bộ Ngoại giao: Saigon to State Department, October 23, 1964, NA II, RG 59, POL 27 VIET S, box 2948.

trưởng của cộng sản tại Đông Nam Á"[44]. Theo ông, khả năng về vũ khí hạt nhân của Trung Quốc đòi hỏi phải "tăng cường gấp bội khả năng chiến tranh quy ước của Mĩ cũng như gia tăng sức mạnh tự vệ của chính các nước châu Á nhằm chống lại sự bành trướng và xâm nhập của Trung Quốc". Đối với Trí Quang, mối quan tâm về Trung Quốc nghiêm trọng đến nỗi ông muốn xuất ngoại để nói với Phật tử các nước khác về "sự cần thiết phải duy trì sự hiện diện của Mĩ ở châu Á"[45]. Không có gì đáng ngạc nhiên nếu như khoảng tháng Mười Một năm 1964, giới chức Hoa Kì vẫn rất hài lòng với tư duy và ý kiến chính trị của phong trào Phật giáo: "thái độ của giới Phật tử khá thuận lợi và sự cần thiết của sự hiện diện của Mĩ ở Việt Nam và ở những nước châu Á khác được họ nhìn nhận"[46].

Tuy nhiên, sự đằm thắm tương đối trong quan hệ của Mĩ đối với Trí Quang sau cuộc khủng hoảng tháng Tám chỉ là một sự lắng dịu tạm thời trước khi nổ ra một cơn bão tố thậm chí mãnh liệt hơn. Bề ngoài, Trí Quang và phong trào Phật giáo tỏ vẻ hoan nghênh sự chuyển tiếp sang một chế độ dân sự mới, nhưng chẳng mấy chốc sự thể trở nên hiển nhiên là, một số phần tử trong phong trào Phật giáo quay ra phản đối vị thủ tướng mới, Trần Văn Hương. Sự xuất hiện nhanh chóng phong trào chống đối Hương làm cho người Mĩ tưng hửng vì trong

---

[44] TĐS Mĩ Saigon gửi Bộ Ngoại giao: Saigon to State Department, November 2, 1964, NA II, RG 59, POL 15 VIET S, box 293.

[45] TĐS Mĩ Saigon gửi Bộ Ngoại giao: Saigon to State Department, November 5, 1964, NA II, RG 59, POL 2 VIET S, box 2926.

[46] "Bản đánh giá hiện nay về tình hình chính trị ở Miền Nam Việt Nam" của Toán Công tác Việt Nam: "Current Estimate of Political Situation in South Vietnam", November 25, 1964, NA II, RG 59, VWG Subject Files, box 5, POL 1: Vietnam/Other Areas.

quá khứ Hương là người đã sớm lớn tiếng chỉ trích chế độ Diệm. Vào ngày 30 tháng Mười chính Trí Quang cũng đã bày tỏ với người Mĩ sự hậu thuẫn của ông dành cho Hương, nhưng chưa được một ngày sau đó ông thay đổi ý kiến, nói rằng bây giờ ông đồng ý với những kẻ cho rằng Hương "quá già nua, thiếu khả năng, không có chương trình hành động rõ ràng và bị bọn chính khách xôi thịt vây quanh"[47]. Việc Hương nhấn mạnh các trọng điểm như vãn hồi trật tự xã hội và đặt tôn giáo ra ngoài chính trị và học đường cũng đổ thêm dầu vào ngọn lửa đấu tranh của Phật giáo nhắm vào chế độ ông. Vào cuối tháng Mười Một 1964, phong trào Phật giáo ở Sài Gòn cổ vũ những cuộc biểu tình nhằm buộc Hương từ chức thủ tướng.

Phong trào Phật giáo thường được các sử gia coi như là bị phân hóa giữa một cánh ôn hoà do Thích Tâm Châu lãnh đạo và một cánh triệt để hơn do Trí Quang cầm đầu. Tuy nhiên, cuộc tranh đấu chống chế độ Hương cho thấy rõ rằng phân loại như thế là sai trật. Trong giai đoạn đầu của cuộc khủng hoảng, chính Tâm Châu là người đóng vai trò tiên phong trong việc sách động sinh viên và tín đồ chống lại Hương. Trong khi các cuộc biểu tình diễn ra sôi sục ở Sài Gòn, địa bàn nằm dưới ảnh hưởng của Tâm Châu, thì chẳng có cuộc xuống đường nào diễn ra trên cứ địa của Trí Quang tại Huế. Trí Quang giải thích rõ với giới chức Hoa Kì ông không ủng hộ hành động chống Hương công khai vào giai đoạn này. Hơn một lần Trí Quang cũng nói rằng Tâm Châu đã sai lầm khi tự để những thế lực

---

[47] TĐS Mĩ Saigon gửi Bộ Ngoại giao: Saigon to State Department, November 2, 1964, NA II, RG 59, POL 15 VIET S, box 293.

bên ngoài giật dây trong việc kêu gọi dân chúng biểu tình[48]. Thật vậy, suốt trong giai đoạn đầu của cuộc khủng hoảng, giới chức Hoa Kì vẫn tiếp tục tin tưởng Trí Quang thật sự không muốn đẩy thêm một cuộc khủng hoảng chính phủ nữa và họ có phần hi vọng ông sẽ đóng vai một lực tiết chế đối với Tâm Châu và phong trào Phật giáo nói chung[49]. Tuy nhiên, giữa Trí Quang và Tâm Châu dù có bất cứ dị biệt nào vào lúc khởi đầu của cuộc vận động chống Hương đi nữa, những dị biệt này cũng chưa đủ lớn để giới chức Mĩ có thể li gián hai nhà sư. Cương quyết đòi hỏi Hương phải từ chức, Trí Quang và Tâm Châu bắt đầu một cuộc tuyệt thực chung ngày 12 tháng Chạp.

Những người hoạch định chính sách Mĩ ủng hộ Hương hết mình trong cuộc đối đầu với phe Phật giáo. Đại sứ Maxwell Taylor không tin rằng phe Phật giáo đưa ra được kêu nài nào chính đáng nhắm vào chính phủ Hương và ông ta nghĩ rằng điều rất quan trọng là chính phủ Nam Việt Nam phải có lập trường cứng rắn đối với những nhóm phản đối "thiểu số nhưng to tiếng"[50]. Mặc dù trong thực tế cả Trí Quang và Tâm Châu đều bày tỏ ý muốn thương thuyết để giải quyết những bất

---

[48] TĐS Mĩ Saigon gửi Bộ Ngoại giao: Saigon to State Department, November 17, 1964, NA II, RG 59, POL1 US VIET S, box 2878; and Saigon to State Department, November 27, 1964, NA II, RG 59, POL 15 VIET S, box 2933.

[49] TĐS Mĩ Saigon gửi Bộ trưởng Ngoại giao: Saigon to Secretary, December 1, 1964, LBJL, NSF VNCF box 10, vol. 23. Cách tường thuật của Moyar trong Triumph Forsaken [Chiến thắng bỏ đi] hàm ý Trí Quang từ ban đầu đã ủng hộ việc chống đối Hương, nhưng đây không phải là quan điểm của Toà Đại sứ Mĩ ở Sài Gòn. Xem Moyar, Triumph Forsaken, tr.334.

[50] Bản ghi nhớ sơ thảo cuộc đàm thoại giữa Taylor và Đại sứ Trần Thiện Khiêm: Draft Memorandum of Conversation between Taylor and Ambassador Khiem, December 2, 1964, NA II, RG 59, VWG Subject Files, box 5, POL-1, Memoranda of Conversation.

đồng với chế độ Hương cũng như muốn nhờ Hoa Kì làm trung gian để giải quyết cuộc xung đột, nhưng Taylor không muốn gặp hai nhà sư này hay làm trung gian hoà giải giữa phe Phật giáo và chế độ Hương. Taylor còn phản bác ý kiến nhờ Lodge gửi một lá thư cho Trí Quang hay đưa ra hứa hẹn Mĩ sẽ viện trợ kinh tế rồi giao cho phe Phật giáo kiểm soát[51]. Lập trường không khoan nhượng của Taylor nhắm vào Trí Quang và phong trào Phật giáo chắc chắn là một lập trường có thể bênh vực được, nhưng nó cũng chắc chắn sẽ làm cho cuộc khủng hoảng kéo dài thêm. Phe Phật giáo và Taylor có một kẻ thù chung [là Tướng Khánh] sau khi Khánh bãi bỏ Thượng Hội Đồng vào ngày 20 tháng Chạp 1964, nhưng Taylor không thiết tha theo đuổi một đường lối có lẽ đã khai thác được mối ngờ vực lâu ngày của Trí Quang đối với Khánh[52].

Loại chế độ chính trị nào mà Trí Quang muốn thấy cầm quyền ở Miền Nam thì cũng không rõ ràng cho lắm. Có khi, ông gợi ý chỉ cần thay Hương bằng một nhân vật có thiện cảm hơn với Phật giáo như Phan Huy Quát chẳng hạn thì phong trào Phật giáo sẽ chấm dứt những cuộc chống đối. Tuy nhiên, ông cũng bày tỏ với giới chức Hoa Kì rằng ông sẵn sàng ủng hộ một chính phủ thậm chí độc tài hơn miễn là chính phủ đó "thật sự cách mạng"[53]. Nếu một chế độ như thế chịu đặt Đảng

---

[51] TĐS Mĩ Saigon gửi Bộ Ngoại giao: Saigon to State Department, December 16, 1964, FRUS, 1964–68, vol. 1, tr. 1000–1009.

[52] Trí Quang bày tỏ với nhiều viên chức Hoa Kì rằng ông sẵn sàng vận động chống lại Khánh nếu Hương thỏa mãn những điều kiện của phía Phật giáo. Xem văn thư của TĐS Mĩ gửi Bộ trưởng Ngoại giao: Saigon to Secretary, December 24, 1964, LBJL, NSF, VNCF, box 11, vol. 24.

[53] TĐS Mĩ Saigon gửi Bộ Ngoại giao: Saigon to State Department, January 5, 1965, NA II, RG 59, POL 2 VIET S, box 2927.

Cần Lao ra ngoài vòng pháp luật, Trí Quang sẵn sàng chấp nhận việc chế độ ấy có đủ toàn quyền cấm chỉ đình công, giới hạn tự do ngôn luận và tiết chế các đảng phái chính trị, những đảng mà theo ông phải có "mục tiêu chống cộng và lí tưởng chống trung lập rõ ràng dứt khoát"[54]. Mặc dù Trí Quang hiển nhiên không thu hút đủ hậu thuẫn để thay đổi sâu rộng Chính phủ VNCH, nhưng ông đã có thể vận động kết liễu chính phủ Hương vào cuối tháng Giêng bằng cách dành hậu thuẫn Phật giáo cho Khánh. Những người làm chính sách Mĩ đã bị sốc khi thấy rằng lại một lần nữa Trí Quang có thể đóng vai một kẻ chọn lựa lãnh tụ (kingmaker) cho sân khấu chính trị Miền Nam. Vì đã hoàn toàn gắn chặt uy tín của Hoa Kì vào việc phải duy trì một chính phủ dân sự, các nhà phân tích CIA ngày càng quan ngại về tương lai của việc điều hành quốc gia ở Miền Nam. Đòn bẩy chính trị của Mĩ đã bị yếu đi nhiều lắm rồi, và CIA kết luận phe Phật giáo "đủ mạnh để vô hiệu hoá bất cứ dàn xếp chính trị nào mà lãnh đạo của họ quyết tâm chống đối"[55].

Sau vụ đảo chánh, cũng dễ hiểu thôi, các nhà phân tích của Mĩ lại trở về với câu hỏi, liệu những nỗ lực của Trí Quang có bị thúc đẩy do cảm tình hay móc nối với cộng sản hay không? Sử gia Moyar cho rằng Tòa Đại sứ Mĩ ở Sài Gòn ngày càng nghiêng về luận cứ cho rằng phong trào Phật giáo bị cộng sản xúi giục:

---

[54] Điện văn tin tình báo CIA: CIA Intelligence Information cable, January 10, 1965, LBJL, NSF, VNCF, box 12, vol. 26.

[55] CIA, "SNIE 53–65: Short-Term Prospects in South Vietnam [Dự kiến ngắn hạn tại Miền Nam Việt Nam]," February 4, 1965, Estimative Products on Vietnam 1948–1975 [Kết quả đánh giá về tình hình Việt Nam 1948-1975] (Washington, DC: GPO, 2005).

Viên chức Toà Đại sứ vẫn tin tưởng rằng hầu hết các vị lãnh đạo chóp bu của Phật giáo đều có tinh thần chống cộng, nhưng càng ngày càng có thêm nhiều viên chức nghi ngờ rằng chí ít Trí Quang cũng đang cộng tác với Cộng sản. Các chuyên gia Tòa Đại sứ nhất trí rằng những lãnh đạo Phật giáo cấp thấp hơn, đặc biệt là những người thân cận với Trí Quang, đang liên minh với Việt Cộng[56].

Để chứng minh cho sự đánh giá này, Moyar chỉ viện dẫn một chứng liệu duy nhất, tiếc rằng tư liệu ấy lại không phải như vậy. Đó là điện văn ngày 31 tháng giêng, đánh đi từ Toà Đại sứ, do nhân viên Toà Đại sứ và những viên chức tình báo – những người thường xuyên tiếp xúc với Trí Quang và phong trào Phật giáo – cùng biên soạn, nhưng chính Taylor đích thân chuẩn y bức điện bằng cách nói rằng nó cũng phản ánh quan điểm của các viên chức cấp cao. Sau khi nhìn nhận mọi cách thế theo đó các hoạt động của phong trào Phật giáo đã làm tổn hại nghiêm trọng cho sự nghiệp chống cộng, các viên chức Toà Đại sứ nhấn mạnh dứt khoát rằng vào lúc này họ "không chia sẻ quan điểm cho rằng các lãnh đạo Phật giáo cố tình đứng về phe Cộng sản hay rằng những mục tiêu của họ bao gồm việc cố tình tạo ra một tình thế trong đó cộng sản sẽ giành được quyền kiểm soát chính trị ở Miền Nam Việt Nam... Nói tóm lại, giả thuyết các lãnh đạo của GHPHẬT GIÁOVNTN hoạt động cho cộng sản không đáng tin bằng cách lí giải thích rằng họ hoạt động cho chính họ, sử dụng những phương tiện vô trách nhiệm nhằm theo đuổi mục đích của mình, và điều này có thể bị Cộng sản

---

[56] Moyar, Political Monks, ["Sư chính trị"] tr. 773.

khai thác lợi dụng"[57]. Tuy rất lo ngại về chiến thuật và ý tưởng của vài người trong đám thân cận với Trí Quang và Tâm Châu, các viên chức toà đại sứ nhất định không "đồng ý" rằng điều này có nghĩa là họ liên minh với Việt Cộng. Chắc chắn Toà Đại sứ Mĩ ở Sài gòn thực sự nghĩ rằng cộng sản đang gia tăng nỗ lực xâm nhập hàng ngũ lãnh đạo Phật giáo, nhưng điểm quan trọng họ nêu ra ở đây là không một tin đồn nào về việc móc nối VC được coi là có bằng chứng, và toà đại sứ lặp lại kết luận là cộng sản không chi phối được chính sách của GHPHẬT GIÁOVNTN[58]. Sau cùng, điều khá lí thú về quan điểm của Toà Đại sứ Mĩ ở Sài Gòn là chính Tòa Đại sứ lại lo lắng về một chính phủ có nhiều nhân vật thân cận với Tâm Châu, vị sư thường được coi là chống cộng hơn [Trí Quang], hơn là lo lắng về một chính phủ mà thành viên là người thân cận với Trí Quang.

Quan chức Bộ Ngoại giao Mĩ ở Washington hoàn toàn chuẩn y quan điểm của Toà Đại sứ ở Sài gòn. Khi kí giả Marguerite Higgins đăng một bài trên báo The Washington Star cảnh báo rằng chính quyền Johnson cần phải thức tỉnh đối với Trí Quang và điều mà nhà báo gọi là những âm mưu của ông ta với cộng sản, Bộ trưởng Ngoại giao Dean Rusk chỉ thị người đứng đầu Đoàn Công tác Việt Nam (the Vietnam Working Group / VWG) trả lời riêng với Higgins. Thomas Corcoran, Giám đốc

---

⁵⁷ TĐS Mĩ Saigon gửi Bộ trưởng Ngoại giao: Saigon to Secretary, January 31, 1965, NA II, RG 59, POL 13–6 VIET S, box 2931.

⁵⁸ Theo nguồn tư liệu ở trên. Chính Trí Quang cũng nhìn nhận Việt Cộng chắc có xâm nhập các cấp thấp của tổ chức [GHPHẬT GIÁOVNTN], nhưng ông vạch rõ VC cũng xâm nhập mọi tổ chức khác trên khắp cả nước. Xem TĐS Mĩ Saigon gửi Bộ Ngoại giao: Saigon to State Department, February 4, 1965, POL 2 VIET S, box 2927.

VWG, nhận định nghiêm chỉnh rằng không có chuyện các nhân viên tình báo biết chắc Trí Quang có móc nối Cộng sản và cũng không có chuyện dữ liệu này phần nào đang bị những người làm chính sách ở Washington ém nhẹm. Đích xác dựa vào ý kiến của các nhân viên nói tiếng Việt của toà đại sứ, Corcoran lí luận rằng không ai có thể đưa ra bất cứ một nhận xét tối hậu hay dứt khoát nào về mục tiêu và động lực chính trị của Trí Quang. Mặc dù một số lời nói và việc làm của phong trào Phật giáo có thể vô tình làm lợi cho cộng sản, Corcoran ghi nhận rằng "họ cũng làm được nhiều việc nhằm chống lại và chặn đứng âm mưu của cộng sản nhằm nới rộng quyền kiểm soát lên đầu dân chúng Việt Nam"[59].

Sau khi Hương mất ghế thủ tướng chính phủ, Trí Quang tìm cách trấn an Toà Đại sứ Mĩ ở Sài Gòn rằng những nỗ lực của ông không phản ánh của một tinh thần cơ bản chống Mĩ. Trả lời phỏng vấn của những tờ báo tiếng Anh ở Sài Gòn, Trí Quang nhìn nhận có sự phẫn uất của phía Phật giáo đối với Đại sứ Taylor và đối với sự hậu thuẫn trung thành mà Mĩ dành cho Hương, nhưng ông cũng biện luận rằng người Phật tử không thể có tinh thần bài Mĩ: "Không có chuyện chống Mĩ. Người ta chỉ có thể chống Mĩ nếu người ta theo Cộng sản hay theo chủ nghĩa sô-vanh. Vì Phật giáo không phải là cộng sản và cũng không phải là sô-vanh, nên không có chủ trương chống Mĩ"[60].

---

[59] Corcoran gửi Higgins: Corcoran to Higgins, February 18, 1965, NA II, RG 59, POL 13–6 VIET S, box 2931.

[60] TĐS Mĩ Saigon gửi Bộ Ngoại giao: Saigon to Department of State, "Interview by Tri Quang in English-Language Dailies" [Trí Quang trả lời phỏng vấn trên những nhật báo tiếng Anh], February 3, 1965, LBJL, NSF, VNCF, box 13, vol. 27. Hẳn nhiên, người đọc không thể hiểu lời phát biểu của Trí Quang theo nghĩa đen bởi vì đôi khi phong trào Phật giáo cũng có xiển dương tinh thần

Trong các đàm đạo riêng tư với nhiều viên chức toà đại sứ, Trí Quang cố truyền đạt đại ý rằng ông vẫn còn là một đồng minh vững chắc của chính phủ Hoa Kì và rằng ông rất buồn phiền vì hành động cực đoan của vài người cộng sự trong phong trào Phật giáo. Mặc dù, cũng dễ hiểu là, người Mĩ đang thất vọng về tình hình Việt Nam, nhưng Trí Quang không tin là Hoa Kì có thể hay phải chấp nhận khả năng thất bại. Trong khi lặp lại một ý kiến trước đây của ông rằng có loại trung lập chấp nhận được và có loại trung lập không thể chấp nhận được cho Việt Nam, Trí Quang lí giải với các viên chức Mĩ rằng "Sự hiện diện của Hoa Kì vẫn còn rất cần thiết ở Việt Nam nhằm chặn đứng một cuộc xâm chiếm của cộng sản. Vẫn còn hi vọng chiến thắng; Hoa Kì không được nản lòng và bỏ cuộc. Nhưng Hoa Kì phải có tư tưởng của kẻ chiến thắng và chấp nhận hoàn toàn trách nhiệm của mình trong nỗ lực chiến tranh"[61].

Nhưng, điều mà Trí Quang coi là trách nhiệm của chính bản thân ông trong nỗ lực chiến tranh là gì thì vẫn rất khó nhận ra. Vào đầu tháng Hai 1965, theo tường trình của CIA, Trí Quang đã nói rằng "ông sẽ lấy làm rất sung sướng để hoạt động trong những chương trình chống cộng có phạm vi rộng lớn... quân đội và người Mĩ có thể chiến đấu trên chiến trường nhưng người Phật tử sẽ theo đuổi chiến tranh tâm lí, trận chiến mà

---

chống Mĩ. Nội dung mà chắc hẳn ông muốn chuyên chở là, những biểu lộ cảm tính này chỉ có ý nghĩa chiến thuật chứ không phải là lối diễn đạt cơ bản bày tỏ quan điểm của Phật giáo đối với Hoa Kì.

[61] TĐS Mĩ Saigon gửi Bộ Ngoại giao: Saigon to State Department, February 4, 1965, NA II, RG 59, POL 2 VIET S, box 2927.

ông cho là quan trọng hơn quân sự rất nhiều"[62]. Mặc dù có nhiều lí do để thắc mắc Trí Quang đã chân thật đến mức độ nào khi diễn tả nhiệt tình chống cộng, nhưng những nhà hoạch định chính sách Mĩ hình như không bao giờ quan tâm khai thác năng lực phong phú của Trí Quang theo chiều hướng này. Sự thiếu quan tâm này được giải thích phần nào là do sự thiếu tin tưởng mà giới chức Hoa Kì dành cho Trí Quang và do mối lo sợ rằng những chương trình chống cộng của ông có thể gây trở ngại cho các mục tiêu của Hoa Kì hay Chính phủ Việt Nam Cộng Hòa. Tuy nhiên, rõ ràng là các viên chức Mĩ đã chấp nhận quan điểm cho rằng những nỗ lực chống cộng của Trí Quang có thể thành công cao độ nếu ông không bị coi như một kẻ hoàn toàn liên minh với chính phủ Hoa Kì.

Việc Trí Quang bày tỏ ước muốn hoạt động độc lập đằng sau hậu trường cũng có thể là một cách hợp lí hoá qua loa cho sự không hoạt động gì cả, nhưng thực tình mà nói, ông cũng đã ủng hộ nỗ lực chiến tranh của Mĩ vào mùa xuân năm 1965. Vào khoảng tháng Hai 1965 giới chức Hoa Kì tỏ ra rất lo ngại rằng phong trào Phật giáo sẽ công khai chấp nhận đề nghị chấm dứt chiến tranh thông qua một sự dàn xếp bằng đàm phán với MTDTGPMN. Những lo ngại này bỗng trở thành hiện thực vào cuối tháng khi Thích Quảng Liên công bố một tuyên ngôn kêu gọi các lực lượng của MTDTGPMN và Mĩ cùng rút ra khỏi Miền Nam. Quảng Liên, một nhà sư nổi tiếng từng học ở Đại học Yale, đã đưa vào trong bản tuyên ngôn những lời tri ân về viện trợ Mĩ trong quá khứ, nhưng những tuyên bố như thế

---

[62] Điện văn tin tình báo CIA: CIA Intelligence Cable, February 2, 1965, Declassified Documents Reference System, [Hệ tham khảo các Hồ sơ Giải mật],1976070100060.

không thế nào thay đổi sự báo động của Tòa Đại sứ Mĩ ở Sài Gòn về một lời kêu gọi mà họ cho là ngây thơ và nguy hiểm[63]. Liền sau khi bắt đầu chiến dịch dội bom Rolling Thunder (Sấm Động) đánh vào Miền Bắc, giới chức Mĩ lo ngại rằng lời kêu gọi một cuộc dàn xếp bằng đàm phán của phong trào Phật giáo sẽ gây trở ngại cho khả năng điều hành cuộc chiến.

Trí Quang hoàn toàn chia sẻ mối quan ngại của toà đại sứ về những hoạt động của phong trào hòa bình Thích Quảng Liên. Điều có ý nghĩa là, khi được một viên chức toà đại sứ hỏi là liệu đề xuất của ông có được hậu thuẫn của giới lãnh đạo Phật giáo hay không, Quảng Liên chỉ trả lời bản tuyên ngôn được sự ủng hộ của Tâm Châu, nhà sư thường được cho là "ôn hoà". Quảng Liên không nói rõ là nó có được sự hậu thuẫn của nhà sư "cực đoan" Trí Quang hay không và Quảng Liên phát biểu như thế cũng phải thôi vì Trí Quang cực lực phản đối một lời kêu gọi đàm phán tức khắc[64]. Thực vậy, Trí Quang ủng hộ hết mình chiến dịch Rolling Thunder và hơn thế nữa còn cổ vũ nới rộng phạm vi chiến dịch. Theo quan điểm của ông, "Chúng ta phải tiếp tục những vụ oanh kích trên Miền Bắc như một phần cần thiết của cuộc tấn công quân sự - ngoại giao. Những cuộc oanh kích này không nhất thiết chỉ giới hạn trong việc trả đũa những vụ VC tấn công vào căn cứ và nhân viên của Mĩ, vì nếu chỉ làm như thế thì sẽ có hại cho tinh thần chiến đấu của người Việt Nam, những cuộc oanh kích này phải được sử dụng để trả đũa chiến dịch chung của VC nhằm chống phá Miền Nam và

---

[63] TĐS Mĩ Saigon gửi Bộ Ngoại giao: Saigon to State Department, March 4, 1965, NA II, RG 59, POL 27 VIET S, box 2953.

[64] TĐS Mĩ Saigon gửi Bộ trưởng Ngoại giao: Saigon to Secretary, March 1, 1965, LBJL, NSF, VNCF, box 14, vol. 30.

chống phá chính nhân dân"[65]. Nếu những hành động quân sự của Mĩ có đáng phê phán chăng, Trí Quang chỉ nhận thấy chúng có vấn đề ở chỗ là không đi tới nơi tới chốn. Dùng một loại ngôn từ và lí luận mà các nhà chiến lược Mĩ có thể hiểu trọn vẹn, Trí Quang cho rằng chiến dịch dội bom lên Miền Bắc phải "được tập trung trong một thời gian ngắn và với cường độ gia tăng nhanh chóng để buộc Bắc Việt có phản ứng càng sớm càng tốt và để tránh việc cho cộng sản có đủ thời gian chuẩn bị về mặt tâm lí và quân sự"[66]. J. D. Rosenthal, viên chức toà đại sứ Mĩ gần gũi nhất với Trí Quang trong suốt giai đoạn này, vô cùng ngạc nhiên về việc ông đã có thể dẹp qua một bên bất cứ nỗi dằn vặt nào trong đức tin liên quan tới chiến dịch Rolling Thunder. Thật vậy, theo Rosenthal, "Chẳng những không có một e ngại luân lí và đức lí nào về những trận dội bom của Mĩ, ông lại tỏ vẻ lo lắng rằng cơ hội do những vụ oanh tạc này mang lại sẽ bị lãng phí vì chúng không đạt đến mức độ ác liệt cần thiết"[67].

---

[65] TĐS Mĩ Saigon gửi Bộ Ngoại giao: Saigon to State Department, March 3, 1965, LBJL, NSF, VNCF, box 14, vol. 30.

[66] TĐS Mĩ Saigon gửi Bộ Ngoại giao: Saigon to State Department, March 22, 1965, LBJL, NSF, VNCF, box 15, vol. 31.

[67] Theo tư liệu đã dẫn ở trên. Dù ghi nhận lời kêu gọi oanh kích của Trí Quang, nhưng Moyar lí luận trong Political Monks (Sư Chính trị) rằng "có bằng chứng trực tiếp nói rằng lời cố vấn này chỉ là một công cụ nhằm duy trì ân huệ của Hoa Kì để cho phe Phật giáo tranh đấu có thể tiếp tục những hoạt động phá hoại của họ" (tr. 779). Đáng tiếc là, bằng chứng trực tiếp ấy chỉ là một câu trích từ chuyên gia chống nổi dậy người Anh Robert Thompson: "Trí Quang nói với Tướng Taylor rằng ông ủng hộ việc dội bom Miền Bắc, rồi sau đó ông đến thẳng với người Pháp để phân bua rằng ông làm vậy chỉ để ru ngủ những ngờ vực của Taylor nhằm rảnh tay đẩy mạnh chiến dịch bí mật đòi hoà bình bằng mọi giá—hay nói đúng ra, bằng cái giá mà cộng sản đưa ra." Xuất xứ của lời trích dẫn này chắc chắn là rất mù mờ; Moyar trích dẫn từ cuốn The Long Charade (Trò vờ

Việc Trí Quang công khai tán thành chiến dịch Rolling Thunder lẽ ra có thể chống đỡ phần nào cho lập trường của Mĩ vào thời điểm nó bị chỉ trích gay gắt bởi một quần chúng quá lo ngại về những hệ quả của một chiến dịch dội bom rộng lớn trên Miền Bắc. Bộ Ngoại giao Mĩ cho rằng nếu toà đại sứ có thể yêu cầu Trí Quang công bố lập trường của ông cho đông đảo quần chúng, đó sẽ là một điều "rất đáng mong ước"[68]. Tuy nhiên, vấn đề là, cả Trí Quang lẫn Tòa Đại sứ Mĩ đều không chia sẻ quan điểm cho rằng nếu ông công khai ủng hộ các cuộc oanh tạc thì đó hiển nhiên là điều rất đáng mong ước. Như Trí Quang lí giải với nhiều viên chức ở tòa đại sứ, không ai có thể kì vọng một vị lãnh đạo tinh thần lại công khai hậu thuẫn tiến trình bạo lực của một hành động quân sự. Sau khi nghe Trí Quang giải thích lập trường của mình, Rosenthal không phản đối quyết định của ông và "trấn an ông chúng ta thông cảm lập trường ấy"[69]. Việc Trí Quang không chịu công khai ủng hộ chiến dịch Rolling Thunder chắc chắn không có nghĩa là lập trường của ông không phù hợp hay không có ích cho nỗ lực của Mĩ tại Việt Nam. Hoạt động trong hậu trường, Trí Quang

---

vĩnh lâu dài) của Critchfield, nhưng nó cũng xuất hiện trong một cuốn sách xuất bản năm 1965 của Higgins, Our Vietnam Nightmare (Cơn ác mộng Việt Nam của chúng ta), tr. 285-286. Cả Higgins lẫn Critchfield đều không cho biết Thompson đã đưa ra phát biểu này ở đâu và vào lúc nào. Nội cái ý kiến cho rằng Trí Quang chịu tiết lộ một quan điểm như thế tự nó là một điều đáng nghi ngờ, nhưng ý kiến cho rằng ông chịu chọn mặt gửi vàng mà tiết lộ quan điểm của mình với "người Pháp" là điều ít ai tin được vì trước sau như một Trí Quang luôn giữ lập trường cực kì chống Pháp. Tóm lại, không cách chi có thể coi trích dẫn Thompson như một bằng chứng nghiêm túc liên quan đến động lực chính trị của Trí Quang.

[68] Bộ ngoại giao gửi Toà Đại sứ ở Sài Gòn: State Department to Saigon, March 2, 1965, LBJL, NSF, VNCF, box 14, vol. 30.

[69] Như trên.

đã góp phần đảm bảo rằng tuyên ngôn hòa bình của Thích Quảng Liên sẽ không có ảnh hưởng rộng lớn. Chưa được ba tuần sau khi Quảng Liên công bố lời kêu gọi hòa bình, phong trào của ông phải chấm dứt, một phần do chính quyền đàn áp và một phần vì những nỗ lực của Trí Quang nhằm đảm bảo lời kêu gọi đó không được phong trào Phật giáo tán thành. Chính Trí Quang không có một ngần ngại nào về việc dùng bàn tay đàn áp của chính quyền để bẻ gãy phong trào hòa bình. Khi chính phủ VNCH đề nghị trục xuất ba thành viên của phong trào hòa bình ra Miền Bắc như một cách trừng phạt họ, ông cho rằng đó là một ý kiến "tuyệt vời"[70]. Trong một cuộc đàm luận một tháng sau đó với Thủ tướng Phan Huy Quát, theo tin tiết lộ, Trí Quang đã nói với vị thủ tướng rằng lẽ ra Quảng Liên phải bị bắt giữ và phong trào hoà bình của ông ấy phải bị xử lí nghiêm khắc như tất cả các phong trào hoà bình khác[71].

Quan hệ của Mĩ với phong trào Phật giáo chưa bao giờ tích cực như trong mùa Xuân 1965. Trí Quang và một số Phật tử khác từ lâu đã tiến cử Phan Huy Quát vào một vai trò lãnh đạo trong chính phủ và việc bổ nhiệm ông vào chức vụ thủ tướng đã thực sự chấm dứt sự chống đối của Phật giáo nhắm vào chính phủ. Rất hài lòng với thành phần chính phủ VNCH, Trí Quang cuối cùng đã quay sang chiến dịch chống cộng mà ông mãi hứa hẹn từ lâu. Vì lí do VC gia tăng hoạt động ở Miền Trung, phe Phật giáo phải tăng cường những biện pháp chống lại sự xâm nhập của cộng sản vào hàng ngũ của họ và tránh

---

[70] TĐS Mĩ Saigon gửi Bộ Ngoại giao: Saigon to State Department, March 19, 1965, NA II, RG 59, POL 2 VIET S, box 2927.

[71] TĐS Mĩ Saigon gửi Bộ Ngoại giao: Saigon to State Department, May 6, 1965, LBJL, NSF, VNCF, box 17, vol. 34.

tham dự các cuộc biểu tình do Việt Cộng đỡ đầu[72]. Nhiều viên chức Toà Đại sứ có ấn tượng sâu sắc với tinh thần chống cộng được biểu dương bởi các sinh viên trong Đoàn Sinh viên Phật tử[73]. Theo tường trình của các phân tích gia CIA, "nhiều nhà lãnh đạo Phật giáo đã từng bước âm thầm bày tỏ một thái độ chống cộng cứng rắn hơn"[74]. Cái tâm trạng não nề về sức mạnh Phật giáo đã trùm lên các nhà hoạch định chính sách Mĩ vào tháng Giêng giờ đây được thay thế bằng một thái độ lạc quan dè dặt về khả năng cộng tác với giới Phật giáo. Trong khi nhìn nhận rằng việc cộng tác với Phật giáo trong một cuộc vận động chống cộng có thể đặt ra một số rủi ro nhất định, Phó Giám đốc Kế hoạch của CIA, Richard Helms, đề nghị rằng Hoa Kì phải chơi một "ván bài vừa phải" và âm thầm hậu thuẫn phe Phật giáo nhiều hơn nữa[75].

Sự hợp tác mật thiết hơn nữa giữa Hoa Kì và Trí Quang mà Helms mường tượng trong trí đã không thành tựu. Trí Quang tiếp tục phát biểu càng ngày càng nhiều tư tưởng diều hâu về cuộc chiến trong các cuộc gặp riêng với giới chức Hoa Kì, nhưng những hiểm hoạ trong khả năng cộng tác chặt chẽ hơn nữa với ông được phơi bày rõ nét trong một lá thư ông gửi cho Henry Cabot Lodge vào tháng Năm 1965. Trí Quang ít khi liên

---

[72] TĐS Mĩ Saigon gửi Bộ trưởng Ngoại giao: Saigon to Secretary, April 7, 1965, LBJL, NSF, VNCF, box 16, vol. 32.

[73] TĐS Mĩ Saigon gửi Bộ trưởng Ngoại giao: Saigon to Secretary, April 12, 1965, LBJL, NSF, VNCF, box 16, vol. 32.

[74] CIA, "Tình hình Miền Nam Việt Nam": CIA, "The Situation in South Vietnam," April 7, 1965, LBJL, NSF, VNCF, box 16, vol. 32.

[75] Bản ghi nhớ gửi Giám đốc Tình báo Trung ương: Memorandum for Director of Central Intelligence, "CIA Proposals for Limited Covert Civilian Political Action in Vietnam," [Đề xuất hoạt động dân sự vụ bí mật và có giới hạn ở Việt Nam], March 31, 1965, LBJL, McCone's 12 Points, box 194.

hệ với giới chức Mĩ qua thư từ chính thức và rõ ràng là lá thư này tiêu biểu cho một nỗ lực diễn đạt những tâm tư sâu kín nhất của ông về tình hình Việt Nam. Điều đáng tiếc là, những suy nghĩ được diễn tả trong thư tiết lộ rằng cuộc xung đột tôn giáo ở Việt Nam vẫn là quan tâm hàng đầu của Trí Quang. Theo cách nhìn của ông, người Công giáo không phải là những người thực tâm chống cộng trong khi người Phật giáo thì cho rằng chính sách của Mĩ có khuynh hướng ưu đãi đạo Công giáo. Người Mĩ bị dân chúng coi là không khác gì người Pháp trong việc "dùng người Công giáo để tiêu diệt Phật tử". Nếu Hoa Kì muốn khỏi bại trận, họ không còn cách nào khác hơn là phải đảo ngược chính sách của mình và chủ trương một chính sách cách mạng, một chính sách mà nội dung cơ bản, theo Trí Quang, là "các phần tử Công giáo Cần Lao ác ôn và bè lũ Đại Việt phản động phải bị loại trừ"[76]. Khỏi cần phải nói, những người hoạch định chính sách Hoa Kì lấy làm kinh hoàng trước những cảm nghĩ mà Trí Quang biểu lộ trong thư. Như vậy, chẳng bao giờ có được một cơ may dù mong manh nhất để Hoa Kì thỏa thuận với Trí Quang và theo đuổi một chiến lược chính trị đặt cơ sở trên ưu tiên hàng đầu là bài trừ Công giáo ở Miền Nam. Vì không nhất trí về bản chất đích thực của cuộc xung đột ở Miền Nam, cả hai bên gặp phải những giới hạn thực tế trên mức độ có thể hợp tác với nhau.

Quyết định của các tướng lãnh Miền Nam trong việc giải nhiệm Thủ tướng Quát năm 1965 đã đưa đến một sự thay đổi đáng lưu ý trong mối quan hệ của Trí Quang với Hoa Kì. Sự

---

[76] Thư Trí Quang gửi Lodge: Tri Quang to Lodge, May 13, 1965, LBJL, NSF, VNCF, box 17, vol. 34.

thay đổi này gần như không có gì liên quan đến việc chống đối những kế hoạch leo thang chiến tranh của Mĩ hay chống đối trên nguyên tắc sự chấm dứt chính phủ dân sự ở Sài Gòn. Cũng như bản thân của các tướng lãnh, Trí Quang thường chỉ trích Quát về việc ông ta điều hành cuộc chiến thiếu hăng say[77]. Thật vậy, Trí Quang tiếp tục cổ vũ những đường lối quân sự nằm quá tầm dự kiến của những người làm chính sách Hoa Kì. Mãi đến tận tháng Bảy 1965, Trí Quang còn nói với các giới chức Hoa Kì rằng ông ủng hộ một cuộc đổ bộ liên quân [Việt-Mĩ] lên Miền Bắc và ông còn nghĩ rằng chính quyền Johnson cần phải triệt hạ khả năng hạt nhân của Trung Quốc[78]. Sau khi tiếp xúc với các người Mĩ vận động hoà bình trong Tổ chức Hòa giải (Fellowship of Reconciliation), Trí Quang nói với các viên chức toà đại sứ rằng ông thấy những người ấy "tuyệt đối chẳng biết gì" và ông đã cho họ biết chiến tranh ở thời điểm này là cần thiết cho nhân dân Việt Nam[79]. Trí Quang cũng không mấy bận tâm về việc làm trái nguyên tắc chính quyền dân sự. Như đã từng phát biểu trong quá khứ, Trí Quang tin rằng một chế độ quân nhân có thể dễ thực thi những biện pháp cách mạng và dễ áp dụng kỷ luật cần thiết cho việc điều hành cuộc chiến hiệu quả hơn[80].

Những chỉ trích của Trí Quang nhắm vào tân chính phủ đặt

---

[77] TĐS Mĩ Saigon gửi Bộ Ngoại giao: Saigon to State Department, May 6, 1965, LBJL, NSF, VN CF, box 17, vol. 34.

[78] TĐS Mĩ Saigon gửi Bộ Ngoại giao: Saigon to State Department, July 21, 1965, LBJL, NSF, VNCF, box 20, vol. 37.

[79] TĐS Mĩ Saigon gửi Bộ Ngoại giao: Saigon to State Department, July 10, 1965, LBJL, NSF, VNCF, box 20, vol. 37.

[80] TĐS Mĩ Saigon gửi Bộ trưởng Ngoại giao: Saigon to Secretary, June 12, 1965, LBJL, NSF, VNCF, box 18, vol. 35.

cơ sở trên một yếu tố đơn giản, một yếu tố dễ tiên đoán nếu người ta chịu nghiên cứu quá khứ của ông, đó là việc chỉ định Nguyễn Văn Thiệu làm Quốc trưởng [Chủ tịch Ủy ban Lãnh đạo Quốc gia, ND]. Thiệu, một tín đồ Công giáo, từ lâu đối với Trí Quang đã là biểu tượng chính cho sự ngoan cố của chính phủ VNCH không chịu dứt khoát với chế độ Công giáo trị của thời Diệm. Trước đó, Trí Quang đã nuôi hi vọng Tướng Nguyễn Chánh Thi, một người nổi tiếng thân Phật giáo, sẽ được chọn vào chức vụ mà Thiệu vừa nắm giữ. Sau khi kể hết những điều mà ông cho là tội ác chống Phật giáo của Thiệu trong quá khứ, Trí Quang nói với các viên chức Hoa Kì rằng ông tin rằng Thiệu là tay sai của CIA được dựng lên "nhằm đảm bảo một chính phủ sẵn sàng đáp ứng mọi tham vọng của Mĩ một khi chúng ta đã gửi đến nửa triệu quân sang đây"[81]. Tuy vậy, mặc dù giọng điệu chống đối chế độ mới của Trí Quang rất giống với giọng điệu ông sử dụng trong quá khứ, hành động của ông bây giờ được tự chế hơn nhiều. Thật vậy, giai đoạn từ tháng Sáu 1965 cho đến cuộc khủng hoảng Phật giáo tháng Ba 1966 rõ ràng là thời gian ổn định nhất trong thời kì tiếp theo sau chế độ Diệm.

CUỘC KHỦNG HOẢNG PHẬT GIÁO 1966 VÀ SỰ THẤT BẠI CỦA MĨ TẠI VIỆT NAM

Nếu Trí Quang là một điệp viên cộng sản trong Chiến tranh Việt Nam, thì thật chẳng cường điệu chút nào khi cho rằng Bắc Việt đã thực hiện được "một trong những kì công vận dụng tài

---

[81] TĐS Mĩ Saigon gửi Bộ trưởng Ngoại giao: Saigon to Secretary, June 22, 1965, LBJL, NSF, VNCF, box 19, vol. 36.

tình nhất và hiệu quả nhất hoạt động bí mật trong lịch sử"[82]. Các nhà phân tích tình báo Mĩ ở Sài Gòn và Washington đã nhiều lần xem xét khả năng này để rồi luôn luôn phải kết luận rằng chứng liệu tìm thấy không biện hộ cho lời cáo buộc. Các nhà phân tích này không hề nhắm mắt làm ngơ đối với những sai lầm của Trí Quang cũng như đối với những cản trở ông tạo ra trên con đường dẫn đến một chính phủ VNCH ổn định có khả năng điều hành cuộc chiến hữu hiệu. Mặc dù người ta không bao giờ có đủ chứng cớ để phản bác luận cứ cho rằng Trí Quang chỉ lừa bịp các nhà phân tích Mĩ bằng những tư tưởng chống cộng diều hâu của ông, nhưng cũng nên nhớ rằng các đối tượng nghe ông nói không phải là những người chủ hoà cả tin hay các trí thức hàn lâm đầy lí tưởng, nhưng là những nhà phân tích tình báo dày dạn với quyết tâm giành thắng lợi trong chiến cuộc Việt Nam như John Negroponte và George Carver. Như Carver ghi nhận, ý kiến cho rằng Trí Quang chỉ đưa ra những tư tưởng chống cộng và chủ chiến để lấy lòng các viên chức Mĩ "không có khả năng thuyết phục chút nào đối với bất cứ ai đã trực tiếp thảo luận những vấn đề ấy với ông"[83].

Đương nhiên là, những nỗ lực của Trí Quang cũng chẳng đóng góp được gì cho sự nghiệp chống cộng và, bất chấp mọi ý định của ông, những can thiệp của ông vào sinh hoạt chính trị Miền Nam thường thường rốt cuộc chỉ có lợi cho những mục tiêu của cộng sản và MTDTGPMN. Các nhà phân tích Mĩ

---

[82] Moyar, Triumph Forsaken, tr. 218.

[83] Carver gửi McNaughton: Carver to McNaughton, "Consequences of a Buddhist Political Victory in South Vietnam," [Những hệ quả do một thắng lợi chính trị của phe Phật giáo ở Miền Nam] VN LBJL, NSF VNCF box 63, 1 EE (4) Post-Tet Political Activity [Sinh hoạt chính trị sau Tết Mậu Thân].

nhiều lần nhìn nhận thực tế phũ phàng này, nhưng họ coi vấn đề này như một sai lầm trí tuệ về phía Trí Quang, một sai lầm có gốc rễ trong cá tính, hơn là một mưu đồ có ý thức. Những can thiệp thường xuyên vào chính sự và những lời kêu gọi đòi hỏi một "cuộc cách mạng xã hội" mơ hồ của ông vốn đã không phù hợp với mục tiêu của Mĩ về ổn định chính trị và xã hội. Tuy nhiên, nhiều nhà phân tích tình báo Mĩ chắc chắn đã nhìn nhận rằng luận cứ của ông không hẳn là thiếu chính đáng hay sai lầm; nghĩa là, Mĩ và VNCH không thể thắng được cuộc chiến trừ phi chính phủ Miền Nam phản ánh được nguyện vọng của nhân dân và quy tụ được quần chúng để chống lại MTDTGPMN. Trí Quang chắc chắn không đại diện cho toàn thể nhân dân Việt Nam, hay thậm chí đa số Phật tử, nhưng rõ ràng là ông đại diện cho một lực lượng chính trị hùng hậu và có tổ chức. Ngay trước khi xảy ra cuộc khủng hoảng Phật giáo, các nhà phân tích tình báo Mĩ vẫn chưa tìm được cách chuyển hướng hành động của Trí Quang đi theo những đường lối xây dựng hơn, nhưng họ cũng loại bỏ ý kiến cho rằng Trí Quang hay phong trào Phật giáo do ông lãnh đạo cần phải cho qua một bên, không cần đếm xỉa đến.

Bẽ bàng là, chính Henry Cabot Lodge lại là người lãnh trách nhiệm chính trong việc thay đổi đường lối của Mĩ đối với Trí Quang trong cuộc khủng hoảng Phật giáo 1966. Với vai trò là kẻ bao che Trí Quang khỏi bàn tay của Diệm trong cuộc khủng hoảng 1963, Lodge được Phật tử coi là một nhân vật thân Phật giáo, cũng dễ hiểu thôi. Lodge bắt đầu phê phán gay gắt những sách động bài Công giáo của Trí Quang trong các vụ án xử Thiếu tá Đặng Sĩ và Ngô Đình Cẩn, nhưng mãi đến tận tháng Ba 1965, ông vẫn khuyên chính quyền Johnson đừng từ bỏ khối tín đồ Phật giáo vì họ có vai trò rất quan trọng ở Miền Nam[84]. Tuy vậy, trong suốt cuộc khủng hoảng Phật giáo 1966, Lodge lại quay ra ủng hộ lập trường của Chính phủ VNCH cương quyết đối đầu với phong trào tranh đấu Phật giáo. Lodge hoàn toàn ủng hộ quyết định của Kỳ cách chức tư lệnh Vùng I của Tướng Nguyễn Chánh Thi mặc dù Thi được coi là rất được lòng quần chúng Phật tử. Trong khi nhìn nhận ông không thể trưng ra chứng cớ, Lodge vẫn chấp nhận ý kiến cho rằng Trí Quang và một số nhân vật Phật giáo khác đang cố tình phục vụ những mục tiêu của cộng sản và MTDTGPMN[85]. Trong suốt cuộc khủng hoảng lần này, Lodge nhất mực chủ chiến và ủng hộ nỗ lực của Chính phủ VNCH nhằm đè bẹp phe Phật tử tranh đấu.

Chắc chắn là, Lodge nhận được một số hậu thuẫn ở Washington dành cho lập trường cứng rắn của ông đối với Trí Quang. Maxwell Taylor, người mà nhiệm kì đại sứ tại Sài Gòn bị đánh dấu nhiều lần bởi các cuộc khủng hoảng chính phủ do phe Phật giáo gây ra, cho rằng Lodge cần phải chuyển đến các nhà lãnh đạo Chính phủ VNCH "nhận thức của chúng ta về tầm quan trọng phải triệt hạ Trí Quang như một thế lực chính trị". Taylor đã từng bác bỏ ý kiến cho rằng Trí Quang là người của Cộng sản trong thời gian ông ta còn là đại sứ ở Miền Nam, nhưng bây giờ ông ta cho rằng Lodge và Chính phủ VNCH "phải triển khai một kế hoạch nhằm vạch trần Trí Quang trước

---

[84] Bản ghi nhớ của Lodge: Memorandum by Lodge, "Recommendations Regarding Vietnam," [Những đề xuất liên quan Việt Nam] March 8, 1965, FRUS, 1964–1968, vol. 2, pp. 415–420.

[85] Lodge, Điện tín hàng tuần: Lodge Weekly Telegram, March 23, 1966, FRUS, 1964–1968, vol. 4, pp. 225–229.

công luận Việt Nam và cộng đồng quốc tế như là một tên phiến loạn được cộng sản hậu thuẫn với chủ tâm tiêu diệt chính phủ không - cộng sản tại Sài Gòn nhằm phục vụ lợi ích của VC và Hà Nội"[86]. Mặc dù chính sách của Hoa Kì trước cuộc khủng hoảng Phật giáo đặt cơ sở trên quan niệm cho rằng Trí Quang là kẻ gây rối nhưng không phải là Cộng sản, nhưng bây giờ Lodge lại đặt hẳn chính sách ngoại giao Mĩ trên ý kiến cho rằng Trí Quang gần như là một bộ phận khắng khít trong nỗ lực phá hoại của cộng sản. Quan điểm chính trị của Trí Quang trong suốt cuộc khủng hoảng cơ bản không có gì thay đổi so với quan điểm ông vốn có trước đó, nhưng Lodge dứt khoát không còn coi ông như một nhà hoạt động chính trị chính đáng. Trong một điện văn gửi Washington tháng Tư 1966, ông nói "Chúng ta phải ý thức rõ ràng rằng giới lãnh đạo Phật giáo là những kẻ thù nghịch của chúng ta"[87]. Thảm kịch của chính sách Mĩ trong vụ khủng hoảng Phật giáo là nhiều viên chức trong chính quyền Johnson đã phản bác chính lập trường mà Lodge cổ vũ, nhưng không có hiệu quả bao nhiêu. Bộ Ngoại giao nhiều lần đặt nghi vấn về những quyết định và giả định của Lodge suốt cuộc khủng hoảng này. Bộ trưởng Ngoại giao Dean Rusk đích thân yêu cầu Lodge đừng chuẩn y những luận điệu quy kết những nhà lãnh đạo Phật giáo là cộng sản bởi vì những luận điệu này vẫn không đưa ra được bằng chứng về sự móc nối và bởi vì một đường lối như vậy sẽ gặp phải sự phẫn nộ của nhiều lãnh đạo Phật giáo, những người có thể được chứng

---

[86] Maxwell Taylor, "Comments on the Present Situation in South Vietnam," [Bình luận về tình hình hiện nay tại Miền Nam Việt Nam] April 8, 1965, LBJL, NSF, VNCF, box 29, vol. 50.

[87] Lodge gửi Bộ trưởng Ngoại giao: Lodge to Secretary, April 8, 1965, LBJL, NSF, VNCF, box 29, vol. 50.

minh là không cộng sản[88]. Sau khi nghe Cy Sulzberger của báo New York Times nhấn mạnh vai trò quan trọng của Việt Cộng trong nỗ lực điều khiển phong trào tranh đấu Phật giáo, Robert Komer đã nói Sulzberger rằng ông "thấy rất ít bằng chứng vững chắc khẳng định VC đã thực sự điều khiển vụ binh biến Huế-Đà Nẵng. Chắc chắn là, có nhiều báo cáo ở các cấp thấp nói về những nỗ lực xâm nhập hàng ngũ tranh đấu của cộng sản và mọi người đều tin VC đã cố gắng làm việc đó, nhưng tôi không thể đưa ra cho ông ấy bằng chứng vững chắc nếu bằng chứng ấy không hề hiện hữu"[89]. Komer lấy làm tiếc là Lodge đã đưa ra cho Sulzberger và nhiều kí giả khác một lối giải thích về cuộc khủng hoảng Phật giáo hoàn toàn sai lạc và không được nhiều quan chức khác tán thành. Theo quan điểm riêng của Komer, chính quyền Johnson cần phải đặt vụ khủng hoảng Phật giáo trong một tầm nhìn xa rộng và cần phải "trấn an những người hoảng hốt": "Trí Quang và nhiều người khác nhất định là không cố tình làm cho người Mĩ phải rời bỏ Việt Nam. Chúng tôi cũng không hề thấy những Phật tử bất đồng chính kiến cũng là những người chủ trương trung lập, hay muốn thương thuyết với VC. Họ biết như chính phủ VNCH đang biết, làm như thế tức là phó thác sinh mạng của mình cho VC. Nói đúng ra, cái điều mà những người bất đồng chính kiến này theo đuổi (và họ nhiều lần nói cho chúng tôi biết) bằng cách biểu tình, bằng biểu ngữ chống Mĩ và thậm chí bằng tự thiêu, là tạo sức

---

[88] Rusk gửi Lodge: Rusk to Lodge, April 6, 1965, LBJL, NSF, VNCF, box 46, NODIS, vol. 3.

[89] Bản ghi nhớ của Komer gửi Bill Moyers: Komer Memorandum to Bill Moyers, June 3, 1966, LBJL, Files of Robert Komer, box 4, Moyer/Christian Folder. Như Komer đã nhận xét một cách tiếc rẻ, Sulzberger chắc đã tiếp thu những quan điểm này từ [Đại sứ] Lodge và Phó Đại sứ William Porter.

ép và gây lúng túng khiến Hoa Kì phải ủng hộ họ thay vì hậu thuẫn cho Kỳ"[90].

Bản đánh giá tình hình của Komer nhận được sự đồng ý rộng rãi trong giới chức chính quyền Johnson. Thomas Hughes, Giám đốc Phòng Tình báo và Nghiên cứu của Bộ Ngoại giao (INR), gửi đi một bản phân tích dài dòng về tình trạng bế tắc giữa phe Phật giáo và Chính phủ VNCH trong tháng Ba, trong đó thậm chí ông không hề ám chỉ dù gián tiếp là phe Phật giáo bị chi phối bởi tinh thần chống Mĩ, bởi ý muốn trung lập, hay chấm dứt chiến tranh bằng bất cứ mọi giá. Cội nguồn của cuộc khủng hoảng, theo lí luận của Hughes, được tìm thấy trong những "mối bất bình đối với tập đoàn lãnh đạo Thiệu-Kỳ, một chế độ mà phe Phật giáo cho là chuyển động quá chậm chạp và miễn cưỡng trong việc hợp pháp hóa tình trạng của nó, như tổ chức tuyển cử quốc gia, và giao quyền điều khiển chính phủ lại cho giới chức dân cử--nói chung, chế độ này đã đi ngược chứ không đẩy mạnh cuộc cách mạng 1963"[91]. Đường lối cơ bản để đối phó cuộc khủng hoảng Phật giáo do CIA đề xuất rất phù hợp với đường lối mà Phòng Tình báo và Nghiên cứu (INR) đưa ra. Trong nhiều tham luận dài dòng nhưng sâu sắc, George Carver bác bỏ toàn bộ quan niệm cho rằng người Mĩ nhất định sẽ thất bại trong cuộc chiến nếu phe Phật giáo tranh đấu lên nắm chính quyền tại Miền Nam. Mặc dù nhìn nhận sẽ có

---

[90] Komer gửi Bill Moyers: Komer to Bill Moyers, June 2, 1966, LBJL, Files of Robert Komer, box 3, White House Chronological Folder March–December 1966. Phần nhấn mạnh là của nguyên bản.

[91] Hughes gửi Rusk: Hughes to Rusk, March 19, 1966, "GVN Crisis Hardening But Compromise Seems Possible," [Cuộc khủng hoảng CPVNCH ngày càng gay gắt nhưng có vẻ có khả năng đi tới tương nhượng] FRUS, 1964–1968, vol. 4, pp. 292–293.

những vấn đề ngắn hạn do một chiến thắng của phe Phật giáo đặt ra cho nỗ lực chiến tranh hiện nay, Carver tin rằng sự tương hợp của các mục tiêu của Mĩ và của phe Phật giáo vẫn còn tồn tại. Carver không hề nghĩ là nên trao quyền bính cho Trí Quang hay những Phật tử đấu tranh khác, nhưng ông cho rằng không có sự ủng hộ tích cực của giới Phật giáo thì chính sách của Mĩ không thể nào thành công được. Thật vậy, Carver mạnh dạn hàm ý rằng quyền lợi của Mĩ có thể được phục vụ tốt hơn nhờ một chiến thắng của phe Phật giáo vì "một chính phủ trong đó quần chúng Phật tử có một tiếng nói ưu thế sẽ tạo được điểm hội tụ cho chủ nghĩa quốc gia đang vươn dậy, một chủ nghĩa nhiên hậu có thể cung ứng cho toàn bộ cơ chế quốc gia chủ nghĩa và phi cộng sản một nền móng vững chắc hơn cơ chế hiện nay đang có được"[92]. Lí luận cơ bản của Carver không có gì độc đáo; từ lâu Trí Quang vẫn lập luận rằng Chính phủ VNCH không thể nào chiến thắng MTDTGPMN và Bắc Việt trừ phi nó có một nền móng vững chải hơn và được lòng dân hơn. Một liên minh gồm Bộ Ngoại giao, CIA, và Robert Komer có bề ngoài rất hùng hậu, nhưng chính Lodge mới thật là người đạo diễn "cuộc hí trường" vì ông là nhân vật duy nhất gặp gỡ và thảo luận thường xuyên với Kỳ và Thiệu. Tuy thỉnh thoảng Lodge cũng lắng nghe những quan ngại của Bộ Ngoại giao về cách ông đối phó cuộc khủng hoảng, nhưng ông chỉ tiếp thu một cách khiên cưỡng. Sau mỗi cuộc khủng hoảng do Trí Quang châm ngòi trước đây, các nhà hoạch định chính sách

---

[92] Carver, "Những hệ quả do một chiến thắng chính trị của Phật giáo ở Miền Nam Việt Nam" và Bản ghi nhớ tình báo của CIA, "Thích Trí Quang và những mục tiêu chính trị của Phật giáo tại Miền Nam Việt Nam", LBJL, NSF, VNCF, box 30, vol. 51. Trích dẫn lấy từ tài liệu thứ hai. Carver không được ghi là tác giả tài liệu này, nhưng rõ ràng là ông ta đã đóng góp những ý chính.

Hoa Kì luôn tìm cách tái lập quan hệ tốt đẹp với Phật giáo vì lí do hiển nhiên là phe Phật giáo không thể bị triệt tiêu khỏi bài toán đi tìm phương cách xây dựng một xã hội không - cộng sản khả dĩ đứng vững ở Miền Nam. Tuy nhiên, đối với Lodge, không còn con đường hoà giải với Trí Quang hay phe Phật giáo tranh đấu thậm chí sau khi họ đã bị quân Chính phủ VNCH đè bẹp tháng Sáu 1966. Khi Bộ Ngoại giao bày tỏ niềm thất vọng vì không có ứng viên nào từ phong trào tranh đấu Phật giáo ra tranh cử Quốc hội Lập hiến mới, mà việc triệu tập của nó vốn là một nhượng bộ quan trọng do lực lượng đối lập giành được, Lodge trả lời rằng phe Phật giáo tranh đấu không phải là một "tổ chức đối lập trung trực" và rằng ông chống lại mọi nỗ lực có mục đích khuyến khích họ tham dự sinh hoạt chính trị[93]. Hầu như Trí Quang và phe Phật giáo tranh đấu đứng ngoài sinh hoạt chính trị Miền Nam cho đến ngày VNCH không còn tồn tại. Mark Moyar tin rằng việc Chính phủ VNCH dùng vũ lực vào mùa Xuân 1966 đã chứng minh rằng "phe Phật giáo tranh đấu có thể bị dẹp bỏ mà không hề phương hại đến nỗ lực điều hành cuộc chiến"[94]. Có lẽ là thế, nhưng vẫn còn một lối lí giải khác là, cuộc khủng hoảng chỉ chứng minh được rằng phe Phật giáo có thể bị chính phủ dùng quân lực để đánh bại, điều này cơ bản không có ai ngờ vực. Còn liệu chính quyền Johnson và Trí Quang lẽ ra có thể đã xây dựng được một mối quan hệ phong phú, một quan hệ khả dĩ vận dụng được sức mạnh của phong trào Phật giáo để chống lại Bắc Việt và MTDTGPMN, thì điều này vẫn không rõ ràng, và

---

[93] Lodge gửi William Bundy: Lodge to William Bundy, July 26, 1966, LBJL, NSF, VNCF, box 34, vol. 56.

[94] Moyar, Political Monks, [Sư chính trị], tr. 784.

chắc chắn có nhiều lí do để hoài nghi rằng một quan hệ đối tác như thế hoặc là có thể xảy ra hoặc là đáng mong muốn. Tuy nhiên, có một điều hình như ít ai đem ra tranh luận là việc triệt tiêu Trí Quang và phong trào Phật giáo năm 1966 đã giảm thiểu hơn nữa những viễn ảnh vốn đã mong manh về một chế độ không - cộng sản được lòng dân xuất hiện ở Miền Nam.

KINH NGHIỆM LÀM BÁO SINH VIÊN NỬA THẾ KỶ TRƯỚC 1964-1967

NGÔ THẾ VINH

Đã 42 năm sau cuộc Chiến tranh Việt Nam, vẫn còn những câu hỏi chưa có lời giải đáp. Chỉ riêng tên tuổi Thích Trí Quang đã gây ra rất nhiều tranh cãi.[1] Có nhiều nhãn hiệu gán cho ông: với một số người Việt chống cộng hoặc còn suy tôn ông Diệm thì cả quyết Thích Trí Quang là cộng sản đội lốt tu hành hoạt động với

---

[1] Only Religions Count in Vietnam: Thich Tri Quang and the Vietnam War. James McAllister; Department of Political Science, Williams College, Williamstown, MA 01267

sự chỉ đạo của Hà Nội; nhưng ngay với giới chức cộng sản cũng đã từng coi Trí Quang là một loại CIA chiến lược; còn theo tài liệu giải mật của CIA thì đánh giá Trí Quang không phải cộng sản, mà là một nhà tu hành đấu tranh cho hòa bình và muốn sớm chấm dứt chiến tranh. Thêm nguồn tài liệu còn lưu trữ về những cuộc đàm luận giữa Trí Quang và các giới chức Hoa Kỳ, cho rằng Trí Quang chống cộng mạnh mẽ và hiểu được sự việc xử dụng quân đội Hoa Kỳ để chống lại Cộng sản Bắc Việt và Trung cộng. Và trong phần trả lời phỏng vấn của báo Sinh viên Tình Thương, khi "để cập tới sự nguy hiểm của Cộng sản, TT Trí Quang đã so sánh họ với những chiếc lá vàng có đóng đinh, phải cần tới một cơn gió lốc cách mạng thổi đúng hướng, không phải làm bay những niềm tin mà là bốc sạch đám lá vàng có đóng đinh là Cộng sản."

Vậy thì đâu là sự thật? Đâu là con người thật của Thích Trí Quang? Như câu hỏi trong phim Rashomon, một kiệt tác điện ảnh của Nhật Bản. Người viết sẽ không đưa ra một kết luận nào về chân dung Thích Trí Quang, nhưng muốn trở lại bối cảnh chính trị xã hội của thập niên 1960s, khi mà tên tuổi Trí Quang hầu như gắn liền với những biến động thời bấy giờ. Trong khi thông tin về các phong trào Phật giáo tranh đấu ngoài miền Trung rất nhiễu loạn, thì tại Sài Gòn, ngoài một cuộc phỏng vấn hiếm hoi dành cho tuần báo TIME 04.22.1966 với hai ký giả McCulloch và James Wilde; Thích Trí Quang sau đó trở ra Huế và rất ít khi dành cho báo giới Tây phương những cuộc tiếp xúc nào khác. Riêng với TÌNH THƯƠNG tuy chỉ là tờ báo của sinh viên Y khoa nhưng lại rất quan tâm theo dõi thời cuộc, được sự chỉ định của Toà báo, hai phóng viên Phạm Đình Vy[2] và Ngô Thế Vinh đã bay ra Huế, được gặp và thực hiện cuộc phỏng vấn **Chín mươi sáu phút với Thượng Toạ Thích Trí Quang buổi chiều ngày 5-5-1966 tại Chùa Từ Đàm Huế.** Và bài phỏng vấn này đã được đăng ngay trên báo Tình Thương số 29, 1966, và đã được phóng viên của US News & World Report xin dịch sang tiếng Anh nhưng rồi không rõ lý do, bài báo đã không được phổ biến sau đó.

Thích Trí Quang nay cũng đã 94 tuổi, ông sinh năm 1923; từ sau 1975 ông sống lặng lẽ những năm tháng cuối đời trong ngôi chùa Già Lam ở Gò Vấp. Và nay qua bộ báo Tình Thương mà Thư quán Bản Thảo của nhà văn Trần Hoài

---

[2] Phạm Đình Vy, nguyên chủ nhiệm Tình Thương 1964-1967, bác sĩ Thuỷ Quân Lục chiến VNCH, sau tù cải tạo 3 năm vượt biển, sang định cư và hành nghề y khoa tại Pháp.

Thư[3] mới phục hồi lại được, trong đó có số báo TT 29, với 4 trang 2-3-4-5 đăng trọn vẹn cuộc phỏng vấn đã thực hiện từ hơn nửa thế kỷ trước. Chúng tôi cho phổ biến bài báo này, không ngoài mục đích chỉ muốn cung cấp thêm một sử liệu hiếm quý về một Thích Trí Quang khác tưởng như đã thất lạc tới các bạn trẻ và các sử gia tương lai. **Ngô Thế Vinh**

CHÍN MƯƠI SÁU PHÚT
VỚI THƯỢNG TOẠ THÍCH TRÍ QUANG
[05.05.1966]

NGÔ THẾ VINH & PHẠM ĐÌNH VY
Huế 05.05.1966
[Trích Nguyệt san Tình Thương, số 29, 1966]

ĐỘNG CƠ THÚC ĐẨY

Với những rối loạn chính trị trong tuần lễ vừa qua, có một hiện tượng TRÍ QUANG trên khắp các báo chương ngoại quốc. Tuần báo Time coi ông như xuất hiện một Machiavel mới, trong khi báo L'Express gán cho ông là mẫu người đang làm rung động cả Mỹ quốc, đó là chưa kể tới những bài báo nói về ông đăng trên US News and World Report và Newsweek... Hiện tượng trên cũng được các báo Việt ngữ toa rập theo, thích thú đem ra phiên dịch và đăng tải; nhiều người coi đó như một khám phá mới lạ về một nhà tu hành tài ba, nhiều quyền lực nhưng cũng rất bí ẩn và khó hiểu.

Đã từ lâu chúng tôi vẫn có thành kiến với các nhà báo ngoại quốc khi họ nhận định về các vấn đề Việt Nam và chúng tôi

---

3 Hành Trình Tình Thương. Trần Hoài Thư, Thư Quán Bản Thảo, số 74, Tháng 4, 2017

thành thật tin tưởng rằng không một người ngoại quốc nào am hiểu vấn đề Việt Nam bằng chính những người Việt. Cái thái độ dễ dàng tin cậy vào mấy ông nhà báo ngoại quốc trong công việc tìm hiểu đất nước mình nếu không bắt nguồn từ một thái độ ỷ lại của báo chí Việt thì cũng đang coi là một hiện tượng quái gở. Trở lại trường hợp Thích Trí Quang, từ nhận định bảo ông là cộng sản đến ý nghĩ một tay quốc gia cực đoan, hình như chỉ cần một chút ngộ nhận. Nghĩ rằng tôn giáo sẽ còn đóng một vai trò quan trọng trong tương lai chính trị miền Nam, việc tìm hiểu mẫu một nhà tu-hành-dấn-thân đang có nhiều ảnh hưởng là điều cần thiết, đó là lý do cuộc gặp gỡ Chín mươi sáu phút với Thượng Toạ Thích Trí Quang buổi chiều ngày 5-5-1966 tại Chùa Từ Đàm Huế.

NHỮNG SAI LẦM CỦA TIME

Hình như có một sự khác biệt rất xa giữa thực trạng miền Trung và các tin tức thổi phồng trên báo chí. Sau hơn bốn tuần lễ tranh đấu, Huế đã có một khuôn mặt sinh hoạt bình thường ngoại trừ những biểu ngữ khẩu hiệu còn treo dán rải rác, các chữ Bãi Khóa Bãi Thị kẻ sơn còn lưu vết trên nền tường; các cô nữ sinh Quyết tử đã lại tóc thề áo dài trắng tới trường đi học, súng ống cũng được trả lại cho quân đội, đài phát thanh cho đọc thông cáo kêu gọi tất cả sinh viên họp đại hội để bàn về bình thường hóa sinh hoạt Đại học.

Nơi bến Tòa Khâm, ngay trước khu Đại học, các tàu Há Mồm của Mỹ đang đổ lên bến chồng chất những thực phẩm và đạn dược, đám trẻ con xúm quanh đùa rỡn với những anh lính Thuỷ quân Lục chiến Mỹ. Trước trụ sở Thông tin ngoài các khẩu hiệu đòi bầu cử Quốc hội, chống chánh phủ Trung ương, còn có khẩu hiệu lên án Việt cộng pháo kích vào Thành nội sát hại dân chúng...

Dấu vết những ngày máu lửa chỉ có vậy.

Trên dốc tới Nam Giao, chùa Từ Đàm vẫn yên tĩnh nằm đó. Ngoài một số đệ tử đi lễ chùa, trong sân không có chút náo nhiệt của những phút tranh đấu. Nơi nhà Trai, trong bộ đồ rộng trắng, Thượng tọa Trí Quang đang ngồi bình thản đánh cờ với một cụ già, ngồi cạnh đó là một nhà sư trẻ Thích Mãn Giác.

Khi chúng tôi tới ván cờ đã mãn với phần thắng về phía Thượng Toạ, dĩ nhiên. Tuy chưa giáp mặt ông lần nào, chúng tôi đã biết mặt Thượng toạ qua hình ảnh báo chí, và đặc điểm đầu tiên để nhận ra ông là đôi mắt vô cùng sắc sảo. Không với một cử chỉ xa cách nghiêm trọng, không với cả tia nhìn mãnh liệt như thôi miên, Thượng toạ vui vẻ tiếp chúng tôi qua những nụ cười dễ gây thiện cảm và những cử chỉ tự nhiên thoải mái.

Vào đề ngay, chúng tôi nhắc tới những lời tuyên bố của Thượng toạ trên các báo chí ngoại quốc, đặc biệt là bài của tuần báo TIME[4]. Thượng Tọa cho biết:

— Họ có tới gặp tôi hỏi ý kiến, tôi cũng có trả lời họ một số những câu hỏi, nhưng khi bài đăng có cả những ý kiến mà tôi không hề nói, tính tôi không bao giờ muốn đính chính, bởi vậy trong các bài báo đó có những điều sai lạc.

Chẳng hạn tuần báo TIME gán cho tôi óc bài ngoại gay gắt và

---

[4] A Talk with Thich Trí Quang. McCulloch, James Wilde. Time Magazine, April 22, 1966 | Vol. 87 No.

nhất là muốn quay lại thời Hoàng kim của đời nhà Lý là một điều hoàn toàn bịa đặt.

Không bao giờ tôi chủ trương như vậy; hơn nữa công thức đời nhà Lý với những thày chùa hăng hái nắm quyền chính hoàn toàn không còn thích hợp với thời đại bây giờ, mơ ước điều đó là vô lý. Cũng như khi hỏi tôi về Quốc hội, tôi chỉ nhấn mạnh với họ ở mấy điểm: số người đi bầu, sự xâm nhập của Việt cộng và cách bầu gián tiếp người lãnh đạo hành pháp qua một Quốc hội trung gian.

Còn về tiểu sử Thượng tọa, ông cho rằng đó chỉ là tài liệu không xác thực của Công an.

Xem ra bài báo TIME đã mô tả nhiều điều không đúng ý Thượng tọa nhưng chúng tôi không muốn đi sâu vào thêm.

Từ những nhận định cho ông có óc bài Mỹ, nhiều người e sợ rằng Quốc hội đầu tiên được thiết lập với ánh hưởng của Phật giáo sẽ biểu quyết yêu cầu Mỹ rút lui khỏi Việt Nam để đi tới thương thuyết và chấm dứt chiến tranh. Thượng tọa cho rằng:

— Bây giờ còn quá sớm để nói tới nên thương thuyết hoặc tiếp tục chiến tranh. Chỉ biết rằng chính quyền hiện tại chẳng đại diện cho một ai và hậu quả là tình trạng vô cùng bi thảm về chính trị cũng như quân sự. Nói chiến tranh thì chẳng ra chiến tranh, nói thương thuyết thì lại càng nhục nhã, chỉ có Mỹ với Hà Nội mà không ai đếm xỉa tới chính phủ Sài Gòn. Bởi vậy, chúng ta bắt buộc phải có một Quốc hội, một chính quyền dân cử, tạo một khuôn mặt quốc gia cho đúng nghĩa một Quốc Gia, việc chiến hay hoà là do nơi Quốc hội. Nếu tiếp tục chiến tranh thì lúc đó mới đúng nghĩa là một cuộc chiến tranh và nếu thương thuyết thì đó đúng là một cuộc thương thuyết nghĩa là chúng ta đã có một ưu thế.

Phải ngồi trên chiếc xe lúc đó mới nói tới chuyện lái tới hoặc lui. Đó là phải cho có một Quốc hội.Và tôi cũng không dại gì đính chính là không muốn thương thuyết để mang lấy tiếng hiếu chiến.

Khi nhắc đến giải pháp Trung Lập mà có người nghĩ rằng đó là chủ trương tương lai của Phật giáo, Thượng tọa Trí Quang nói:

— *Nếu có thương thuyết để tiến tới giải pháp trung lập thì nền trung lập đó phải như thế nào. Người liều lĩnh nhất cũng không thể chấp nhận một hoàn cảnh như Lào. Pathet Lào trướcđó là một phe nổi loạn, hiệp ước đình chiến 62 ở Lào là một công khai chấp nhận cuộc chiến tranh đó, Pathet Lào đương nhiên được hợp thức hoá và lại tiếp tục chiến đấu và thực sự không có một nền trung lập ở Lào.*

Như Việt Nam với tình trạng hiện giờ, một ký kết như thế là đương nhiên chấp nhận Việt Cộng và chỉ trong sáu tháng là miền Nam rơi vào tay họ. Bởi vậy tôi vẫn nghĩ phải có chiếc xe cái đã, một Quốc hội được đa số dân chúng đi bầu, đến lúc đó hãy tính xa hơn. Mọi dự đoán trước theo tôi là quá sớm.

MỘT QUỐC HỘI KHÓ KHĂN

Khi đề cập tới những khó khăn của một Quốc hội sắp tới: Cộng sản, Chính quyền hiện tại và người Mỹ; Thượng tọa cho rằng:

— *Hơn ai hết, người dân quê Việt Nam đã có kinh nghiệm Cộng sản là thế nào rồi và họ biết rõ ai là Cộng sản ai không. Bởi vậy không đáng lo ngại sự xâm nhập của Việt cộng vào Quốc hội.*

Còn về phía chính quyền, Phật giáo đã giữ đúng lời hứa và để cho chính quyền có cơ hội thực hiện lời cam kết của mình với dân chúng về vấn để Quốc hội. Nếu là một chính quyền thiện chí họ hãy tỏ thiện chí đó trong việc đi tới một Quốc hội. Nếu chính quyền phản bội thì không những lịch sử sẽ phán xét họ mà chính dân chúng sẽ có ngay phản ứng. Việc duy trì chính phủ hiện thời cho tới ngày bầu Quốc hội cũng là một cách để những tướng lãnh phản bội âm mưu phá hoại không có cơ hội lẩn tránh hèn nhát những trách nhiệm mà họ gây ra trước lịch sử.

Còn người Mỹ thực tâm muốn miền Nam có một Quốc hội hay họ muốn ngăn cản, điều đó chưa thể đo lường được, nhưng điều quan trọng là chúng ta phải tin ở mình và không nên có những hành động làm cho người Mỹ khiếp sợ.

CÁC TƯỚNG LÃNH SAU QUỐC HỘI

Khi đề cập đến vai trò các tướng lãnh hiện thời và sau ngày có Quốc hội, Thượng tọa Trí Quang nhận định:

—Nào là tình trạng chiến tranh, nguy cơ của Cộng sản, các tướng lãnh kêu gọi dân chúng, tôn giáo, đảng phái phải đoàn kết thì chính họ lại chia rẽ hơn ai hết. Họ tranh giành quyền hành, thanh toán nhau vì quyền lợi và loại dần những tướng lãnh có công khác. Nhưng trước sự chống đối của dân chúng, trước hiểm hoạ đe doạ họ liên kết chặt chẽ hơn ai hết để bảo thủ quyền lợi và lũng đoạn dân chủ. Bởi vậy mối băn khoăn chính của nhiều người là làm sao trả họ về vị trí thuần tuý quân sự, gây lại sức mạnh uy tín và kỷ luật quân đội cùng phục hồi danh dự cho những tướng lãnh có công khác.

Hiện thời người ta phải chứng kiến một trung ương các tướng lãnh chỉ âm mưu thanh toán nhau để tự đi đến chỗ đào thải. Tại các địa phương dân chúng vẫn dành nhiều cảm tình cho các tướng lãnh trong sạch có công với cách mạng tháng 11.Như trung tướng Đính được dân chúng miền Trung chấp nhận cũng ở trong trường hợp đó.

VỚI NGƯỜI MỸ

Cuộc tranh đấu cho Quốc hội vừa qua có pha mùi *Bài Mỹ* khiến cho nhiều e ngại và tự đặt ra nhiều giả thuyết về sự lợi dụng của Cộng sản. Với vai trò của người Mỹ ở Việt Nam, Thượng toạ Trí Quang cho rằng:

— *Sau cuộc cách mạng 63, người Mỹ được hưởng ở Việt Nam vô số lợi lộc: gia tăng gấp bội quân số, chiếm được những căn cứ tốt như Đà Nẵng, Cam Ranh; được thêm cả nước Thái Lan. Không chắc người Mỹ thực tâm muốn chống cộng tại Việt Nam, họ muốn duy trì Cộng sản, duy trì cuộc chiến tranh này để thủ lợi. Vì nếu thực tâm người Mỹ muốn, họ có thể làm khá hơn nhiều cục diện bây giờ bằng cách trợ giúp Việt Nam vừa chống cộng vừa xây dựng những căn bản dân chủ hơn là nâng đỡ những chính phủ tay sai. Điển hình là vụ Đà Nẵng vừa qua.*

MỘT TRƯỜNG HỢP ĐÀ NẴNG

Theo Thượng toạ thì *nhờ phước ông bà* mới không xảy ra vụ đổ máu tại Đà Nẵng. Ngoài trách nhiệm lỗi lầm của ông Kỳ trước lịch sử còn những trách nhiệm lớn lao của Mỹ. Việc người Mỹ sử dụng những chiếc C130 để chở những tiểu đoàn Thuỷ quân Lục chiến và xe tăng ra đàn áp phong trào dân chúng đấu tranh tại miền Trung là một lỗi lầm không thể tha thứ, Thượng toạ nói:

— *Chỉ cần một chút nữa là xảy ra đổ máu lớn lao với trách nhiệm nặng nề về phía người Mỹ. Lịch sử Mỹ Thế kỷ Hai Mươi sẽ có ba vết nhơ: ném bom nguyên tử xuống Nhật Bản, đàn áp nền cộng hòa San Domingo và vết nhơ thứ ba là vụ Đà Nẵng.*

MỘT CHÍNH PHỦ PHẬT GIÁO

Khi nhắc tới nhận định của Tuần báo Newsweek cho rằng sở dĩ Thượng tọa Trí Quang đòi bầu cử gấp rút một Quốc hội vì ông tin rằng tổ chức Phật giáo sẽ thắng thế trong cuộc bầu cử đó và chính phủ tương lai sẽ là một chính phủ Phật giáo với bàn tay chi phối trực tiếp của Chùa chiền, Thích Trí Quang đã phủ nhận mạnh mẽ ý kiến đó và bày tỏ rằng:

— Quan niệm đó không những không có lợi gì mà còn làm mất Danh Dự của Phật giáo. Tôi hoàn toàn không mong muốn như vậy. Kinh nghiệm cho thấy với những chính phủ tạm thời dù được hậu thuẫn của tôn giáo này hay tôn giáo khác chỉ cần những cuộc biểu tình vài trăm người cũng đủ sụp đổ. Như một chính phủ thành lập do hậu thuẫn của Phật giáo sẽ gặp ngay những khó khăn với các tôn giáo bạn, không làm được việc gì mà chính Phật giáo lại mang tiếng. Bởi vậy Phật giáo không bao giờ muốn tái diễn những lỗi lầm của thời ông Diệm.

Tranh đấu cho Quốc hội, Phật giáo chỉ muốn xây dựng một cái gì thực sự cho quốc gia dân tộc trong đó không phải chỉ có những Phật tử mà là cả những thành phần Tôn giáo bạn và các tầng lớp dân chúng.

Quốc hội, Chính phủ sẽ không đại diện cho một ưu thế riêng nào mà là đại diện xứng đáng của dân chúng.

CHIẾN TRANH TÔN GIÁO

Rối loạn tháng Tám năm 1964 với những vụ thảm sát trong thành phố vẫn là ám ảnh đen tối trong đầu óc nhiều người. Sự cọ sát giữa hai tôn giáo trong những ngày gần đây làm thức dậy nỗi ám ảnh đó. Viễn tượng một cuộc chiến tranh tôn giáo đã được một số báo chí e ngại nhắc tới. Theo ý Thượng tọa sự thật sự đe dọa đó như thế nào. Thích Trí Quang cho rằng:

— Sự e ngại đó quá đáng và không thể nào có. Những đáng tiếc hồi tháng Tám là do âm mưu của Nguyễn Khánh, hoàn toàn ngoài ý muốn của các vị lãnh tụ Tôn giáo. Khi phải tiếp xúc với những vị lãnh đạo tôn giáo bạn, tôi có nói rằng chẳng thà thực sự có một cuộc chiến tranh tôn giáo vì quyền lợi hai phía; nhưng mâu thuẫn quyền lợi đó hoàn toàn không có. Bởi vậy không vì lý do gì để xảy ra những điều đáng tiếc mà nguyên nhân chỉ tại một anh tướng Kaki đứng ở giữa.

TÍN ĐỒ HAY CÔNG DÂN

Việc tiến tới Quốc hội Lập hiến một cách nhanh chóng là công của Phật giáo, nhiều người nghĩ như vậy.Đó là điều mà Thượng tọa Trí Quang không muốn. Ông nói:

— Một phong trào đấu tranh có màu tôn giáo sẽ gặp nhiều khó khăn, tự nó gây ra những mặc cảm thắng bại nơi các tôn giáo bạn. Bởi vậy tôi vẫn muốn các phong trào tranh đấu dân chủ phát xuất từ quần chúng không mang màu sắc tôn giáo, nếu có lợi cho tổ quốc, Phật giáo sẽ đứng sau hậu thuẫn. Trong cuộc xáo trộn vừa qua, khi gặp các Đại diện Hội đồng Đô Thành, tôi có nói: quý vị là đại diện cho các tầng lớp dân chúng, nếu chính quý vị đứng ra tranh đấu cho Quốc hội, Phật giáo sẽ đứng sau ủng hộ quý vị. Và trong thâm tâm tôi mong muốn như vậy.

Sau khi tỏ ý không tin tưởng vào thực lực các đảng phái quốc gia, Thượng tọa cho rằng vai trò tranh đấu cho tự do dân chủ chính là bổn phận của thanh niên sinh viên chứ không phải của Phật giáo hay một tôn giáo nào. Thượng tọa nói:

— Tôi hiểu rằng khi các anh em sinh viên tham dự cuộc tranh đấu chống ông Diệm năm 1963, anh em nhìn các vị Thượng toạ hồi đó khác bây giờ. Tôi muốn được giữ nguyên cái nhìn lúc trước, bởi vậy tôi muốn Phật giáo cũng như các tôn giáo bạn được trở về vị trí của mình. Phật giáo bất đắc dĩ phải đứng ra lãnh đạo các cuộc đấu tranh là một điều tôi thấy rất chướng.

NIỀM TIN TẤT THẮNG

Trái hẳn với triết lý nhà Phật hiểu theo nghĩa thông thường là xuất thế và yếm thế, Thượng tọa Thích Trí Quang mang khuôn mặt của một nhà tu hành mới: một Nhà-Sư-Dấn-Thân, dấn thân vào tất cả những biến động xã hội, dùng tất cả những uy tín và quyền năng sẵn có để lèo lái tới một cảnh đời thích hợp với sự phát triển của đạo giáo.

Với con mắt nhận xét tinh tế về thời cơ đúng lúc, với niềm kiêu hãnh cao độ về nhân cách Á Đông của mình cộng thêm với tinh thần quốc gia cực đoan cố hữu, triết lý hành động kỳ lạ của Thích Trí Quang ở nơi niềm tin sắt đá về sự tất thắng trong mọi mưu lược tranh đấu. Tên ông đồng nghĩa với những âm mưu nhưng chính ông muốn đối thủ phải kính trọng cái nhân cách Á Đông của mình nên mọi hành động của ông đều được báo trước. Thượng tọa nói:

— Nhiều người gán cho tôi mối liên hệ mật thiết với ông Lodge, sự thật không có. Với ông Lodge hay Taylor[5] cũng vậy, mỗi lần tranh đấu tôi đều gặp, nói cho họ biết lập trường của Phật giáo thế nào, còn người Mỹ muốn sao tùy họ. Tôi hành động đều có báo trước ít nhất

---

5 Henry Cabot Lodge, Đại sứ Hoa kỳ tại Việt Nam 1963-1964. Maxwell D. Taylor, Đại sứ Hoa kỳ tại Việt Nam 1964-1965

là 24 tiếng. Như vụ tranh đấu gần đây tôi chỉ gặp ông Lodge có một lần, nói rõ lập trường của Phật giáo về Quốc hội. Ông ta nói Thượng toạ nên nghĩ lại. Tôi chỉ cười và trả lời đã nghĩ rồi. Có vậy thôi. Còn dư luận cho rằng ông Kỳ đã gặp tôi trước vụ hạ Trung tướng Thi là hoàn toàn bịa đặt. Tôi chưa hề gặp ông Nguyễn Cao Kỳ một lần nào.

LÁ VÀNG VÀ GIÓ LỐC

Có lá vàng thì phải có gió lốc. Đó là câu so sánh của Thượng tọa Trí Quang với hiện tình người Mỹ và Cộng sản:

— Lá vàng đó là Cộng sản, và gió lốc chính là người Mỹ. Muốn chống Cộng thì phải cần tới người Mỹ, thế thôi. Đối với tôi, những ảnh hưởng ngoại lai chỉ nên dùng như những phương tiện chứ bảo chấp nhận thì không.

Để cập tới sự nguy hiểm của Cộng sản, ông nói họ không phải chỉ là những chiếc lá vàng làm nhớp nhà mà là những chiếc lá vàng có đóng đinh.

Vì khía cạnh chống Mỹ trong các phong trào tranh đấu vừa qua của Phật giáo, có báo ngoại quốc cho rằng Thượng tọa Trí Quang muốn đuổi Mỹ. Thượng tọa nói:

— Người Mỹ rất ngờ nghệch, họ không phân biệt được giữa Bài Mỹ và Chống Mỹ. Bài Mỹ là một thái độ thù ghét đương nhiên, dù người Mỹ có làm hay đến đâu cũng vẫn bị ghét bỏ, có khi lại còn thù ghét hơn. Trong khi Chống Mỹ là một thái độ phản kháng xây dựng. Bởi quan niệm hai người cùng ngồi trên một chiếc xe, thấy người kia lái bậy thì người nọ phải giành lấy mà lái nếu không muốn rớt xuống hố. Các phong trào vừa qua không mang tính chất bài Mỹ mà là chống Mỹ; chống Mỹ đã ngăn cản việc đi tới Quốc hội, chống Mỹ đã

hậu thuẫn những chính phủ tay sai thối nát, chống Mỹ đã giúp phương tiện đàn áp Đà Nẵng.

Thì ra thái độ của Thượng toạ là muốn cảnh giác người Mỹ. Cơn gió lốc phải được thổi đúng hướng, không phải làm bay những niềm tin mà là bốc sạch đám lá vàng có đóng đinh là Cộng sản.

GIỮA HAI LẦN ĐẠN, THẦY TRÍ QUANG

Viết về Hòa thượng Thích Trí Quang, Mùa Thu Hà Nội 2019

NGUYỄN HỮU THÁI

Viet-studies ngày 9-11-19

Tác giả bài viết nguyên là chủ tịch Tổng hội Sinh viên Sài Gòn (1963-1964), bản thân anh đã thực sự thức tỉnh và trưởng thành qua các cuộc đấu tranh của Phật giáo 1963 (chống chế độ độc đoán Ngô Đình Diệm) và 1966 (chính biến miền Trung chống Mỹ và Thiệu-Kỳ) do Thượng tọa Thích Trí Quang lãnh đạo. Vào năm 1971, anh được sự hỗ trợ của cả Thầy Trí Quang và Tướng Dương Văn Minh ra tranh cử Quốc hội Việt Nam Cộng hòa dưới danh nghĩa hòa bình, hòa giải dân tộc, chuẩn bị cho sự ra đời của 'Thành phần thứ Ba'. Vào sáng ngày 30/4/1975 giải phóng Sài Gòn, anh đã cùng Thầy Trí Quang thuyết phục nội các Dương Văn Minh bàn giao chính quyền cho cách mạng nhắm tránh cuộc đẫm máu và tàn phá vô ích cuối cùng.

Người viết xác định ngay rằng mình là người ngoại đạo và chỉ hoạt động trong phạm vi Sài Gòn. Rất mong các học giả, các nhà Phật học và những Phật tử trong cuộc xem những trang viết này là một cảm nhận lịch sử. Anh chỉ ghi lại những điều chính bản thân mình mắt thấy tai nghe về các sự kiện lịch sử có liên quan đến Thượng tọa Thích Trí Quang và phong trào Phật giáo cùng các suy nghĩ của mình và bạn bè qua những lần được gặp gỡ, bàn thảo với Thầy, đặc biệt vào các năm cuối cuộc chiến tranh Việt Nam.

Hòa thượng Thích Trí Quang là một trong những nhân vật lịch sử Việt Nam được dư luận thế giới đặc biệt quan tâm trong những năm 1960, giữa cuộc chiến tranh Mỹ-Việt ác liệt ở miền Nam Việt Nam. Bước vào những năm 1960 khi ông cầm đầu cuộc vận động đòi bình đẳng tôn giáo, chủ quyền dân tộc và hòa bình tại Việt Nam, báo chí phương Tây gọi ông là "Người làm rung chuyển nước Mỹ"! Sau năm 1975 ông sống âm thầm dịch kinh sách. Nhưng lịch sử không để ông yên. Các thế lực kình chống nhau vẫn còn tìm cách bôi nhọ ông từ lập trường chính trị đến phương thức đấu tranh. Người thì cho ông từng liên hệ với Mỹ, là con bài chiến lược của CIA. Không ít kẻ kết án ông là đảng viên cộng sản cao cấp nằm vùng, đã lãnh đạo phong trào Phật giáo tiếp tay cách mạng làm sụp đổ Việt Nam Cộng Hòa. Những người khách quan hơn gọi ông trước hết là một "nhà tu yêu nước". Sự thật ở đâu? Mong rằng những ghi chép này có thể giải mã được phần nào nhân vật lịch sử từng gây tranh cãi này.

PHẬT GIÁO CHỐNG NGÔ ĐÌNH DIỆM 1963 HAY SỰ TRỖI DẬY CỦA MỘT LỰC LƯỢNG DÂN TỘC KHÁC Ở MIỀN NAM

Ngọn lửa tự thiêu Quảng Đức chống kháng chế độ Ngô Đình Diệm vào sáng ngày 11 tháng 6 năm 1963 đã tác động làm thay đổi cuộc đời một sinh viên bình thường như tôi. Nghe phong phanh có một cuộc xuống đường lớn của Phật giáo, tôi chạy nhanh về phía ngã tư Lê Văn Duyệt (nay là Cách Mạng Tháng Tám) và Phan Đình Phùng (nay là Nguyễn Đình Chiểu), vượt qua các phóng viên người nước ngoài, hướng về phía đám đông sư ni cùng đồng bào Phật tử đang tụ tập. Từ một chiếc xe du lịch sơn trắng bước ra một nhà sư cao gầy, nét mặt bình thản. Ông từ tốn bước về ngã tư, xếp bằng ngồi xuống, hai tay chắp lại và nhắm mắt tham thiền. Bỗng một đám lửa màu vàng cam bùng lên, nhận chìm toàn thân ông trong biển lửa. Mọi người đồng loạt quỳ xuống tụng niệm.

Tôi vẫn còn nhớ như in người phóng viên hãng thông tấn UPI Mỹ Malcolm Browne la lớn: "Oh My God! My God!" (Ôi trời ơi! Trời ơi!) và tay anh bấm máy lia lịa. Anh ta bỗng chốc nổi tiếng khắp thế giới với các tấm hình nầy. Ngày hôm sau, hình ảnh nhà sư Việt Nam trong ngọn lửa có mặt trên hầu hết trang nhất báo chí thế giới và mọi người mới hay biết rằng đang có một cuộc đấu tranh cho dân chủ tự do ở tại một đất nước nhỏ bé, xa xôi mang tên Việt Nam. Từ ấy, tấn bi kịch Việt Nam trở thành đề tài thời sự nóng bỏng của giới truyền thông quốc tế.

Sự căm ghét chế độ Ngô Đình Diệm trong lòng tôi bùng lên theo ngọn lửa tự thiêu Quảng Đức. Sự phản kháng quyết liệt của con người nhỏ bé đó đã có tác dụng tạo nên sức mạnh ghê gớm làm rung chuyển cả một guồng máy đàn áp khổng lồ cho đến nay tưởng không có gì có thể lay chuyển nổi. Nước mắt tôi trào ra theo bước chân đoàn người rước nhục thể cháy đen bọc trong tấm áo vàng, chầm chậm hướng về chùa Xá Lợi. Cảnh sát ngăn cản và xung đột xảy ra. Khói lựu đạn cay làm mắt tôi cay xè. Nước mắt ràn rụa, tôi cảm thấy bất lực và thất vọng. Tôi nhào về phía đống đá bên đường, vung tay ném như điên dại về phía cảnh sát. Họ xông lên, nện dùi cui tới tấp vào đầu vào cổ tôi đau điếng.

Khởi đầu, tôi như một người ngoài cuộc đứng nhìn. Rồi không thể thụ động mãi, tôi đã đứng về phía những người bị đàn áp. Tôi bắt đầu nhập cuộc đấu tranh như thế đó, vào những ngày mùa hè nóng bỏng năm 1963, khi nổ ra cuộc khủng hoảng Phật giáo, có hàng chục vạn người thành phố xuống đường đòi tự do dân chủ, bình đẳng tôn giáo chống lại chế độ độc tài Ngô Đình Diệm.

Thật ra trước sự kiện Phật giáo 1963, tại miền Nam đã nổ ra cuộc xung đột đẫm máu diễn ra chủ yếu ở nông thôn giữa Mặt trận Dân tộc Giải phóng miền Nam Việt Nam và chính quyền Sài Gòn. Cuộc chiến đó đang lan dần đến các thành thị, gia tăng theo đà bất mãn của quần chúng nhân dân. Tôi đã nghe nói có nhiều nhà trí thức bị bắt giam vì đã hội họp ở khách sạn Caravelle ký kiến nghị gửi lên tổng thống Ngô Đình Diệm đòi tự do dân chủ. Họ đã bị bắt. Bản thân tôi cũng đã từng cùng người dân thành phố hiếu kỳ nhưng bàng quan, ùa về Dinh Tổng thống mục kích cuộc đọ súng qua lại giữa lực lượng quân dù của đại tá Nguyễn Chánh Thi và vệ binh ngày 11 tháng 11 năm 1960. Cuộc đảo chính thất bại sau những bi hài kịch thương thảo và phản bội giữa hai bên. Lại thêm hàng loạt người bị bắt bớ giam cầm. Vào năm 1962, tôi cũng nhìn thấy 2 chiếc máy bay ném bom Dinh Tổng thống, nhưng cũng không đi đến đâu.

Khởi đi là việc chính quyền cấm treo cờ Phật giáo vào mùa Phật Đản tại Huế cùng vụ tàn sát học sinh ở đài phát thanh vào tháng tư, để tiến đến đỉnh cao là cuộc tự thiêu của Thượng tọa

Quảng Đức, rồi cuộc bố ráp chùa chiền, bắt bớ hàng nghìn sư sãi ở Sài Gòn và các tỉnh vào cuối tháng tám. Cuộc đấu tranh của Phật giáo lần nầy có quy mô to lớn và mang tính cách quyết liệt hơn, đã nổ ra suốt mùa hè năm 1963 để kết thúc là sự sụp đổ của chế độ Diệm vào tháng 11 sau một cuộc đảo chánh quân sự.

Trầm trọng nhất là việc tổng tấn công vào chùa chiền cả miền Nam vào cuối tháng 8. Hàng nghìn sinh viên học sinh đã xuống đường phản kháng, mặc cho lịnh giới nghiêm của tổng trấn Sài Gòn-Gia Định. Nữ sinh Quách Thị Trang bị bắn chết ở Chợ Bến Thành và hơn 3.000 học sinh sinh viên bị bắt giam chật ních Nha Cảnh sát Đô thành và Trung tâm Huấn luyện Quang Trung. Tôi chạy thoát, nhưng có hai đứa em bị bắt. Thành phố bị thiết quân luật và trường học đóng cửa. Cuộc đấu tranh chuyển vào bí mật. Hàng trăm tổ chức tranh đấu ra đời, như nấm sau cơn mưa.

Chế độ Ngô Đình Diệm sụp đổ vào cuối năm 1963 sau cuộc đảo chính các tướng lãnh. Tuy vậy tình hình VNCH vẫn không yên tĩnh.

CHÍNH BIẾN MIỀN TRUNG CHỐNG MỸ VÀ THIỆU-KỲ 1966: "CUỘC NỘI CHIẾN TRONG MỘT CUỘC CHIẾN TRANH"

Sau khi chế độ Ngô Đình Diệm sụp đổ, hai anh em Diệm Nhu bị giết, Thầy Trí Quang vẫn không trở về với vị trí bên lề của trường chính trị, mà tiếp tục vận dụng ảnh hưởng to lớn của mình lên sinh mệnh chính trị của Việt Nam Cộng hòa bằng cách từ chối hậu thuẫn cho những chế độ quân nhân chủ trương chiến tranh điều hành quốc gia từ 1964 đến 1966 và chủ trương phải tái lập chế độ dân chủ cùng sớm vãn hồi hòa bình.

Trong việc leo thang chiến tranh ở Việt Nam với việc trực tiếp đổ quân chiến đấu Mỹ kể từ năm 1965, Phật giáo cũng không thể ngồi yên.

Sau cuộc hội họp với Tổng thống Mỹ Johnson ở Honolulu vào đầu năm 1966, các tướng Nguyễn văn Thiệu - Nguyễn Cao Kỳ muốn nhanh chóng tóm thu quyền hành về một mối để dễ cai trị với bàn tay sắt cũng như rảnh tay điều hành cuộc chiến theo ý đồ của người Mỹ. Cái gai trước mắt của họ là lực lượng Phật giáo miền Trung và tư lệnh Vùng I, Trung tướng Nguyễn Chánh Thi, người hùng của cuộc đảo chính chống Diệm năm 1960.

Nội bộ tướng lãnh Sài Gòn lục đục tranh quyền, Tướng Thi bị nhóm tướng lãnh Sài Gòn cách chức. Vụ bãi chức này chỉ là một cái cớ để Phật giáo tung ra cuộc đấu tranh mới, đòi các tướng lãnh đáp ứng các yêu cầu chính đáng của nhân dân. Đó là lập lại các định chế dân chủ như soạn thảo hiến pháp, bầu quốc hội dân cử như đã hứa hẹn từ ngày lật đổ Ngô Đình Diệm. Binh lính Quân đoàn I hầu như đã đồng loạt nổi dậy, sát cánh cùng đồng bào Phật tử chống lại chính quyền Sài Gòn. Cuộc biến động nầy được báo chí nước ngoài gọi là "Một cuộc nội chiến trong cuộc chiến tranh"!

Sài Gòn chuyển Thủy quân lục chiến ra sân bay Đà Nẵng, quyết dẹp tan cuộc binh biến. Các thành phố Đà Nẵng-Huế hầu như biến thành các căn cứ địa nổi dậy mới, với các đội Sinh viên 'Quyết tử', quần chúng vũ trang sát cánh cùng binh lính nổi loạn, chuẩn bị sẵn sàng đánh trả quân Sài Gòn. Binh lính

Quân đoàn I cũng quay nòng súng đại bác chĩa vào sân bay và căn cứ Mỹ. Thấy quân dân miền Trung làm dữ, tướng Nguyễn Cao Kỳ một mặt hứa hẹn sớm tổ chức bầu cử Quốc hội, đưa cả tướng Thi ra xoa dịu tình hình. Nhưng mặt khác vẫn ráo riết tăng cường lực lượng đàn áp, có quân Mỹ hỗ trợ ngầm đằng sau.

Cuộc biến động miền Trung lần này có tác động phân chia lực lượng quốc gia đô thị làm thành hai phe rõ rệt. Trong hàng ngũ Phật giáo, nhóm chủ chiến Bắc di cư của thượng tọa Thích Tâm Châu đứng hẳn về phía nội các chiến tranh Nguyễn Cao Kỳ. Đa số Phật tử thì đứng về lập trường hòa bình nhưng cũng không mấy đồng nhất. Thượng tọa Thích Trí Quang nay lại xuất hiện, chủ trương tiến hành bầu cử quốc hội thể hiện được nguyện vọng của toàn dân. Hy vọng với đa số nằm trong quốc hội, Phật giáo sẽ nói lên được ý nguyện của nhân dân là đem lại chủ quyền và hòa bình cho Việt Nam.

Phải chăng cũng với ý hướng đó, Thầy Nhất Hạnh do tổ chức Hòa Bình Mỹ mời sang Hoa Kỳ, tuyên bố chủ trương 5 điểm của Phật giáo: Chính phủ Nguyễn Cao Kỳ từ chức, quân đội Mỹ rút lui, ngưng oanh tạc Bắc Việt, Mỹ phải giúp lập chánh thể dân chủ và tái thiết miền Nam không điều kiện. Do cuộc vận động này mà Thầy Nhất Hạnh phải sống lưu vong 40 năm sau mới được về lại Việt Nam!

Về cuộc chính biến này, dư luận khách quan thời đó ghi nhận:

Phật giáo không Cộng sản, cũng không thân Mỹ. Sau vụ Ngô Đình Diệm, không ít người nghĩ rằng Phật giáo có thể là đồng minh của Mỹ trong công cuộc ngăn chặn chủ nghĩa Cộng Sản bằng chế độ dân chủ, bằng xã hội công bằng, phát triển trong tự do, và đặc biệt bằng con đường hòa bình, hòa giải giữa hai ý thức hệ (Tự do – Cộng sản), giữa hai miền (Nam – Bắc), giữa hai thế giới (Tư bản – Cộng sản).

Đại sứ Mỹ Cabot Lodge lúc đó có lẽ đã cố gắng thuyết phục Thầy Trí Quang và Phật giáo đi theo con đường chiến tranh của mình. Nhưng Phật giáo kiên trì kêu gọi Mỹ ủng hộ nhân dân Việt Nam xây dựng chế độ dân chủ trong quan hệ đồng minh chứ không phải trong quan hệ "thống trị – chư hầu".

Cuộc giằng co thuyết phục – kêu gọi lẫn nhau kéo dài từ cuối năm 1963 đến cuối xuân 1966. Một mặt, người Mỹ tiếp tục đi tìm người hùng cho giải pháp chiến tranh, mặt khác Phật giáo kiên trì đấu tranh dân chủ và quyền dân tộc tự quyết theo con đường hòa bình và phương pháp bất bạo động. Xem ra hai con đường không thể nhập làm một trong cuộc đương đầu với lực lượng cách mạng ở miền Nam.

Và cũng như phe cách mạng Việt Nam, Mỹ cùng cộng đồng Thiên Chúa giáo Việt Nam và quốc tế khẳng định chỉ có một con đường, nhưng ngược chiều: chiến tranh.

Thầy Trí Quang và Phật giáo miền Trung lý luận rằng trong thế giới vô thường, đã có 1, ắt có 2, có 3. Như vậy là vào thời điểm này, trên thế giới này, trong đất nước này, Phật giáo là con đường thứ ba đó. Con đường thứ ba có sứ mệnh hóa giải sự ngược chiều sinh tử, hủy diệt dân tộc và nhân loại của hai con đường kia.

Cuộc đấu tranh của Phật giáo từ việc chống độc tài Ngô Đình Diệm qua độc tài Nguyễn Khánh, độc tài Trần Văn Hương đến độc tài Kỳ – Thiệu – Mỹ là cả một cuộc hành trình. Đó là cuộc hành trình đầy khổ nạn đi giữa rất nhiều làn đạn.

Trong cuộc đương đầu với chế độ Ngô Đình Diệm, Phật giáo nhanh chóng nhận được sự đồng tình hiệp lực của tất cả phật tử và nhân dân miền Nam (Quân đội, Trí thức, Sinh viên, Học sinh, Đại Việt, Quốc Dân đảng, Cao Đài, Hòa Hảo, ngoại trừ cộng đồng Thiên Chúa giáo). Phải mất một thời gian khá lâu sau khi Diệm đổ, Thầy Trí Quang và Phật giáo mới nhận ra rằng tuy đồng hành, nhưng người Mỹ không là đồng minh trong các mục tiêu tự do và bình đẳng tôn giáo. Và nguyên nhân chủ yếu thúc đẩy Mỹ loại trừ chế độ gia đình trị là bởi Ngô Đình Nhu dám đem chuyện hiệp thương với miền Bắc làm 'chantage' (trả giá) với Mỹ.

Tuy nhiên, những cuộc đấu tranh vì mục tiêu dân chủ sau Diệm, đặc biệt là cuộc đấu tranh chống Thiệu – Kỳ lần này, Thượng tọa Thích Trí Quang và Phật giáo miền Trung gần như đơn độc: Phật giáo miền Nam (của Mai Thọ Truyền) đứng ngoài. Phật giáo miền Bắc di cư (của Thích Tâm Châu) ngả về phía Thiệu-Kỳ. Cao Đài, Hòa hảo dửng dưng. Phật giáo Quốc tế can ngăn, phủ nhận. Báo chí Mỹ và các thế lực Công giáo quốc tế chống phá quyết liệt. Các tướng trẻ trong quân đội, đảng phái, một bộ phận trí thức và sinh viên chống Cộng ủng hộ chính phủ. Và người Mỹ từng bước hiện nguyên hình là cha nuôi, là ông chủ của Thiệu-Kỳ trong cuộc chiến tranh chống Cộng và cuộc đánh phá viên đá cản đường Thích Trí Quang và Phật giáo miền Trung.

Sau biến cố này, Thầy Trí Quang bị vô hiệu hóa qua việc chính quyền Thiệu-Kỳ giam lỏng, cô lập ở Sài Gòn.

TRANH CỬ QUỐC HỘI, 1971:
Ý HƯỚNG HÒA BÌNH,
HÒA HỢP HÒA GIẢI DÂN TỘC

Thầy Trí Quang và phe Phật giáo đấu tranh đã tiên báo kết cục này từ năm 1964: "Mỹ sẽ thua nếu không từ bỏ cuộc chiến tranh của mình và chế độ độc tài quân phiệt tại miền Nam".

Từ sau 1954, do nhận biết về bản chất của nền văn minh phương Tây, do kinh nghiệm sống dưới chế độ thực dân suốt một trăm năm bị đô hộ, và kinh nghiệm 9 năm kháng chiến thời gian Việt Minh, Phật giáo miền Trung – Huế làm nòng cốt cho cuộc vận động tự thân của Phật giáo toàn miền Nam với hy vọng hình thành một lực lượng đứng ngoài sự tranh chấp giữa hai phe Tư bản – Cộng sản, Quốc gia – Quốc tế. Phong trào Phật giáo từ 1963 đến 1966 biểu hiện cái khuynh hướng Thứ Ba ấy. Khốn nỗi, lực lượng Thứ Ba không thành, nhưng khuynh hướng chính trị Thứ Ba thì thấy rõ.

Năm 1971 có bầu cử Quốc hội Sài Gòn, Mặt trận Dân tộc Giải phóng bí mật đề nghị tôi ra tranh cử với lập trường hòa bình đứng giữa, chuẩn bị cho sự hình thành 'Thành phần thứ ba'. Hội nghị Paris về vấn đề Việt Nam chưa ngã ngũ nhưng đang bàn đến việc lập chính phủ 3 thành phần, trong đó có thành phần đứng giữa làm trung gian hòa giải trong chính phủ liên hiệp tương lai. Thật khó khăn nếu tự ra ứng cử đơn thương độc mã một mình. Tên tuổi của tôi tuy cũng có một thời được nhiều người biết đến, nhưng nay chắc không ai còn nhớ đến trong cái Sài Gòn rộng lớn và bận rộn làm ăn kiểu này. Dẫu có tự do bỏ phiếu thì tranh cử kiểu không tiền bạc, không thế lực như tôi chỉ là chuyện vô ích.

Phải tìm hậu thuẫn nơi khối đông đảo quần chúng đô thị, lúc này không ai khác hơn là lực lượng Phật giáo, nhất là ở miền Trung. Tôi bàn bạc sẽ về Đà Nẵng quê tôi để tranh cử. Tôi vừa có hậu thuẫn ở Sài Gòn của tướng Dương Văn Minh, người sẽ ra tranh cử tổng thống với chiêu bài hòa bình, hòa giải vào cuối năm đó. Mặt khác, tuy cũng biết tôi đứng về phía Mặt trận Dân tộc Giải phóng, Thầy Trí Quang vẫn đồng ý giới thiệu, yêu cầu vị sư đại diện tỉnh hội Phật giáo Đà Nẵng là Minh Chiếu sắp tên của tôi vào danh sách những người được Phật giáo ủng hộ công khai.

Tôi có nguồn tin đang có một thỏa thuận ngầm với nhau là từ Nha Trang trở ra Quảng Trị ở miền Trung các ghế dân biểu sẽ nhường cho các ứng cử viên Phật giáo. Tôi phải len lỏi cho được vào danh sách đó. Dĩ nhiên phía Mỹ và Sài Gòn mong muốn những ứng viên đó phải được bảo đảm là không thân Mặt trận Giải phóng. Việc thắng cử của tôi có thể xem được như chắc chắn nếu được sự hậu thuẫn của các nhà lãnh đạo Phật giáo uy tín nhất. Vậy mà thực tế đâu phải dễ dàng như mình dự tính ban đầu. Trong lãnh đạo Phật giáo vào lúc đó, Thầy Trí Quang tuy uy tín còn lớn nhưng hầu như bị giam lỏng ở Sài Gòn, không nằm trong guồng máy lãnh đạo trực tiếp các tỉnh hội địa phương.

Vào giờ chót, các lãnh đạo Phật giáo cao cấp khác như các thượng tọa Huyền Quang, Thiện Minh thuộc Viện Hóa đạo Phật giáo Ấn Quang đã đích thân bay ra Đà Nẵng đưa ra gà nhà của họ và quyết ngăn chặn Tỉnh hội ủng hộ tôi. Thật kỳ lạ là việc làm của họ trùng hợp với sự kiện lãnh sự quán Mỹ ở Đà Nẵng tung tin hãy cảnh giác tôi là phần tử thân Cộng. Sau 1975 tôi mới biết là các thượng tọa này đã liên kết ngầm với

Nguyễn Văn Thiệu và Mỹ.

Gặp gỡ tôi sau vụ bầu cử, Thầy Trí Quang chỉ thở dài, hỏi tôi có tốn kém gì nhiều không? Có lẽ bản thân Thầy cũng ý thức được sự bất lực của mình trước các thế lực bất minh còn nằm ngay trong chính hàng ngũ cao cấp trong Phật giáo Ấn Quang.

Nay nghĩ lại, nếu hồi đó mà đắc cử, với cương vị một đại biểu quốc hội có lập trường hòa bình thân Cộng, bản thân tôi dễ bị các phe phái chống Cộng quyết liệt ở thành phố miền Trung này như Đại Việt, Quốc Dân Đảng sát hại, như họ đã từng làm đối với những người khác chính kiến hoặc tỏ ra lập trường thân Cộng.

30/4/1975: "THAY NGƯỜI KHÁC MÀ VÁC CỜ TRẮNG"!

Bản thân tôi lại bị chính quyền Nguyễn Văn Thiệu truy bắt vào Tết năm 1974, chính Thầy Trí Quang đã gửi tôi trốn ở nhà dân biểu Lý Quí Chung. Chung là dân biểu đối lập chống Nguyễn Văn Thiệu và sau này là Tổng trưởng thông tin nội các Dương Văn Minh cuối tháng 4/1975, đã viết về mối quan hệ giữa nhóm Dương Văn Minh và Thầy Trí Quang trong hồi ký của mình :

"Với Phật giáo, ngoài sự tham gia ngay trong nhóm ông Minh của luật sư Vũ Văn Mẫu, nghị sĩ quốc hội và là chủ tịch Lực lượng hòa giải dân tộc, nhóm còn tìm cách giành cho được sự tán đồng công khai của thượng tọa Thích Trí Quang, người có ảnh hưởng chính trị lớn nhất trong Phật giáo Ấn Quang. Tôi nhận nhiệm vụ riêng của ông Dương Văn Minh đi liên lạc với thượng tọa Thích Trí Quang, tìm sự ủng hộ của cá nhân thượng tọa và của Phật giáo Ấn Quang.

Sự liên kết chính thức giữa tướng Minh và thượng tọa Trí Quang diễn ra trong năm 1974. Khi tôi đặt thẳng vấn để ông Dương Văn Minh mong muốn có sự ủng hộ công khai của thượng tọa trong một chủ trương đấu tranh cho hòa bình, hòa giải hòa hợp dân tộc và trước hết là thay đổi chính quyền Nguyễn Văn Thiệu, thì thượng tọa Trí Quang trầm ngâm một lúc. Sau đó thượng tọa chậm rãi nói: "Ông Minh không phải là một người làm chính trị sắc bén. Nhưng ông là người cần thiết lúc này, trao cho ông ngọn cờ tập hợp cũng được". Cách nói của thượng tọa Trí Quang cho thấy việc chọn lựa ông Minh cầm ngọn cờ tập hợp để góp phần cùng lật đổ chính phủ Thiệu chưa phải là hoàn toàn ưng ý mà là một giải pháp thay thế, một chọn lựa tương đối tốt nhất bấy giờ".

Về phần mình, tập Tự truyện của Thầy Trí Quang có ghi về những ngày cuối cùng của Việt Nam Cộng hòa như sau:

"Ấy thế, mọi việc diễn ra có lúc đến chóng mặt. Cho đến mùa xuân 2519 (1975) thì một ngày mà có người ba lần đến vận động tôi đừng chống việc ông Dương Văn Minh đứng ra, 'vì chính quyền của ông ấy sẽ có bảy phần mười là người tiến bộ'. Tôi không nói lại gì cả, chỉ quan tâm lời thầy Trí Thủ nói, rằng chim cá còn mua mà phóng sinh, lẽ nào đồng bào mà không hy sinh cấp cứu. Rồi ông Dương Văn Minh gặp tôi, đưa ra hai mảnh giấy báo cáo mật cho thấy ngân hàng trống rỗng và quân sự nguy ngập, và nói ông không vụ lợi vì lợi không còn gì, không cầu danh vì danh đến quốc trưởng là cùng, ông chỉ không nỡ ngồi nhìn chết chóc. Tôi nói, nếu lòng ông như thế là ông làm như lời thầy Trí Thủ nói, và có nghĩa ông thay người khác mà vác cờ trắng ! Sau đó mấy tháng, tôi trả lời một thầy Phật Giáo cấp Tỉnh, rằng nay Phật Giáo Việt Nam bước qua một giai đoạn khác." Khi quân giải phóng pháo kích dồn dập sân bay Tân Sơn Nhất khuya 29/4/1975, tôi nghĩ rằng cuộc chiến đấu cuối cùng đã bắt đầu. Lần gặp sau cùng, Huỳnh Bá Thành (họa sĩ Ớt hoạt động trong cụm A10, An ninh T4 Giải phóng) gợi ý rằng : *"Chỉ có thuyết phục, tác động những người cầm đầu chính quyền Sài Gòn buông súng trên tinh thần hòa hợp hòa giải mới mong tránh được đổ máu và tàn phá".*

Nhóm sinh viên cùng binh lính, sĩ quan trẻ phản chiến lấy đại học Phật giáo Vạn Hạnh làm trụ sở đã chuẩn bị sẵn sàng. Dự kiến nếu còn chiến đấu dằng dai thì phải hình thành ngay các 'Ủy ban hòa hợp hòa giải' lấy các chùa làm cơ sở. Nghe nói nhiều nhóm vũ trang phản động vẫn toan tính trụ lại chống cự và phía quân giải phóng thì cũng quyết tâm sớm dứt điểm cuộc chiến, phải trả giá cao nếu cần. Ban đầu ai cũng nghĩ xung đột sẽ kéo dài, sớm nhất cũng đến ngày sinh Bác Hồ 19/5 mới ngã ngũ.

Sáng tinh mơ ngày 30/4, khi những chiếc trực thăng Mỹ cuối cùng rời Sài Gòn, tôi chạy vội lên chùa Ấn Quang gặp thượng tọa Trí Quang. Tôi báo ngay: *"Tình hình cấp bách quá rồi, xin Thầy làm sao tác động gấp nhóm ông Minh chủ động tìm cách chấm dứt ngay cuộc chiến để tránh đổ máu và tàn phá Sài Gòn. Các đường dây liên lạc với bên kia nay đã đứt hết rồi, không còn thì giờ đưa giải pháp này nọ nữa đâu".* Ông hiểu ngay và choàng áo sang phòng bên gọi điện thoại. Tôi nghe vị thượng tọa nói chuyện qua lại một hồi, rồi quay về cho biết: *"Thái cứ yên tâm, Thầy không gặp được ông Minh, nhưng đã nói chuyện với ông Mẫu (thủ tướng nội các mới), chắc chắn họ sẽ hành động theo hướng này".*

Ngày hòa bình và thống nhất đất nước 30/4/1975 sau đó đã diễn ra êm thấm, Sài Gòn đã được giải phóng, không đổ nát và đổ máu.

THƯỢNG TỌA THÍCH TRÍ QUANG,
TRƯỚC HẾT LÀ "MỘT NHÀ TU YÊU NƯỚC"

Nhân vật Trí Quang từng là đối tượng gây tranh luận nhiều năm trong chiến tranh và cả sau chiến tranh, cả ở trong nước lẫn ngoài nước.

Học giả Mỹ bên cánh hữu thì cho rằng Trí Quang chắc chắn là tay sai cộng sản hoạt động theo chỉ thị của Hà Nội. Học giả bên cánh tả thì lý luận rằng Trí Quang là một lãnh đạo tôn giáo ôn hoà dấn thân cho dân chủ và quyết tâm đòi chấm dứt chiến cuộc nhanh chóng.

Thái độ trung dung thì nói rằng : Yếu tố chính dẫn đến xung đột giữa phong trào Phật giáo và chính quyền Johnson là việc Trí Quang quả quyết rằng các chế độ quân sự tiếp theo Ngô Đình Diệm có thái độ thù nghịch với Phật giáo và thiếu khả năng đưa cuộc chiến đấu chống chủ nghĩa Cộng sản đến một kết thúc thắng lợi.

Về vấn đề này, theo tôi thì Lý Quí Chung có nhận định khác biệt, khách quan hơn. Anh viết trong hồi ký rằng :

"Theo tôi, lúc ấy (chính biến miền Trung 1966) ông là một người yêu nước nên không có cơ sở để chấp nhận một số tố cáo của thiếu tướng Nguyễn Cao Kỳ đối với thượng tọa Trí Quang khi ông còn là thủ tướng và phải đối đầu với thượng tọa Trí Quang trong biến động năm 1966 tại miền Trung. Trong hồi ký của mình (Buddha's Child - Đứa con cầu tự), tướng Kỳ cho rằng thượng tọa Thích Trí Quang muốn trở thành một kiểu Đức Giáo hoàng của Phật giáo tại Việt Nam và sở dĩ thượng tọa Trí Quang đòi lật đổ Nguyễn Cao Kỳ vì thượng tọa... nắm không được Nguyễn Cao Kỳ trong tay mình. Khi

thượng tọa đưa bàn thờ "xuống đường" để chống chính phủ, và phát động sự nổi dậy của Phật giáo ở miền Trung, đặt người của mình là bác sĩ Nguyễn Văn Mẫn vào chức vụ thị trưởng Đà Nẵng, thì thượng tọa Trí Quang bị tố cáo là hành động theo sự chỉ đạo của cộng sản. Trong hoạt động lật đổ chế độ Ngô Đình Diệm năm 1963, thượng tọa Trí Quang cũng đã từng bị tố cáo là một phần tử cộng sản. Nhưng sự kiện xảy ra tại chùa Xá Lợi đêm 21-8-1963 đã làm đảo lộn sự đánh giá về thượng tọa Trí Quang trước đó. Trong cuộc tranh đấu của Phật giáo chống chế độ Diệm, chùa Xá Lợi được chọn làm "tổng hành dinh" của Phật giáo. Thượng tọa Trí Quang chỉ huy cuộc đấu tranh từ đây. Tại chùa Xá Lợi luôn có hàng ngàn nhà sư, ni cô, sinh viên đấu tranh và cả dân thường ở đó ngày đêm. Đêm 21-8-1963, Ngô Đình Nhu ra lệnh tấn công chùa Xá Lợi. Rất nhiều người bị bắt, bị thương, bị mất tích và cả bị giết chết trong cuộc đàn áp. Nhưng Ngô Đình Nhu không đạt được mục đích chính của mình là bắt thượng tọa Trí Quang: ông đã biến mất vào phút chót. Sau đó báo chí Mỹ mới khám phá ra rằng thượng tọa Trí Quang đã vào "tị nạn chính trị" trong Đại sứ quán Mỹ. Sự kiện này đã gián tiếp đính chính thượng tọa Trí Quang không phải là cộng sản. Và sau đó lại có lời đồn rằng thượng tọa Trí Quang là người của... CIA!?

Các tài liệu về Việt Nam chưa bao giờ nói rõ gốc tích của vị thượng tọa này. Theo nhà báo Mỹ Stanley Karnow, Thích Trí Quang từng bị người Pháp bắt giam vì tội làm cộng sản trước 1954 khi ông còn là một thanh niên. Đi tu, ông được đưa đi học ở Tích Lan (Ceylon) và sau đó trở về đi thuyết pháp khắp Việt Nam. Thượng tọa Trí Quang có mặt tại Huế từ tháng 5-1963 và trở thành người lãnh đạo cuộc đấu tranh của Phật giáo nhằm lật đổ chế độ Ngô Đình Diệm. Theo lệnh của Washington, đại sứ Mỹ Frederick Nolting khuyên ông Diệm nên hòa giải với thượng tọa Trí Quang, nhưng ông Diệm *từ chối, cho rằng biến động ở Huế có bàn tay cộng sản nhúng vào. Nhưng sau đó trong cuộc phản công của bà Ngô Đình Nhu ngày 7-6-1963, bà lại tố cáo Phật giáo đấu tranh có sự giật dây của người Mỹ ở phía sau. Gián tiếp bà tố cáo thượng tọa Trí Quang là người của Mỹ...*

Thật sự Thích Trí Quang là người của ai? Lúc đó tôi không có đủ điều kiện trả lời câu hỏi này, nhưng với tôi, thượng tọa Trí Quang trước hết là một nhà tu yêu nước."

Trước khi kết thúc bài viết, xin ghi lại câu chuyện này:

Khi thực dân Pháp bị đánh bại tại Điện Biên Phủ và phải công nhận nền độc lập của một nước Việt Nam thống nhất qua Hiệp định Genève, Thầy Trí Quang là một trong những vị lãnh tụ Phật giáo thời kỳ dấn thân trong Phong trào Phật giáo Chấn hưng, đã nói với các đệ tử của ông rằng là: *"Trước khi trở thành Phật tử, tất cả chúng ta đã là người Việt Nam"*. Trong Tứ Ân, tôn chỉ của người phật tử thời kỳ chấn hưng, thì ơn Cha Mẹ, ơn Tổ Quốc, đứng hàng đầu, sau đó mới đến ơn Tam Bảo, ơn Chúng Sinh. Như thế, con đường đi tới giải thoát – niết bàn của mỗi Phật giáo đồ Việt Nam nhất thiết phải kinh qua một chặng đường là đất nước này, dân tộc này và cuộc đời này.

Phải chăng đó là con đường Thầy Trí Quang đã đi qua.

Sau 1975, đất nước đã có hòa bình, độc lập và thống nhất. Thầy Trí Quang quay về sống yên lặng tại Sài Gòn, trước ở chùa Ấn Quang, sau tĩnh tu tại một ngôi chùa ở Bình Thạnh, TP. HCM. Bên cạnh việc san dịch kinh sách, Thầy cũng hoàn tất một hồi ký đặc biệt về đời mình và cuộc vận động của Phật Giáo Việt Nam.

Thầy Trí Quang nay đã gần tuổi 100, quay về tĩnh tâm tại nơi hoạt động cũ của mình và là nơi phát khởi cuộc đấu tranh chống Ngô Đình Diệm 1963 là chùa Từ Đàm ở Huế.

Riêng đối với trường hợp Hòa Thượng Thích Trí Quang, tôi rất tâm đắc ở câu nói cuối cùng trong Tự Truyện của ngài, rằng:

"Rốt cuộc, tôi không biết gì, không có ý định gì cả, nên cuộc đời tôi 'không vẫn hoàn không', không có gì đáng nhớ, đáng nói... 'Không vẫn hoàn không' là Phật cho, tôi mới được như vậy."

Riêng bản thân tôi vẫn mãi ghi nhớ và thấm thía về lời khuyên của Thầy Trí Quang, nhắn qua vợ tôi, ngay sau ngày 30/4/1975:

"Thầy và Thái như vậy là đã làm được một số việc trong cảnh dầu sôi lửa bỏng rồi. Thành phố này không bị tàn phá và đổ máu trong những ngày cuối cùng của cuộc chiến. Nay họ đã có lớp người mới, phải ý thức rằng ta thực sự không còn cần thiết cho họ nữa. Đừng xông xáo ra quá. Hãy quay về với công việc chuyên môn của mình đi, may ra còn đóng góp được cái gì có ích chung...".

Khi nghe tin Thầy vừa viên tịch ngày hôm qua 8/11/2019 thì cuốn sách "Giữa hai làn đạn – Thượng toạ Thích Trí Quang" sắp tới đây sẽ là nén hương lòng của tôi để mọi người hiểu rõ hơn về Thầy – một nhân vật lịch sử Việt Nam.

Hà Nội, Mùa Thu 2019

TRƯỞNG LÃO HÒA THƯỢNG THÍCH TRÍ QUANG, BẬC ĐẠI TRÍ ĐẦY DUNG DỊ

Thành tâm kính lễ
Đại Lão Hoà Thượng Thích Trí Quang
Con người của Dân Tộc & Đạo Pháp,
tân viên tịch

THÍCH VIÊN THÀNH

Còn đâu nữa bậc chân tu trí sáng (Trí Quang)
Suốt cuộc đời vì đại nghĩa hy sinh
Cho Đạo Pháp Dân Tộc mãi an bình
Sống dung dị cùng quê hương Pháp lữ

Đúng như vậy, Ôn đúng là bậc Long Tượng Thiền Môn, là Nhân Tài Dân Tộc với cuộc sống Đầy Dung Dị. (người viết)[1]

ÔN THÍCH TRÍ QUANG
LÀ NGƯỜI CỦA DÂN TỘC

Sau những năm tháng "nếm mật nằm gai" để lãnh đạo cuộc đấu tranh chống lại sự "đàn áp và muốn tiêu diệt Phật Giáo" của gia đình trị Ngô Đình Diệm, họ muốn biến Việt Nam thành nước Chúa, như Phi Luật Tân, khiến từ quân chí dân đều bất mãn, đồng loạt đứng lên, làm Cách mạng 1/11/1963 thành công, nhưng tiếp theo đó là những năm tháng bất ổn chính trị, do tham quyền, rồi tham nhũng, khiến cho Dân Tộc phải liên

---

[1] (Người viết) Thích Viên Thành, trước đây là Chú Thị Kinh, đệ tử của TLHT Thích Như Huệ trước đây là Tuyên Úy Trưởng Không Quân Việt Nam, sau 1975 vượt biên qua Úc bây giờ là Cố Hội Chủ GHPGVNTNHN UĐL-TTL, Viên Thành đã được Sư Phụ cho về tu học ở Chúng Nguyên Thiều tại PHV Huệ Nghiêm, An Dưỡng Địa, năm 1967 (nơi Hoả thiêu nhục thân Bồ Tát Thích Quảng Đức và đây cũng có một Phật Học Viện lớn nhất miền Nam lúc bấy giờ), có nhiều lớp, từ Sơ Trung nhất đến Cao Cấp, (Nguyên Thiều, Liễu Quán, Thế Thân, Vô Trước, Vạn Hạnh, Huyền Trang... tương đương từ Lớp 1 đến lớp 12, học cả nội điển Kinh Luật Luận, đến một số môn ngoại điển, với tổng cộng trên 300 vị, nên là lực lượng nòng cốt, mỗi khi có các cuộc biểu tình, Giáo Hội đều vận dụng lực lượng này.

Nơi đây đã đào tạo một số vị lớn, đã thành danh, đóng góp rất lớn cho sự nghiệp hoằng dương Chánh Pháp lợi lạc quần sanh ở khắp nơi)

Người viết Thích Viên Thành đã từng hân hạnh được biết về Ôn Trí Quang qua những ngày tuyệt thực đấu tranh tại Chùa Tỉnh Hội (Pháp Bảo) Hội An, Quảng Nam – Đà Nẵng, năm 1966 và gần gũi Ôn tại Chùa Ấn Quang, cùng các huynh đệ đồng lứa trong những ngày tham gia "biểu tình Phản Đối Sắc Luật 23/67, biểu tình xuất phát từ về Chùa Ấn Quang, bằng mọi phương tiện tập trung về Trường Bồ Đề Sài Gòn, y hậu sẵn sàng với hàng ngũ chỉnh tề, kéo ngang qua Công Trường Quách Thị Trang (Chợ Bến Thành), Quốc Hội rồi tiến về Dinh Độc Lập và nhiều lần biểu tình tiến chiếm lại VNQT vào năm 1967.

tục chứng kiến hàng loạt cuộc đảo chính khác[2].

Từ đó Thượng Hội đồng Quốc gia Việt Nam Cộng hòa được thành lập để chuyển dần quyền lực chính quyền Việt Nam Cộng hòa từ các tướng lĩnh quân đội về sang các chính trị gia dân sự.

Nhưng vận nước vẫn chưa thoát khỏi nạn độc tài, hết gia đình trị Ngô Đình Diệm đến chế độ Diệm không Diệm của Tướng Nguyễn Văn Thiệu, dưới sự ảnh hưởng của Ngài Trí Quang và sự lãnh đạo của Chư Tôn Đức trong Hội Đồng Lưỡng Viện (Viện Tăng Thống và Viện Hoá Đạo) GHPGVNTN lại phải tiếp tục đấu tranh và Ôn Trí Quang phải đồng lao cộng khổ với đồng bào và dân tộc cho đến 30/4/1975 và mãi đến bây giờ.

Khẩu hiệu tranh đấu của Phật Giáo lúc bấy giờ, có thể thay đổi tùy thời điểm, nhưng nói chung đều xoay quanh hai chủ đề chính:

1) *Yêu cầu chính quyền tổ chức bầu cử Quốc Hội Lập Hiến để soạn thảo Hiến Pháp mới; và*

---

[2] Các cuộc đảo chánh sau 1/11/1963: như chỉnh lý tháng 1 năm 1964, binh biến tháng 9 năm 1964, đảo chính tháng 12 năm 1964, đảo chính tháng 2 năm 1965, đảo chính tháng 6 năm 1965…rồi các chính phủ dân sự như: Lúc đầu Bác sĩ Hồ Văn Nhựt sau đó là GS Trần Văn Hương, rồi đến Ông Nguyễn Xuân Oánh và Phan Huy Quát đến Quốc trưởng Phan Khắc Sửu, đều vẫn không được ổn định. Kết thúc nhiều cuộc dàn xếp và nhiều buổi họp, Hội đồng Quân lực đồng ý để tướng Kỳ làm thủ tướng với danh xưng Chủ tịch Ủy ban Hành pháp Trung ương, còn Nguyễn Văn Thiệu là Chủ tịch Ủy ban lãnh đạo quốc gia. Lãnh đạo quốc gia qua nhiều thay đổi, nhưng Nền Dân Chủ vẫn chưa thực hiện được, rất dễ bị Cộng Sản miền Bắc lấy cớ xách động dân chúng chống lại chế độ Cộng Hòa miền Nam.

2) Chống chế độ độc tài quân phiệt.

Tất cả đều đứng trên tinh thần Dân Tộc mà đấu tranh, chống lại bạo quyền ngay cả độc tài Cộng sản và đòi hỏi Tự Do Dân Chủ cho quê hương, đất nước, chứ không đứng về phe phái hay chế độ chính trị nào.

Từ đó Phật Giáo Đồ nói chung và Ngài Trí Quang nói riêng, đều bị cả 2 bên Quốc Gia và Cộng sản chụp mũ.

ÔN TRÍ QUANG LÀ NGƯỜI CỦA ĐẠO PHÁP

Suốt cuộc đời của Ôn đã hiến thân cho Đạo và lo phụng sự chúng sanh, từ khi bắt tay vào lãnh đạo Giáo Hội và linh hồn cho các cuộc đấu tranh, cho đến bây giờ Ôn Trí Quang không lo việc riêng, mà chỉ lo Phật sự chung với toàn đại chúng và chuyên tâm vào hành trì, phiên dịch những Kinh, Luật Luận căn bản để làm giàu kho tàng Pháp bảo và cho Tăng Ni Phật Tử có đủ tư liệu mà tu học.

ÔN TRÍ QUANG LÀ NGƯỜI DUNG DỊ

Người viết được biết khá rõ về Ôn, từ khi còn ở tại Chùa Ấn Quang, nhờ có một vài huynh đệ cùng lứa, đang thường trú tại đây, nơi đây cũng là trung tâm phát xuất các cuộc biểu tình, nên Chú Kính của ngày nào cũng thường xuyên có mặt và cũng hân hạnh hay được diện kiến Ôn Trí Quang, mỗi khi Ôn bách bộ chung quanh Chùa hay khi Ôn gặp gỡ với nhiều thành phần.

Từ tướng tá, thân hào nhân sĩ, doanh nhân, cho đến những công, nông, binh.

Nhưng Ôn rất thích gặp, nói chuyện với những "bà già trầu" và điều mà Viên Thành nhớ nhất là lời dạy của Ôn: Này các con

"Hãy trân quý và thân thiện, hướng đến những người công nông dân lao động, họ rất thuần thành, chất phát, tuy với chân lấm tay bùn, nhưng là những người hy sinh mình, hăng say sản xuất tạo ra của cải vật chất để nuôi sống xã hội và cũng rất nhiều tín tâm, thường phát tâm rộng rãi làm phước cúng dường.

Chứ đừng thấy những người bên ngoài mang kiến có vẻ "trí thức" mà ham, chỉ tốn nước trà và phải nhọc lòng nghe chuyện "thị phi" với những "sở tri chướng" của họ mà thôi, chứ khó nhận được sự phát tâm nào cho Phật sự nơi họ cả..."

Ôn Trí Quang là yếu nhân của Phật Giáo và Dân Tộc, là chứng nhân của lịch sử thời cận đại, nhưng không có Chùa và đệ tử riêng, Ôn chỉ sống bình dị trong phép "lục hoà" của đại chúng.

Hết Ấn Quang, đến Quảng Hương Già Lam, rồi về lại Từ Đàm, Ôn cũng sống hài hoà cùng tất cả. Thấy vậy có những "thế lực nhiều tiền lắm của", muốn Ôn viết "Hồi Ký" nghe nói lại rằng: họ sẽ mua lại với giá rất cao (mấy chục triệu Mỹ kim), nhưng Ôn vẫn yên lặng và từ chối.

Đến giờ phút cuối đời, Ôn vẫn chọn cho mình một cuộc sống và cái chết đơn giản với di huấn là: "không tổ chức tang lễ, không báo tang, không lập bàn thờ, không có bát nhang, không đưa đám, không phúng điếu. 6 giờ sau khi viên tịch thì liệm, liệm xong chuyển đến lò thiêu, thiêu xong mang về chùa làm một số lễ, mỗi lễ cũng làm đơn giản, không thông báo, không mời ai dự cả.

Có người hỏi GSTS Lê Mạnh Thát về di huấn này, thầy Thát bảo thầy Trí Quang hết sức cẩn trọng trong hậu sự của mình, thầy yêu cầu làm đúng các quy tắc trong Kinh Niết Bàn. Người chết không làm phiền người sống, đó cũng là tinh thần của đạo Phật".

Ôn từ chối các hình thức bề ngoài nhiều tốn kém, tổn phước, không lợi ích gì, mà mong đại chúng hãy lo hành trì và trau dồi kinh luật luận.

Tuy vậy, với tầm cỡ con người của thế giới, của thời đại, đã từng làm "rung chuyển nước Mỹ" và rất nhiều bình luận, trang giấy viết về Ôn, Ôn sống bình dị gần gũi với quần chúng, cho nên Lễ Tang của Ôn đã được Chư vị lãnh đạo Phật Giáo trong và ngoài nước với nhiều Giáo hội, nhiều Tông phái và rất đông đồng bào đến viếng lễ.

Đặc biệt Chư Tôn Đức thuộc Giáo Hội Thừa Thiên Huế, lúc đầu dự định sẽ "trà tỳ" nhục thân của Ôn tại Lò Hoá Thiêu ở Đà Nẵng, nhưng cuối cùng quý Ngài ở Huế đã quyết định về Vườn Địa Đàng tại vùng núi phía Tây thuộc phường Thủy Dương và xã Thủy Bằng (thị xã Hương Thủy, Thừa Thiên Huế[3].

Quý Ngài đã khẩn trương trong 2 ngày dựng một lò thiêu thủ công đầu tiên tại Huế (do nghệ nhân đúc đồng Nguyễn Văn

---

[3] "Đây là nghĩa trang đầu tiên tại tỉnh Thừa Thiên Huế được quy hoạch bài bản, có đầy đủ các dịch vụ chăm sóc, an táng và đặc biệt là dịch vụ hỏa táng. Một chi nhánh của Thiền viện Trúc Lâm Bạch Mã cũng sẽ được xây dựng trong khuôn viên Vườn Địa Đàng làm nơi du khách thập phương thăm viếng, cầu an chiêm bái, tu tập. Đồng thời tổ chức các lễ cầu siêu, dâng hương vào các dịp lễ lớn trong năm. Mục tiêu của Dự án công viên nhằm mang lại 1 nơi an nghỉ vĩnh hằng cho người đã khuất cùng dịch vụ chăm sóc chu đáo, tận tình, góp phần chia sẻ trách nhiệm an sinh xã hội đồng thời tạo thêm một địa điểm du lịch tâm linh")

Sính thực hiện) và dựng một "rạp" cao, rộng, lớn để che một Lò thiêu bằng củi có ống dẫn gas thổi đốt Kim Quan, cũng như có nơi cho Chư Tôn Đức hành lễ trước khi Trà Tỳ.

Thời gian đi trà tỳ, mặc dầu trời mưa mỗi lúc một nặng hạt, nhưng hàng vạn người dân Huế, cũng đã dầm mưa để chạy nhiều loại xe từ Chùa Từ Đàm đến Khu Kim Bằng, thành một hàng dài nhiều cây số, để tiễn đưa Kim Quan Ôn đến nơi "trà tỳ", trên đường di chuyển Kim Quan Ôn, các Chùa đã lập bàn thờ vọng, Chư Tôn Đức và Phật Tử đã chí thành đảnh lễ mỗi khi Kim Quan của Ôn đi ngang qua.

Thật là một Đại Nhân Trí Quang, với nhiều điều Dung Dị trong suốt cuộc đời, với hành xử đầy Trí Tuệ, đậm đà trong tình yêu Dân Tộc và sự dấn thân cho Đạo Pháp phụng sự chúng sanh.

Trang sử của nhục thân Ôn tuy khép lại, nhưng "Xá Lợi Sọ"[4] tượng trưng cho TRÍ TUỆ và tinh thần "buông xả", "không dính mắc danh lợi", với đời sống "dung dị" và cung cách sống, cũng như "lễ tang" của Ôn, lại khiến cho các nhà nghiên cứu, các nhà viết sử, phải tốn rất nhiều thời gian và giấy mực để viết về Ôn, thật đáng trân trọng, xứng đáng cho hàng hậu học phải

---

[4] Được biết sau khi "trà tỳ" nhục thân của Bồ Tát Thích Quảng Đức để lại "TRÁI TIM TỪ BI". Bây giờ Ôn, Trí Quang Tro Cốt Xá Lợi chỉ còn lại răng và xương sọ màu trắng bạch "CÁI ĐẦU TRÍ TUỆ được phân chia và tôn thờ 5 tự viện sau đây:
1/ Chùa Đại Giác tại Quảng Bình
2/ Chùa Từ Đàm tại Cố đô Huế
3/ Chùa Linh Mụ tại Cô đô Huế
4/ Tu Viện Quảng Hương Già Lam tại Sàigòn
5/ Chùa Phật Ân tại Long Thành (đệ tử của Ôn là HT Thích Minh Tâm)
6/ Chùa Linh Thái tại Sài gòn (đệ tử Ôn là HT Thích Trung Hậu

chân thành đả``````````````````````````````````````mnh lễ và hành theo.

Viết tại Chùa Pháp Hoa – Nam Úc, ngày 12/11/2019 (16/10/Kỷ Hợi)
Hậu học, **TK Thích Viên Thành,**
khể thủ.

TRƯỞNG LÃO HÒA THƯỢNG THÍCH TRÍ QUANG

LÂM NHƯ TẠNG

Theo nhận thức của riêng tôi

Ngài là:

VĨ NHÂN, ĐẠI VĨ NHÂN, SIÊU NHÂN, ĐẠI SIÊU NHÂN, ĐẠI ĐẠI SIÊU NHÂN, BẬC HIỀN TRIẾT, BẬC GIÁC NGỘ GIẢI THOÁT.

BẬC VĨ NHÂN

Nếu một nhân vật có năng lực siêu phàm có thể thuyết phục hàng tỷ người nghe theo mình trên đường hướng phụng sự nhân sinh đưa đến hạnh phúc, hòa bình, an sinh xã hội; đó là một BẬC VĨ NHÂN.

BẬC ĐẠI VĨ NHÂN

Nếu một nhân vật có năng lực siêu phàm có thể thuyết phục hàng tỷ tỷ người nghe theo trên đường hướng phụng sự an bình xã hội, đưa đến hòa bình thế giới, giải phóng thuộc địa nô lệ và phân biệt chủng tộc; đó là một BẬC ĐẠI VĨ NHÂN.

BẬC SIÊU NHÂN

Nếu một nhân vật có năng lực siêu phàm có khả năng làm lung lay một ĐẠI SIÊU CƯỜNG QUỐC SỐ MỘT THẾ GIỚI khiến họ phải thay đổi chính sách chiến tranh thuộc địa kiểu mới, lập lại hòa bình, chấm dứt chính sách chia cắt các nước khác theo cách thức chủ nghĩa đế quốc, quốc tế kiểu mới đem lại lợi ích riêng cho quốc gia dân tộc của họ; đó là một BẬC SIÊU NHÂN.

BẬC ĐẠI SIÊU NHÂN

Nếu một nhân vật có năng lực siêu phàm có khả năng lật đổ chế độ gia đình trị, đàn áp, phân biệt, kỳ thị tôn giáo, chia rẽ khối đại đoàn kết dân tộc, đưa dân tộc đến nô lệ ngoại bang, âm mưu chia cắt Tổ Quốc và Dân Tộc ta lâu dài để phục vụ quyền lợi cho siêu cường đế quốc; đó là một BẬC ĐẠI SIÊU NHÂN.

BẬC ĐẠI ĐẠI SIÊU NHÂN

Nếu một nhân vật có năng lực siêu phàm có khả năng xóa sổ chế độ ngoại lai, ăn lương của siêu cường đế quốc, duy trì chế độ chia cắt đất nước ta lâu dài để phục vụ cho chính sách thực dân kiểu mới của đế quốc dưới chiêu bài nhân quyền, tự do dân chủ, mục đích là phục vụ cho quyền lợi của đế quốc; đưa Tổ Quốc ta đến Độc Lập, Thống Nhất, Toàn Vẹn Lãnh Thổ, hòa bình, phát triển; đó là một BẬC ĐẠI ĐẠI SIÊU NHÂN.

BẬC HIỀN TRIẾT

Khi Quê Hương Tổ Quốc đã Thống Nhất, An Bình, trên đà phát triển vững mạnh, Bậc Siêu Phàm trở về bản tính yên lặng đưa nhân cách và trí tuệ lên đỉnh cao, cao hơn tất cả những đỉnh cao tầm thường khác, đi sâu, thâm cứu nền DÂN TỘC HỌC, diễn dịch và phổ hóa những trang sử SIÊU VIỆT, HÀO HÙNG đến toàn thế nhân loại; đó là BẬC HIỀN TRIẾT.

BẬC GIÁC NGỘ, GIẢI THOÁT

Trên ĐỈNH CAO CỦA YÊN LẶNG SIÊU VIỆT, Ngài đã phiên dịch Kinh, Luật, Luận của Phật Giáo và viết khảo luận về Phật Học, phổ cập giáo pháp giải thoát của Chư Phật để giáo hóa nhân loại, hướng dẫn con người phương pháp thoát khổ đau để được an lạc giải thoát khỏi những triền phượt của cảnh đời thường, cuối cùng là GIÁC NGỘ GIẢI THOÁT THÀNH QUẢ VỊ TOÀN GIÁC; đó là BẬC GIÁC NGỘ, GIẢI THOÁT.

Nhất tâm đảnh lễ BẬC ĐẠI TRÍ, ĐẠI BI, ĐẠI NGUYỆN, ĐẠI BỒ TÁT MA HA TÁT THÍCH TRÍ QUANG.

Sydney 12 tháng 11 năm 2019.

KÍNH TIỄN
ĐẠI LÃO HÒA THƯỢNG
THÍCH TRÍ QUANG

Bậc đại bi qua sông
Sông hữu vi như mộng
Bậc đại trí qua đồi
Đồi huyễn hoá vô hư.

Khi ở Ngài đã dạy:
Sống chết nơi chân lý
Ba tạng chuyển pháp luân
Hoa sen trong biển lửa
Vô minh sương dần tan...

Khi đi Ngài đã dặn:
Không bàn thờ, hương thoa

Không báo tang, nhang khói
Không phúng điếu, vòng hoa,
Không đưa cũng không đón
Nén hương lòng tiễn đưa.

Ngài đi bao mất mát
Chuông chùa hằng ngân xa
Quanh ta bao thương tiếc
Cuối trời mưa pháp qua!

Bậc đại bi qua sông
Giới hạnh nguyện Bồ Tát
Bậc đại trí qua đồi
Kinh Luật Luận bát ngát

Bậc đại bi qua sông
Cõi Liên Hoa tam muội.
Bậc đại trí qua đồi
Kinh Ánh Sáng Hoàng Kim

Bậc đại trí qua rồi
Chuyển hoá cõi hư không.

Nhất Tâm đảnh lễ kính tiễn
Giác linh Đại Lão Hòa Thượng tân viên tịch
thùy từ chứng giám.

Cẩn bút
Tâm Thường Định

PHỤ BẢN

"Viết về các cuộc đấu tranh của Phật giáo mà không nói tới một người thì kể như chưa viết gì cả. Người đó là thầy Trí Quang, người phát động cuộc đấu tranh bình đẳng tôn giáo 1963. Một lãnh tụ kiên cường mà sáng suốt, lời nói luôn luôn có tính cách thuyết phục. Người mà các đối thủ của Phật giáo đã chụp lên đầu đủ các loại mũ. Bên này thì bảo là Cộng sản, làm lợi cho Cộng sản. Bên kia thì bảo là người của Mỹ, quân cờ chiến lược của Mỹ. Người mà hiện nay Cộng sản canh phòng một cách cẩn mật tế nhị và thâm độc. Bắt thì không bắt nhưng đi thì không được đi xa. Bất cứ ai đến vái Thầy thì đều được công an theo tới tận nhà yêu cầu phải hợp tác để báo cáo về Thầy, nhận lời hay không cũng được, miễn là để cho Thầy biết rằng công an đã xí phần, tạo sự nghi ngờ ngay chính nơi Thầy, khiến những điều cần nói chẳng thể nói với ai. Cung cấp những thông tin nửa thực nửa hư và xoáy vào chủ điểm là người nào đến với Thầy cũng là người của Cộng sản hết, các lãnh tụ Phật giáo khác Cộng sản đều đã nắm được, các tôn giáo khác nhất là Thiên Chúa giáo đều nguy hiểm cho Phật giáo sau khi Cộng sản mất quyền...

Tất cả các trò hỏa mù đó đều chẳng lay động được một nhà thực học về duy thức đứng đầu của Việt Nam. Nhưng với tư thế của Thầy, Thầy không thể nói những điều không nên nói, không thể làm những việc chưa đúng lúc làm. Làm theo "lòng dân" mà chưa đúng "thế nước" thì thất bại. Làm theo "thế nước" mà không được "lòng dân" là tay sai. Một lãnh tụ ra quyết sách thì phải hội đủ hai yếu tố thế nước và lòng dân. Mà việc tranh đấu của Giáo hội là việc rộng lớn lâu dài, mỗi người làm một việc, hết đợt này tới đợt khác, cho tới chừng nào dân chúng được tự do, dân tộc được thoát nạn đất nước có dân chủ hòa bình phát triển, con người thực sự làm chủ được mình, thăng hoa tâm linh, làm đẹp cuộc đời mà chẳng còn bị cấm đoán mới là lúc Phật giáo được mỉm cười."

LÝ ĐẠI NGUYÊN
trích *"Phật Giáo Việt Nam Muốn Gì
Mà Thời Nào Cũng Đấu Tranh?"*

PHẬT GIÁO VIỆT NAM MUỐN GÌ MÀ THỜI NÀO CŨNG ĐẤU TRANH?

LÝ ĐẠI NGUYÊN

Một đời người chỉ được trên dưới bốn mươi năm là có nhiều sinh lực hoạt động cống hiến cho mọi mục tiêu ở đời nhất, thế mà một người theo đạo Phật chân chính tại Việt Nam đã từng tham dự vào các cuộc đấu tranh của đất nước suốt từ 1963 tới nay mà vẫn chưa có quyền ngơi nghỉ.

Những người bàng quang với các cuộc tranh đấu thì đều đã từng đặt ra câu hỏi là Phật giáo Việt Nam muốn gì mà lúc nào cũng đấu tranh?

Những đối tượng của các cuộc đấu tranh đó đều đã biết rõ

mục tiêu đấu tranh của Phật giáo đòi gì, nhưng vẫn giả như không biết để đưa ra câu hỏi tương tự. Thế rồi họ đã chụp lên đầu Phật giáo đủ các thứ mũ, nhằm làm giảm sự tin tưởng của những người theo đạo Phật và đầu độc dư luận trong và ngoài nước. Điều hết sức giản dị là nếu các thế lực cầm quyền tại Việt Nam từ trước tới nay hiểu ra một điều là họ chỉ việc đáp ứng đúng nguyện vọng của toàn dân Việt Nam là tôn trọng sự tự do, tự chủ và sáng tạo của con người Việt Nam, tạo cơ hội cho toàn dân phát huy sức mạnh truyền thống của dân tộc để cùng nhau xây dựng và phát triển cuộc sống toàn diện của đất nước, cùng với thế giới đi trên con đường hòa bình dân chủ thì Phật giáo Việt Nam hết còn phải đấu tranh để mỗi người theo đạo Phật quay về tự đấu tranh với chính mình thực hiện lý tưởng "chiến thắng bản thân" hoàn tất thiện nguyện "tự giác, giác tha, giác hạnh viên mãn".

Mục đích tối hậu của người theo Phật bao giờ cũng là "giải thoát sinh không, rời xa tục lụy", khiến cho những người thoáng ngó vào thấy đây là một chủ trương xa rời thế gian, không phù hợp với chủ trương tranh đấu phụng sự cuộc đời. Nhưng nếu đi sâu vào đạo Phật thì ta thấy rằng đây là một tôn giáo hết sức thực tế, có đầy đủ những hướng dẫn cần thiết cho một cuộc sống thực tại và cũng hết sức rộng rãi cởi mở không hề gò bó chấp chặt bất cứ thứ lý tưởng nào. Khi người theo đạo Phật đã đạt tới tâm từ bi hiển lộ, thức trí tuệ rực sáng thì tùy duyên mà ứng xử trên hành trình tế độ quần sinh. Và cũng đừng quên đạo Phật còn có một vị Phật với danh hiệu "Đấu chiến thắng Phật".

Bằng vào nhận thức khoáng đạt trên, những người theo Phật của Việt Nam đã bước vào thế cuộc để nhận lãnh sứ mệnh mà dân tộc và toàn dân trông đợi không một sợ sệt. Lấy ý lực từ bi làm lương thực, lấy sinh mạng làm võ khí, lấy mục tiêu Dân tộc làm mục tiêu của chính đạo mình.

Chính vì vậy mà thế giới đã được chứng kiến cuộc đấu tranh thần thánh 1963 đi từ sững sờ này đến sửng sốt khác, dù cho những người cứng lòng tới đâu cũng phải bật khóc rồi sụp lạy trước ngọn lửa bùng lên từ thân tâm Quảng Đức Bồ tát. Từ ngọn lửa đó nhân loại mới chợt hiểu thế nào là sức mạnh tinh thần truyền thống Đông phương sau hàng thế kỷ bị chôn vùi dưới sự miệt thị của nhãn quan vật chất Tây phương.

Việc làm sống lại sức mạnh tinh thần Đông phương đã xảy ra tại Việt Nam lại cũng là một điều hiển nhiên, vì nơi đây là một cái nôi "bất đắc dĩ" đã dung hoà được trọn vẹn các nền đạo học Đông phương. Hai ngàn năm trước đạo Phật đã vào Việt Nam để cùng với tinh thần bao dung của Việt tộc dung hóa hai luồng tư tưởng hữu vi đạo Khổng và vô vi đạo Lão của văn minh Trung Hoa để vừa tránh được nạn bị Hán hóa và phát khởi được tinh thần tự chủ dân tộc, mở ra mùa độc lập sau ngàn năm Bắc thuộc.

Mùa tự chủ độc lập của Việt Nam này, cũng là cơ hội để cho Việt Nam ứng dụng việc kiến thiết một đất nước thể hiện trọn vẹn đặc tính tiêu biểu của văn hóa toàn diện Đông phương, mà các nhà sử học gọi đó là "Văn hóa Đồng nguyên Phật Lão Khổng" Lý-Trần Việt Nam.

Nhưng tới thời Hồ Quý Ly, với cao vọng thực hiện một cuộc cách mạng lớn lao vượt trước thời đại, kể cả Âu châu thời đó nên đã bị giới quyền thế phong kiến đối kháng dẫn tới sự suy yếu đất nước, nên đã lọt vào tay thống trị của nhà Minh bên

Tàu. Đất nước sau hơn nửa thiên niên ký độc lập lần nữa lại rơi vào sự đô hộ của đế quốc Trung Hoa.

Sau mười năm kháng chiến của Lê Lợi đánh đuổi được nhà Minh. Thế lực Nho gia vượt lên trên hai đạo Phật Lão. Chế độ phong kiến thời Lê Trung hưng rập khuôn theo với Trung Hoa, thượng tầng kiến trúc xã hội và chế độ cai trị dựa trên giá trị Tống Nho: Đạo Phật lùi vào tâm linh của nông dân thôn dã. Tới nhà Nguyễn thì tính cách Tống Nho lại càng được triệt để đề cao, phong trào chữ Nôm vốn bắt đầu từ đời Trần được Hồ Quý Ly coi như quốc ngữ bỗng bị lên án là: "Nôm na cha mách quế".

Chính vì quá lệ thuộc với văn hóa Trung Hoa nên khi người Tây phương đưa văn minh của họ tới Việt Nam, thì giới quyền thế cai trị và Nho gia chỉ một mực chống đối, không biết ứng dụng theo sách lược của tiền nhân là mở rộng đón nhận để đãi lọc, dung hoà, giữ thế chủ động trong cuộc tiếp nhận mới; khiến cho Tây phương kiếm cớ để họ đem binh đội vào đàn áp, đặt ách thực dân lên đầu dân tộc.

Thực dân Pháp đã đứng đằng sau lý tưởng duy ngã duy thần để gọi là khai hóa dân tộc lạc hậu, nhằm bóc lột khắp mặt năng lực và tài nguyên của Việt Nam, làm giàu cho mẫu quốc. Gần cuối mùa thực dân thì một luồng sóng mới cũng phát xuất từ văn minh Tây phương là duy ngã duy vật cũng tràn tới Việt Nam, núp sau cao trào độc lập, để mưu đồ thực hiện những chủ trương của đế quốc Cộng sản là nhuộm đỏ Việt Nam và thế giới.

Như vậy là ngay trước khi thế chiến II hoàn toàn kết thúc thì tại Việt Nam đã được chuẩn bị để sắm một hoạt cảnh đối kháng mới với thật đầy đủ những tinh thần, nội dung, bản chất của một đấu trường thế giới thu nhỏ. Cộng sản duy ngã duy vật đội lốt Dân tộc để thực hiện cuộc toàn dân kháng chiến chống Pháp. Những người Quốc gia chống Cộng thì bắt buộc phải về khu Pháp đóng để đứng dưới bảng hiệu Quốc gia duy ngã duy thần chống Cộng. Cả hai ý thức hệ này cũng chỉ là sản phẩm của văn minh Tây phương mà thôi. Dù cho nhãn hiệu Dân tộc của Cộng sản là giả, hàng ngũ Quốc gia là thực thì vẫn kẹt vào thế phải công khai liên hệ với ngoại bang, nên dân chúng vẫn không nhiệt tình ủng hộ.

Chế độ Đệ nhất Cộng hòa tại miền Nam đã phải nhận lãnh chính quyền quốc gia trong bối cảnh Pháp thua trận. Mỹ nhảy vào giúp đỡ miền Nam và những đối kháng do Pháp để lại. Việc dùng quân đội đánh dẹp các giáo phái võ trang tại miền Nam đã góp phần vào việc làm cho dân chúng sùng đạo chống lại chính quyền trung ương.

Cộng sản lợi dụng tình cảnh đó đẩy cao ngọn cờ dân tộc giải phóng chống Đế quốc Mỹ, phát động chiến tranh du kích tại miền Nam. Chính quyền miền Nam thì đẩy việc chống Cộng lên hàng quốc sách, đặt Cộng sản ngoài vòng pháp luật. Trên cấp lãnh đạo không đưa ra được chính sách tách dân khỏi tay Cộng sản, cấp thừa hành thì thường xuyên có những hành vi đẩy dân vào tay Cộng sản. Bất cứ ai tỏ ra đối kháng với chính quyền thì đều bị coi là Cộng sản. Do vậy Cộng sản từ một thiểu số cài lại nằm vùng bỗng trở thành một sức mạnh được dân chúng ủng hộ.

Vì nhu cầu chiến lược toàn cầu, Mỹ đã phải đem quân vào để Mỹ hóa cuộc chiến Việt Nam, nhằm vào việc vừa áp lực Trung cộng đồng thời hỗ trợ cho Trung cộng tách rời và chống lại Liên Xô, đúng với chiến lược mới của Mỹ là "Dùng Cộng diệt Cộng".

Ở điểm này ông Hồ Chí Minh của miền Bắc đã tỏ ra làm đúng chiến lược của Mỹ hơn cụ Ngô Đình Diệm của miền Nam (mặc dù ông Diệm đã được Mỹ hết mình giúp đỡ). Ông Hồ Chí Minh đã phát động chiến tranh tại miền Nam để tạo cớ, bắc cầu cho Mỹ đem quân vào nhân danh bảo vệ miền Nam tự do. Còn ông Diệm vì "quá yêu nước" và vì mặc cảm thân Mỹ nên ông đã không đồng ý, chẳng những thế mà ông còn nhờ Pháp làm trung gian thương thuyết với ông Hồ để làm hòa bình nữa mới thật nguy.

Guồng máy chiến lược Hoa Kỳ không thể duy trì ông Diệm khi muốn tạo chiến tranh kiểu Mỹ và chỉ để thực hiện mục tiêu chiến lược của Mỹ. Ông Diệm chỉ có một cơ may duy nhất để tồn tại "Nếu". Lịch sử vốn không có chữ "Nếu" nhưng cũng phải trình bày ra đây để gọi là kinh nghiệm. Nếu Tổng thống Diệm trong chín năm cầm quyền xây dựng thật vững chắc chế độ Dân chủ, đặt ý nguyện dân lên trên tư kiến của cá nhân, khuyến khích giúp đỡ các tôn giáo phát triển để có nơi cho dân chúng quy ngưỡng, kéo dân ra khỏi tay Cộng sản tức là trên thực tế đã đánh bại chiến tranh nhân dân của Cộng sản rồi. Và như vậy thì cây cầu bắc cho quân Mỹ đổ vào Việt Nam đã bị gãy. Hai miền Nam Bắc duy trì nguyên tình trạng để phát triển như Hàn Quốc, Đức quốc thì Việt Nam đâu có chết nhiều và khổ nhiều như đã thấy.

TT Diệm đã không những chống lại với chiến lược của Mỹ mà còn để hở sườn ra cho đối thủ sát tử, đó là khi không lại ra lịnh hạ cờ Phật giáo trong ngày Phật đản 1963. Nếu, lại nếu, 9 năm cầm quyền TT Diệm là một "con chiên khô đạo" thì có lẽ sự việc cũng không trầm trọng mấy, đàng này TT Diệm nổi tiếng là một người "ngoan đạo". Ông luôn luôn hành xử hai sứ mạng Tổng Thống và Tông đồ cùng một lúc. Bởi đấy trước mặt dân chúng và các tôn giáo khác ông là một người kỳ thị tôn giáo.

Phật giáo bị đặt vào thế phải "đấu tranh đòi bình đẳng tôn giáo". Với những lãnh tụ đấu tranh của đạo Phật thì mục tiêu chỉ có bấy nhiêu. Nhưng đối với dân chúng Việt Nam thì khác. Chín năm đã đủ cho dân chúng Việt Nam nhận ra rằng: Chế độ của Tổng thống Diệm là một chế độ độc tài phong kiến đầy ắp tính cách sùng thượng thần quyền. Trong thâm tâm Tổng thống là một Hoàng Đế ban phát ơn huệ cho toàn dân. Một yếu tố sâu hơn nữa là ý hướng quật khởi của truyền thống dân tộc Việt, sau mấy trăm năm bị dồn nén. Hết đạo Nho rồi đến các ý hệ Duy Ngã Duy Thần, Duy Ngã Duy Vật, thay nhau ngồi trên đầu dân tộc, trên lưng dân chúng. Chia dân ra thành bè cánh chém giết lẫn nhau, do lệnh của các thế lực quốc tế chỉ để làm công cụ cho họ.

Cuộc đấu tranh khởi đi từ tôn giáo đã được toàn dân Việt Nam tràn tới đẩy cao lên thành "đấu tranh chống độc tài gia đình trị" và là một khơi nguồn cho tinh thần quật khởi của truyền thống dân tộc. Tinh thần đó tiềm ẩn ngay trong chính mỗi người Việt Nam. Trong các lãnh tụ Phật giáo, trong mỗi Phật tử, trong mỗi người Việt tham dự phong trào. Nhà sư là một nhà sư Việt, mang đầy ắp tinh thần vô ngã, vô chấp, vô úy. Vừa bao dung vừa quyết liệt của người chiến sĩ truyền thống Việt Nam. Lấy chính thân mạng mình ra để làm võ khí chiến thắng. Chiến đấu mà chẳng hận thù, đúng như tiền nhân xưa, đã lập đền thờ các tên tướng địch chẳng may bị chết. Chiến thắng mà không đoạt quyền. Quyền đó thuộc về dân.

Quyền chưa về tay dân thì Phật giáo còn phải tranh đấu. Sau khi Tổng Thống Diệm đổ, Phật giáo tiếp tục tranh đấu đòi giới quân sự phải thực hiện bầu cử Quốc Hội lập hiến, chứ không để cho một thiểu số cầm quyền một cách bất hợp pháp. Dù cho Phật giáo không có tham vọng chính quyền, chẳng sao tránh được là mối lo đối với các thế lực chính trị có những mưu đồ riêng. Và trên hết là Hoa Kỳ không muốn thấy Phật giáo trở thành một sức mạnh cản bước Mỹ hóa chiến tranh Việt Nam và đẩy chiến tranh lên tới mức khốc liệt cần thiết.

Do yếu tố khách quan quá mạnh và quá quyết liệt, do yếu tố nội tại của Phật giáo còn chưa thuần nhất và thiếu người điều hành, nên Phật giáo bị phân hóa để rồi không còn đủ sức làm khác đi được là cuộc chiến vẫn Mỹ hóa và nằm gọn trong tay người Mỹ. Phật giáo lại phải bước vào một cuộc tranh đấu tuyệt lộ. "Chấm dứt chiến tranh, vãn hồi hòa bình" với đường lối "Hóa giải hận thù chấm dứt chiến tranh, lấy tinh thần dân tộc làm chủ đạo, lên án những ý hệ ngoại lai. Dù biết rằng mình đang đi vào tuyệt lộ, Phật giáo cũng vẫn phải lên tiếng, vẫn phải giữ vững tư thế dân tộc. Mặc cho hai phe lâm chiến lên án chụp mũ, Phật giáo là của bên này hay bên kia, làm lợi cho bên này hay bên kia.

Thậm chí đến việc Cộng sản chiếm được miền Nam thì cũng có nhiều người kết án là Phật giáo có lỗi trong đó. Thực tế thì Mỹ đã buộc Việt Nam Cộng hòa phải đầu hàng Cộng sản để thực hiện một bước chiến lược mới, "Tạo ảo tưởng chiến thắng" cho Quốc tế Cộng sản buộc Liên Xô vào cuộc chiến tranh lạnh hao tốn.

Nên hiểu giải pháp buộc Việt Nam Cộng hòa phải đầu hàng của Mỹ đã nằm trong dự liệu từ lâu. Từ khi đưa tướng Dương Văn Minh về nước sống trong dinh Hoa Lan, đứng đầu thành phần thứ ba với chủ trương hòa giải hòa hợp dân tộc. Chủ trương này có thể dùng để đánh lận với chủ trương của Phật giáo. Phật giáo khẳng định là không làm công cụ cho hai phe lâm chiến, lấy tinh thần dân tộc và sự khổ đau của con người ra để hóa giải hận thù, Phật giáo chẳng là thành phần nào hết mà là người dân Việt Nam, đang cầm súng ở cả bên này lẫn bên kia. Phật giáo quan niệm rằng một khi hận thù chưa được hóa giải thì xung đột vẫn còn đó. Chẳng thể hóa giải và hòa hợp giữa hai thế lực thù địch, có mục đích khác nhau, quyền lợi khác nhau.

Tuy nhiên đối với dư luận bên ngoài, thì vẫn khẳng định rằng tướng Minh là lá bài của Phật giáo, vì ông từng cứu các tu sĩ và Phật tử ra khỏi nhà tù của Đệ Nhất Cộng Hòa, và đương nhiên rất thân cận với các nhà lãnh đạo Phật giáo. Dù rằng các nhà lãnh đạo Phật giáo hiểu rõ rằng: chủ trương của tướng Minh và thành phần của ông rất khác xa với chủ trương của Phật giáo. Khi ông nhậm chức Tổng thống giữa lúc Cộng sản thắng thế và Hoa kỳ ra đi thì vai trò của ông được xác định là chỉ để đầu hàng.

Sau khi Tổng thống Thiệu từ chức trốn chạy, Tổng thống Hương không đủ tư thế đầu hàng, vì ông chẳng thể ra lệnh cho binh sĩ buông súng, "chiến tranh không đầu" chắc sẽ ngập ngụa máu xương. Phải là một vị tướng, mà phải là vị tướng cao nhất đứng đầu các tướng thì lệnh banra mới có giá trị. Mỹ đã chọn đúng người đó là Đại tướng Dương Văn Minh, Tổng thống bất hợp hiến của Việt Nam Cộng hòa. Việt Nam tránh được một cuộc đổ máu cuối cùng vô ích.

Chiếm được miền Nam, việc đầu tiên là Cộng sản tận dụng mọi phương tiện chuyên chở vơ vét toàn bộ của cải của miền Nam chuyển về Bắc, treo khắp mọi ngả đường ba khẩu hiệu "Chủ nghĩa Mác Lê bách chiến bách thắng", "Cộng sản vô địch muôn năm", và "Hồ Chủ tịch sống mãi trong sự nghiệp chúng ta." Nghĩa là Cộng sản đã trút bỏ lớp vỏ dân tộc, mị dân, lừa dân, để liệng tất cả vào thùng rác. Mọi chỗ béo bở đều dành cho cán bộ miền Bắc. Lúc này thì những người giải phóng của miền Nam mới vỡ mộng đau đớn và cảm thấy thua đậm chỉ hơn được những người Cộng hòa đang bị đưa vào các trại cải tạo một chút là được về gặp người thân để nhận những lời nhiếc mắng.

Các tôn giáo như Cao Đài, Hòa Hảo vốn là chiến sĩ cầm súng chống cộng thì Cộng sản thẳng tay đàn áp bắt tận đuổi sạch các thủ lãnh ra khỏi quần chúng. Với Thiên Chúa giáo thì giáo quyền nằm mãi tại Vatican nên Cộng sản vừa dùng cách ngoại giao vừa đẩy lên các cuộc chống đối lẻ tẻ, để tiêu diệt làm gương răn đe giáo dân hăng say thù Cộng.

Riêng Phật giáo thì đầu tiên vuốt ve mua chuộc, yêu cầu các nhà lãnh đạo giao Giáo hội vào tay Thủ tướng Bắc Việt quyết định. Nhưng rồi chỉ một câu nói nhẹ nhàng của thầy Thiện Minh thôi thì bao công lao của Phạm Văn Đồng trôi sông đổ biển hết. Câu đó như sau: "Nếu Giáo hội ký vào bản thỉnh nguyện đó thì đúng là Giáo hội đã dâng kiếm lên cho Thủ tướng, yêu cầu ông chặt lấy đầu Giáo hội". Thế là âm mưu mua chuộc bất thành, và số phận của thầy Thiện Minh đã được chính thầy quyết định là phải bị thảm sát trong tù Cộng sản. Thương thầy nhiều, đúng là biết phải chết mà vẫn phải nói.

Cũng may trước khi các nhà lãnh đạo Phật giáo bị vào tù thì ngài Đôn Hậu đã vào được Sài gòn và biết rõ âm mưu tiêu diệt Phật giáo của Cộng sản. Ngài đã được Hội đồng Lưỡng viện trao chức Chánh thư ký Viện Tăng thống kiêm xử lý Viện Tăng thống và ấn tín cho Ngài để về an cư tại Linh Mụ, chờ có cơ hội phục hoạt Giáo hội. Sau này Ngài đã từ chối nhận chức Phó Pháp chủ và Giám luật của Giáo hội nhà nước. Ngài trở thành nơi quy ngưỡng của Phật tử sau khi các nhà lãnh đạo khác vào tù.

Dù Giáo hội không còn ở ngoài để trực tiếp đứng ra phát động đấu tranh nữa, nhưng các tăng sĩ ưu tú như Tuệ Sỹ, Trí Siêu... đã thành lập Ủy ban Bảo vệ Phật Giáo và Giải cứu Dân tộc với sự cố vấn của thầy Đức Nhuận nguyên Chánh Thư ký Viện Tăng thống – người đã được Cộng sản liệt vào hàng chống cộng số một trong hàng lãnh đạo Giáo hội. Lẽ cố nhiên Ủy ban này đã chịu chung số phận với Giáo hội là phải đi tù và nhận lấy những bản án nặng nhất. Liền sau đó, Hòa thượng Trí Thủ đã bị chết tức tưởi đột ngột...

Cơ hội phục hoạt Giáo hội Phật giáo Việt Nam Thống nhất lại đã đến khi Liên Xô sụp đổ, Việt Nam phải đổi mới, Cộng sản phải nới tay với dân chúng. Ngài Đôn Hậu viên tịch để lại di chúc thiêng liêng kêu gọi Phật tử phục hoạt Giáo hội. Thầy Huyền Quang quyết từ bỏ chỗ quản thúc ra Huế chịu tang, nếu Cộng sản không cho ngài đi thì ngài sẽ ngồi giữa đường tự thiêu. Với thái độ quyết liệt như thế, Cộng sản đã phải nhượng bộ.

Thầy Huyền Quang đã đến trước Giác linh Đại lão Hòa thượng Thích Đôn Hậu để nhận di huấn, nhận ấn tín Giáo hội, nhận chức quyền Viện trưởng Viện Hóa Đạo để phát động phong trào đòi tự do tôn giáo, buộc nhà cầm quyền phải để cho Giáo hội được tự do hành đạo, và trả lại những gì đã cưỡng chiếm của Giáo hội. Một lần nữa Giáo hội lại vào cuộc đấu tranh, một cuộc đấu tranh không ngang sức, nhưng lại là một cuộc đấu tranh tất thắng vì đây là sinh lộ của dân tộc, con đường mà 77 triệu người Việt ở trong nước và hai triệu đồng bào hải ngoại hướng vào, đã được loài người yêu chuộng tự do dân chủ đồng thuận. Cộng sản đã dùng mọi quỷ kế để phản đòn, nào là tung ra dư luận thầy Huyền Quang làm như thế là đã được Cộng sản ngầm cho phép, nào là cuộc biểu tình tập hợp đông đảo người ở Huế cũng lại do Cộng sản làm. Thầy này là Cộng sản, thầy kia đã bị mua chuộc, Phật tử này là công an, Phật tử kia là cán bộ... Bình tỉnh mà xét thì Cộng sản chú trọng nhất về mặt tuyên truyền đánh bóng chế độ, chẳng khi nào lại đi nhờ người khác công khai lên án chế độ. Hơn nữa Cộng sản đâu còn đủ uy tín đối với đồng bào Huế để chỉ trong vòng ít phút đã huy động được nhiều ngàn người xuống đường.

Có điều Cộng sản quá ma lanh, thấy đồng bào Huế tràn ra đường đông quá, chúng tự lật xe để đốt, biến cuộc biểu tình "bất bạo động" thành cuộc biểu tình "bạo động" để dễ đàn áp. Lúc đó chỉ cần một lời yêu cầu dân chúng ngồi xuống rồi xướng lên Phật hiệu để ngàn ngàn người tập trung được ý lực, cùng niệm lên danh hiệu thiêng liêng thì lập tức đẩy Cộng sản vào thế bị động liền. Đây là một kinh nghiệm đối với người dân trong nước và nhất là đối với người theo Phật.

Khi vừa ra khỏi nhà tù Cộng sản sau mười năm bị hành hạ, thầy Đức Nhuận đã nhập cuộc, với những buổi thuyết giảng lấy lại tự tin cho Phật tử. Thầy đã gởi thư cho quý vị lãnh đạo Giáo hội Phật giáo Việt Nam tỏ ý biết ơn quý vị đó là đã hy sinh danh dự, để nhận một công việc mà toàn thể Phật tử lên án, toàn thể dân chúng nhiếc móc. Vì muốn duy trì một chút hương khói, những nơi dung thân cho những người còn muốn tu đến nay thì Giáo hội Phật giáo Việt Nam Thống nhất đã phục hoạt, quý ngài đã có thể buông xả. Lá thư khiến cho toàn thể tăng chúng nhận thấy mình là con ruột của Giáo hội Phật giáo Việt Nam Thống nhất, chỉ vì khế cơ mà nhẫn nhục vậy thôi.

Tiếp đến là thầy Quảng Độ bước ra khỏi tịnh thất với một bản Tuyên cáo lên án chế độ Cộng sản hết sức thẳng thừng và bộc trực, đúng với bản tính, bước đi không cúi đầu, đứng trước tòa mà nhìn thẳng chẳng thèm trả lời của Thầy. Cộng sản thực sự ngán Thầy, ngán nhất là hầu hết các Quận Giáo hội và các cơ sở Giáo hội tại Sài Gòn đều đã sẵn sàng theo lệnh của Thầy, nên chúng đã quyết định mau lẹ tấn công Thanh Minh Thiền viện nơi Thầy ở để bắt Thầy trước khi Đại hội xảy ra.

Lúc đó là lúc cầu cạnh của Cộng sản Việt Nam với Mỹ đã gần tới kết quả. Cộng sản cũng muốn sớm giải quyết vấn đề nhân quyền, nên họ đề nghị thẳng với Thầy rằng họ sẽ thả Thầy với điều kiện Thầy nằm im cho. Thầy đã từ chối để chấp nhận một bản án mà tác dụng của nó hại nhiều cho Cộng sản. Qua bản án đó, Cộng sản không thể chối cãi được tính cách vi phạm trắng trợn nhân quyền và tự thú nhận là Cộng sản đang áp dụng một thứ luật pháp man rợ, ai lại kết án người đi làm việc từ thiện cứu trợ đồng bào bị lụt bao giờ. Tai hại hơn nữa, bản án này Cộng sản Việt Nam còn dùng nó như một cái tát vào mặt Tổng thống Mỹ khi ông vừa mở bang giao với Việt Nam kèm với lời tuyên bố: Bang giao với Việt Nam là mang lại tự do dân chủ cho Việt Nam cũng như đã làm với Nga Xô. Thế là từ đó

Việt Mỹ có bang giao, có tòa đại sứ mà không có đại sứ. Lãnh đạo Cộng sản Việt Nam năn nỉ xin Mỹ cho Tối Huệ Quốc, Mỹ làm ngơ, mà lại dành quy chế Tối Huệ Quốc cho Cambodia, tạo cơ hội cho tư bản Hồng Kông sau khi Trung cộng nắm quyền thì có nơi đổ vốn vào làm ăn kinh doanh. Đáng lý ra Việt Nam phải được cơ hội đó, nhưng vì ngu và tham nên Cộng sản đã đánh tuột mất.

Ngay sau khi bắt thầy Quảng Độ thì Cộng sản đe dọa cũng sẽ đem thầy Huyền Quang ra tòa, nhưng phản ứng tích cực của Tỉnh Giáo hội Phật giáo Việt Nam do thầy Kế Châu Bình Định cầm đầu làm cho Cộng sản phải bỏ ý định đó nhưng đem thầy quản thúc tại một nơi hẻo lánh. Rồi thầy Kế Châu cũng đột nhiên bị chết. Cũng dịp đó tại Sài Gòn, các Phật tử trong danh sách thân Ấn Quang của công an đều bị gọi ra tra vấn đủ điều.

Đặc biệt là với thầy Đức Nhuận hai đợt kêu ra công an, mỗi đợt trên dưới hai mươi ngày, ngày nào cũng phải đến hai lần bị hạch hỏi về các bài thuyết giảng, về các tài liệu của Giáo hội mà trong đó công an đã tìm thấy bút tự của Thầy. Thầy đã nhận hết, làm việc Phật, làm việc đúng là thầy làm. Hỏi Thầy, ai làm trung gian chuyển tài liệu giữa Thầy và thầy Huyền Quang thì Thầy trả lời trên thế giới này không có luật lệ nào kết tội người phát thư cả. Tôi đã nhận trách nhiệm rồi thì hà cớ gì lại cần tới người chuyển thư. Hơn nữa, tôi là một tăng sĩ Phật giáo, Đức Phật đã dạy đừng nói những lời gây hại cho người khác. Cuối cùng thì Cộng sản chỉ yêu cầu thầy đừng ở trong Giáo hội Phật giáo Việt Nam Thống nhất nữa. Thầy thắng thắn trả lời, nếu tôi làm như lời ông thì cá nhân ông sẽ coi tôi là thứ gì? Thầy Đức Nhuận là người toát ra ngoài vẻ nhu hòa từ ái, nhưng đụng tới lập trường đạo pháp và dân tộc thì Thầy đúng là một khối kim cương.

Viết về các cuộc đấu tranh của Phật giáo mà không nói tới một người thì kể như chưa viết gì cả. Người đó là thầy Trí Quang, người phát động cuộc đấu tranh bình đẳng tôn giáo 1963. Một lãnh tụ kiên cường mà sáng suốt, lời nói luôn luôn có tính cách thuyết phục. Người mà các đối thủ của Phật giáo đã chụp lên đầu đủ các loại mũ. Bên này thì bảo là Cộng sản, làm lợi cho Cộng sản. Bên kia thì bảo là người của Mỹ, quân cờ chiến lược của Mỹ. Người mà hiện nay Cộng sản canh phòng một cách cẩn mật tế nhị và thâm độc. Bắt thì không bắt nhưng đi thì không được đi xa. Bất cứ ai đến vái Thầy thì đều được công an theo tới tận nhà yêu cầu phải hợp tác để báo cáo về Thầy, nhận lời hay không cũng được, miễn là để cho Thầy biết rằng công an đã xí phần, tạo sự nghi ngờ ngay chính nơi Thầy, khiến những điều cần nói chẳng thể nói với ai. Cung cấp những thông tin nửa thực nửa hư và xoáy vào chủ điểm là người nào đến với Thầy cũng là người của Cộng sản hết, các lãnh tụ Phật giáo khác Cộng sản đều đã nắm được, các tôn giáo khác nhất là Thiên Chúa giáo đều nguy hiểm cho Phật giáo sau khi Cộng sản mất quyền...

Tất cả các trò hỏa mù đó đều chẳng lay động được một nhà thực học về duy thức đứng đầu của Việt Nam. Nhưng với tư thế của Thầy, Thầy không thể nói những điều không nên nói, không thể làm những việc chưa đúng lúc làm. Làm theo "lòng dân" mà chưa đúng "thế nước" thì thất bại. Làm theo "thế nước" mà không được "lòng dân" là tay sai. Một lãnh tụ ra quyết sách thì phải hội đủ hai yếu tố thế nước và lòng dân. Mà việc tranh đấu của Giáo hội là việc rộng lớn lâu dài, mỗi người làm một việc, hết đợt này tới đợt khác, cho tới chừng nào dân chúng được tự do, dân tộc được thoát nạn đất nước có dân chủ hòa bình phát triển, con người thực sự làm chủ được mình, thăng hoa tâm linh, làm đẹp cuộc đời mà chẳng còn bị cấm đoán mới là lúc Phật giáo được mỉm cười.

Đến đây chắc chúng ta đã thấy được câu trả lời: Phật giáo muốn gì mà thời nào cũng đấu tranh?

LỜI GIỚI THIỆU

tuyển tập "Trước Cơn Sóng Gió"
NHỮNG MẪU CHUYỆN ĐẤU TRANH
CỦA GIA ĐÌNH PHẬT TỬ
BAN HƯỚNG DẪN GĐPT TRUNG PHẦN
XUẤT BẢN, Phật lịch 2508

Trong cuộc vận động của Phật giáo Việt Nam, người được bí mật ủy nhiệm viết và mang biểu ngữ mở đầu cho phong trào, là GĐPT. Tám vì Thánh Tử cho Đạo pháp tại Đài Phát thanh Huế, làm cho phong trào cao hẳn lên, là GĐPT. Những người can đảm chấp tay ngồi giữa đường dầu, dưới nắng hè, nhận lấy sự khủng bố đầu tiên, có kế hoạch và vô cùng dữ dội, kết quả là, với hàng trăm lựu đạn ác xít, họ phải điên loạn và thương tích thê thảm, ngay lúc đó và kéo dài đến ngày nay và chưa biết đến bao giờ, cũng là GĐPT.

Trong tinh thần thuần túy vì Đạo pháp, GĐPT đã không có một chút hổ thẹn nào khi nhìn vào các giới Phật tử đồng hành. Khi nhìn vào liệt vị "thiêu thân vì chánh pháp", GĐPT cũng có thể có được sự không hổ thẹn đó.

Điều đáng nói hơn nữa, sau một Huynh trưởng bị giết tại Kim Long, Huế, mở màn cho chính sách kỳ thị Phật giáo, nạn nhân thường trực và đáng lo nhất của chính sách này là GĐPT.

Tất cả các giới Phật tử khác, khi nhìn vào GĐPT nghĩa là nhìn vào con em và bạn của mình, thực đã có sự tự hào và tin tưởng.

Tôi không biết, vì chưa và không có thì giờ đọc bản thảo, tập sách này có nói lên đủ và rõ về những điểm nổi bật nhất, mà tôi là chứng nhân, đã nói trên đây, hay không? Nhưng tôi tin rằng tập sách sẽ có thể nói lên được một ít điều có tính chất điển hình về những điểm ấy. Tôi tin như vậy là vì những người viết nên tập sách này toàn là Huynh trưởng đã và đang lãnh đạo GĐPT, hơn thế nữa, không phải họ viết những việc họ chỉ làm kẻ khách quan hay chứng nhân, mà là họ tự viết việc họ và anh chị em họ làm.

Tôi ước mong GĐPT đọc tập sách này như một người tự nhìn vào gương soi để thấy hình ảnh chính xác của mình. Cũng một ước mong đó, tôi xin đặt ở các giới Phật tử khác. Và tất cả chúng ta hãy làm cho hình ảnh chính xác ấy rõ và lớn hơn lên để phục vụ đạo pháp và quần chúng.

Ngày Tiểu Tường các Thánh tử vì đạo pháp

TRÍ QUANG

www.ingramcontent.com/pod-product-compliance
Lightning Source LLC
Chambersburg PA
CBHW032000050726
47590CB00006B/1988